விழித்திருக்கும் நினைவலைகள்

(திருத்தப்பட்டப் பதிப்பு)

செ.பாலசுப்ரமணியன்

படி வெளியீடு

கே.கே.நகர் மேற்கு, சென்னை - 600 078.

(பாண்டிச்சேரி கெஸ்ட் ஹவுஸ் அருகில்)

Ph: 044-4855 7525, Mobile: +91 87545 07070

விழித்திருக்கும் நினைவலைகள்
(கட்டுரைகள்)

ஆசிரியர்:
செ.பாலசுப்ரமணியன்©

முதல் பதிப்பு : அக்டோபர் 2017
இரண்டாம் பதிப்பு : மே 2022
பக்கங்கள் : 240
விலை : $15

VIZHITHIRUKKUM NINAIVALAIGAL
(Essays)

Author:
S.Balasubramanian©

First Edition: Oct - 2017
Second Edition: Jan - 2022
Pages: 240
ISBN: 978-93-86555-08-3

Published in Singapore
Mr S.Balasubramanian
Email : bkalava2003@gmail.com
kalpira2002@gmail.com
nathansam56@gmail.com

Contact in India
Discovery Book Palace (P) Ltd,
6, Mahaveer Complex, Munusamy Salai,
K.K.Nagar West,Chennai-600 078.
Ph: +91 - 44-4855 7525
Mobile: +91 87545 07070

E-mail: **discoverybookpalace@gmail.com,**
Website: **www.discoverybookpalace.com**

அணிந்துரை

பிறவியைப் பெருங்கடலாக உருவகித்துப் பேசுகிறார் திருவள்ளுவர். பிறவியில் பலவகை உயிரினப் பிறப்புகளைப் பட்டியலிடுகிறார். திருவாசகத்தில் மாணிக்கவாசகப் பெருமான். "புல்லாகிப் பூடாய்ப் புழுவாய் மரமாகிப், பல்விருகமாகிப் பறவையாய்ப் பாம்பாகிக், கல்லாய் மனிதராய்ப் பேயாய்க் கணங்களாய், வல்லசுரராகி முனிவராய்த் தேவராய்ச் செல்லா நின்ற இத்தாவர சங்கமத்துள் எல்லாப் பிறப்பும் பிறந்து இளைத்தேன்." என எம்பெருமானை நோக்கித் திருவாசகம் கூறும் தொடர்வழி அதனை அறியலாம்.

டாக்டர்
சுப. திண்ணப்பன்
சார்பு நிலைப்
பேராசிரியர், சிம்.
பல்கலைக்கழகம்
சிங்கப்பூர்

இந்தப் பல்வகைப் பிறப்பில் மனிதப் பிறவியை அரியது என்பதை 'அரிது அரிது மானிடராய்ப் பிறத்தல் அரிது" என்னும் ஔவை மூதாட்டி உரை வாயிலாக அறிய முடிகிறது. காரணம் என்ன? மனிதனுக்கு மட்டும் சிந்திக்கும் ஆற்றல்கொண்ட மனம் அமைந்துள்ளது. மனம் என்பது உள்ளம், நெஞ்சம் என மறுபெயர்களாலும் அழைக்கப் பெறும் நினைப்பது நெஞ்சத்தின் தொழில் உள்ளுவது, எண்ணுவது — உள்ளத்தின் செயல்: "நினைத்தொன்று சொல்லாயோ நெஞ்சே, எனைத்தொன்றும் எவ்வநோய் தீர்க்கும் மருந்து" (1241) "உள்ளத்தால் உள்ளலும் தீதே பிறன்பொருளைக் கள்ளத்தால் கள்வோம் எனல்" (282) என்னும் குறள்கள் வழி அதனை உணரலாம் எனவே நினைப்பின் ஊற்றே நெஞ்சம். நினைப்புக்கு எதிர்ச்செயல் மறதி/ மறப்பு.

அதற்கும் காரணம் நெஞ்சம்தான். மண்டோதரியைக் கம்பன் "நினைந்ததும் மறந்ததும் இலாத நெஞ்சினாள்" என அழைப்பதன் வாயிலாக இதனை அறியலாம். எனவே "நன்றி

மறப்பது நன்றன்று” நன்றல்லது அன்றே மறப்பது நன்று” என்பது குறள். “நல்லனவற்றை மறவாது என்றும் நினைத்துப் போற்ற வேண்டும். தீயெனவற்றை — நன்று அல்லாதவற்றை அன்றே மறந்துவிட வேண்டும் என்பதைக் கூறுவதாகக்கொள்ள வேண்டும். மனிதனுக்கு நினைவும் தேவை; மறதியும் தேவை. இரண்டும் மனித வாழ்வில் இன்றியமையாத இடம் வகிக்கின்றன. இந்த வகையில் மறந்த சிந்தனைகளைத் தூங்கிய நினைவு என்றும், என்றும் நின்று உலவும் சிந்தனைகளை விழித்திருக்கும் நினைவு என்றும் கருதிப் பிறவிப் பெருங்கடலில் மனிதப் பிறவியில் தோன்றும் நினைவுகளை அலைகளாக உருவகித்து ‘விழித்திருக்கும் நினைவு அலைகள்’ எனப் பெயரிட்டுச் செ. பாலசுப்பிரமணியன் எழுதிய ஏறத்தாழ 240 பக்கங்களைக் கொண்ட நூலைப் படித்துப் பார்த்தேன். பலவகை எண்ண அலைகள் என் மனத்தில் தோன்றின.

நூலாசிரியர் பாலசுப்பிரமணியன் தமிழகத்தில் பிறந்து சிறுவயதில் சிங்கப்பூருக்கு வந்து தொடக்கக் கல்வி, உயர்நிலைப் பள்ளிக் கல்வி, ஆங்கில வழியில் பயின்று பிறகு ஆசிரியப் பட்டயப் பயிற்சியும் பெற்றுத் தமிழாசிரியராகப் பல்லாண்டுகள் பணியாற்றி ஓய்வு பெற்றவர். கல்வி அமைச்சில் தேர்வுப் பிரிவிலும் பாடத்திட்ட மேம்பாட்டுக் குழுவிலும் பணியாற்றிய பட்டறிவும் அவருக்கு உண்டு. உயர்நிலைப் பள்ளிப் பாடநூல், பயிற்று கருவிகள் தயாரித்த பணிக்குழுவில் இயக்குநராக இருந்தார். நான் அக்குழுவின் மதிப்பாளராக இருந்தேன். அவர் 1950ஆம் ஆண்டினை ஒட்டிச் சிங்கப்பூருக்கு வந்தார் அப்போது சிங்கப்பூர் ஆங்கிலேயர் ஆட்சியில் இருந்தது.

இரண்டாம் உலகப்போர் முடிந்து சில ஆண்டுகளே சென்ற நிலை. பிறகு 1959இல் தன்னாட்சி பெற்றது. 1963இல் மலேசியாவுடன் இணைந்து 1965இல் அதிலிருந்து பிரிந்து குடியரசாயிற்று. அன்று மூன்றாந்தர நிலையிலிருந்து இன்று உன்னத நிலை அடைந்து முதல் தர நாடாக மாறி உலகத்தவர் பாராட்டுக்கு உரிய நாடாக மாறி உள்ளது. இந்த அரசியல் மாற்றங்களைத் தம் வாழ்நாளில் கண்டு அவற்றின் விளைவுகளை அனுபவித்த நூலாசிரியர் தம் நினைவுகளை ஒரு நூலாக்கித் தந்துள்ளார். அவர் காலத்திலிருந்து சிங்கப்பூரின் தோற்றம், பிறகு ஏற்பட்ட சமூகப் பொருளாதார, பண்பாட்டு மாற்றம், இன்றுள்ள ஏற்றம் ஆகியவற்றை எல்லாம் தொகுத்து அளித்துள்ளார்.

இன்றைய இளையர்கள் இவற்றை அறிய வேண்டுவது இன்றியமையாதது என்பது இவர் எண்ணம். இன்றுள்ள வாழ்க்கை வசதிகள் எல்லாம் 1950களில் வாழ்ந்த முன்னோடிகள் அமைத்த

அடித்தளத்தின் விளைவுகளே என்பதையும் சிங்கப்பூரின் தந்தை எனத்தகும் லீ குவான் இயூ அவர்களின் தொலைநோக்குப் பார்வையால் கிடைத்த நன்மைகளே என்பதையும் இன்றைய இளையர்கள் உணர்ந்து சிங்கையை மேன்மேலும் சிறப்பு மிக்க நாடாகச் செய்ய வேண்டும் என்னும் நூலாசிரியரின் வேட்கையால் உருவான நூலே இந்நூலாகும்.

இந்நூலின் உள்ளடக்கம், முன்னுரை, முடிவுரை, நன்றியுரை நீங்கலாக ஒன்பது இயல்களைக்கொண்டுள்ளது. முதல் இயலில் சிங்கைக்குப் புலம் பெயர்ந்து வந்த தமிழர்களின் வருகையைப் பற்றிப் பொதுவாகவும் தாம் வந்த வருகை, பயணம் பற்றிச் சிறப்பாகவும் நூலாசிரியர் விளக்கியுள்ளார். இப்பகுதியில் இவர் தரும் கப்பல் பயண வருணனை அக்கால மக்கள் பட்ட அல்லல் வாய்ந்த பயணத்தையும் கடலின் எழில் காட்சியையும், படம் பிடித்துக் காட்டுகிறது. இவர் கல்வி கற்று முன்னேற எடுத்துக்கொண்ட முயற்சிகளையும் சுட்டிக் காட்டுகிறது.

இப்பகுதி இரண்டாம் இயலில் சென்ற 50 ஆண்டுகளில் தமிழ்மொழியும் தமிழரும் இருந்த நிலையை விரிவாக ஆசிரியர் பேசும் திறன் போற்றத்தக்கதாக உள்ளது. இறுதியில் சிங்கையை நகராக உருவாக்கிய இராஃபிள்ஸ் பற்றி இவர் தரும் தகவலும் நன்று. நான்காம் இயலில் சிங்கையின் முக்கிய இடங்களான சைனா டவுன், கம்போங்கிளாம், போர்ட் கேனிங் குன்று, (கொடிமலை) குயின் எலிஸபெத் வாக் ஆகியவற்றை இவர் பார்வையில் அன்று இருந்த நிலையை அழகாகக் காட்டும் முயற்சி பாராட்டத்தக்கது. அன்றைய நிலைக்கும் இன்றைய நிலைக்கும் இவற்றில் ஏற்பட்டுள்ள உருமாற்றங்களை எண்ணிப் பார்க்க இவ்வியல் உதவுகிறது. அடுத்த இயலில் சிங்கப்பூரின் நினைவுச் சின்னங்களாக இன்று நின்று நிலவும் விக்டோரியா நினைவு மண்டபம், பழைய பாராளுமன்றம், பழைய உச்சநீதிமன்றம், நகரமண்டபம், செயின்ட் ஆண்ரூஸ் தேவாலயம். .ஃபுல்லர்ட்டன் கட்டடம் முதலிய கட்டடங்களின் கவின்மிகு சிற்பச் சிறப்பை ஆசிரியர் பேசுகிறார்.

அடுத்த இயல் அக்காலத்து மக்கள் பயன்படுத்திய சரட்டுப் புரட்டுக் கால்கட்டைகள், தாழங் குடைகள், தாள்பைகள், வண்ண வண்ண அட்டைப் பெட்டிகள், ஆகிய பழம் பொருள்களின் இயல்பு பற்றிப் பேசுகிறது. இது தொல்பொருள் காட்சியாகத் தோற்றம் அளிக்கிறது. ஒருகாலத்தில் வழக்கில் இருந்து இன்று வழக்கொழிந்த ஒட்டுக் கடைகள், பலகை போடுதல், டீமணி என்னும் முன்பணம் பற்றிய தொடர்களின் பொருளாழத்தைப்

புலப்படுத்துகிறது. அடுத்த இயலில் கிளிங், குத்துபீலி பற்றிய செய்திகள் சுவையாக உள்ளன. நடமாடும் காப்பிக்கடைகள், மறைந்து விட்ட மலத்தொட்டிகள், அஞ்சல் தந்தி சேவைகள் பற்றிய அடுத்த இயல் செய்திகள் சிங்கையில் முன்பிருந்த அவலநிலையையும் இன்று இருந்து வரும் தூய முன்னேறிய நிலையையும் ஒப்பிட்டு நோக்கி வியப்படைய வைக்கின்றன.

சிந்தையைத் தூண்டும் சுவையான நினைவுகள் என்னும் தலைப்பில் அக்காலத்தில் நிகழ்ந்த முக்கிய பேரிடர்கள், விபத்துகள், இருந்த பேருந்து சேவைகள், மறைந்து போன மூவுலகங்கள், இவர்கள் இல்லற வாழ்வில் இடம் பெற்றிருந்த அம்மி, ஆட்டுக்கல், தொலைக்காட்சி வருகை முதலியவை நன்றாக உள்ளன. சிங்கபுரம் பெயர்க்காரணம். அங்கு இருந்தது சிங்கமா புலியா என்னும் ஆய்வும் போற்றத்தக்க முறையில் உள்ளது. இறுதிப் பகுதி அக்கால மக்கள் அனுபவித்த இன்னல்களை அடுக்கிக் காட்டுகிறது. இத்தகைய இந்நூலின் உள்ளடக்கம் ஏற்றமிக்கதாக இயங்குகிறது.

உருவம் என்பதை நோக்கும்போது எளிய இனிய தமிழ் நடையில் இந்நூல் அமைந்துள்ளது. எல்லாரும் படித்துச் சுவைக்கும் பாங்கில் உள்ளது. உணர்த்தும் முறை எனப் பார்க்கும்போது ஆசிரியர் ஆங்காங்கே எடுத்துக்காட்டும் இலக்கிய மேற்கோள்கள், பழமொழிகள், மரபுத் தொடர்கள், அவரின் படிப்பறிவைப் புலப்படுத்துகின்றன. மேலும் நல்ல பல உவமைகளும் வருணனைகளும் நகைச்சுவையும் சுவை கூட்டுகின்றன. நூலாசிரியர் இந்த நூலில் கூறியது கூறலைச் சில இடங்களில் தவிர்த்து, பதிப்புப்பணியில் கூடுதல் கவனம் செலுத்தி இருக்கலாம் என்பது என் கருத்து.

பொதுவாகத் திரு. பாலசுப்பிரமணியனாரின் விழித்திருக்கும், நினைவலைகள், என்னும் இந்நூல் சிங்கையின் வரலாறு, தமிழ் தமிழர்நிலை, சமூகம், மக்கள் பழக்க வழக்கங்கள், பண்பாட்டு நாகரிகம், நம்பிக்கைகள் முதலியவற்றைப் படம் பிடித்துக் காட்டி படிப்போரை விழிப்படையச் செய்கிறது. பழைய சிங்கையுடன் புதிய சிங்கையை ஒப்பிட்டு நோக்க வழிவகுக்கிறது. பசித்திரு, தனித்திரு, விழித்திரு, எனும் வள்ளலார் வாக்குப்படி நடக்க நவில்கிறது. இத்தகைய நூலை எழுதிய நூலாசிரியரைப் பாராட்டி வாழ்த்துகிறேன். இதனை வாங்கிப் பலரும் படித்துப் பயன்பெற வேண்டுகிறேன்.

சிங்கப்பூர்
25. 01. 2017

அணிந்துரை

உலகிற்குப் பயன்படும் வண்ணம் ஒவ்வொரு மனிதனும் ஏதேனும் செய்ய வேண்டும். குறைந்தபட்சம் தன் தலைமுறைக்காவது ஏதேனும் செய்துவிட்டுச் செல்ல வேண்டும். அவ்வகையில் திரு. S. பாலசுப்பிரமணியன் அவர்கள் சிங்கப்பூர் மக்களுக்கு, சிங்கப்பூர்வாழ் தமிழர்களுக்குப் பயன்படும் வண்ணம் பல வரலாற்றுச் செய்திகளைத் தொகுத்துக் காணொளிக்காட்சிப்போல நம் கண்முன் காட்டிச் செல்கிறார். திரு. பாலா அவர்கள் தமிழகத்தில் கிராமப் பள்ளிக்கூடத்தில் கல்வி பயின்றவர். சிறுவனாக இருக்கும்பொழுதே சிங்கப்பூர் வந்தவர். தமிழ்மீதுகொண்ட பற்றால் தாமே சுயமாக முயன்று சிங்கப்பூரில் தமிழ் பயின்றவர்.

முனைவர்.
ஆ. ரா. சிவகுமாரன்
இணைப் பேராசிரியர்
தமிழ்த்துறைத்
தலைவர்
தேசியக்
கல்விக்கழகம்
நன்யாங்
தொழில்நுட்பப்
பல்கலைக்கழகம்.
சிங்கப்பூர் 637616

நம் தமிழ்ச் சமுதாயத்தைப் பொருத்தவரையில் வரலாறுகளைப் பதிவு செய்து வைப்பதில் அதிகக் கவனம் செலுத்துவது இல்லை என்பது வரலாற்று உண்மையாகும். நம்மில் சிலர் முப்பாட்டன் பெயரைக்கூடத் தெரியாதவர்களாக இருக்கும் பொழுது இந்நூலாசிரியர் திரு பாலசுப்பிரமணியன் அவர்கள் தமது சிறு பிராயத்திலிருந்து தமக்குத் தெரிந்த செய்திகளை நினைவில்கொண்டு வந்து படம்பிடித்துக் காட்டுவதுபோல் மிக அழகிய ஆற்றொழுக்கான நடையில் தம் நினைவுகளை மிளிரச் செய்துள்ளார். சுமார் 1951களிலிருந்து சிங்கப்பூரின் வரலாற்றினை ஆசிரியர் சொல்லோவியமாகத் தீட்டியுள்ளார். இருப்பதைக் கொண்டு திருப்தி அடையும் அன்றைய மலாய்க்காரர்களின் இயல்புகளையும், அவர்கள் சிங்கப்பூரில் வாழ்ந்த இடங்களையும் இன்றைய காலாங் மன்மத காருணீஸ்வரர் ஆலயத்தின் பக்கத்தில் வசித்து வந்த கள்ளபத்துக்காரர்கள் பற்றிய செய்திகளையும் சிறப்பாகக் குறிப்பிடுகிறார்.

நம்மை வியப்பில் ஆழ்த்தும் வண்ணம் சர் ஸ்டாம்போர்ட் ராப்பிள்ஸ் பற்றிய பல புதிய செய்திகளை எடுத்துரைக்கிறார்.

அன்றைய காத்தோங் வட்டாரத்தின் சிறப்புகள், காத்தோங் பார்க், என அன்றைய சிங்கப்பூரை நம் கண்முன்கொண்டு வந்து காட்டுகிறார். டைகர் பாம் கார்டனையும் அதைப் பற்றிய வரலாற்றினையும் தம் எளிய இனிய தமிழ் நடையால் வெகுவாக அழகுபடுத்துகிறார். சிங்கப்பூர்க் கொடிமலையின் வரலாறு பற்றியும், காலாங் கேஸ் கம்பெனியில் குவித்து வைக்கப்பட்டிருந்த கரிக்குன்றுகள் பற்றியும், கப்பலில் வந்த பயணிகள் எதிர்நோக்கிய சிரமங்களைப் பற்றியும் ஆசிரியர் கூறும்போது இன்றைய இளையர்களுக்கு —ஏன் நம் பெரியர்களுக்கும்கூட அச்செய்திகள் வியப்பூட்டும் வண்ணம் அமைகின்றது.

இன்றைய காலாங் ஆற்றுக்கும் அன்றைய சகதியும் சேரும் நிறைந்த காலாங் ஆற்றுக்குமுள்ள வேறுபாடுகளையும் இன்றைய தமிழாசிரியர்களின் நிலையையும் அன்றைய தமிழாசிரியர்களின் அல்லல்களையும் ஆசிரியர் எடுத்துரைப்பது சிங்கப்பூர் வரலாற்றில் பல புதிய செய்திகளை அறிந்துகொள்ள நமக்கு வாய்ப்பளிக்கிறது. கம்பி வண்டி விபத்தும் அது தொடர்பான செய்திகளும் அவ்விபத்தினால் ஏற்பட்ட இன்னல்களை மீண்டும் மனத்திரையில் இழையோடச் செய்கின்றது.

பொத்தோங் பாசிர் வட்டாரத்தில் “Lau Har” என்னும் மீன் வியாபாரியின் மீன்பிடி குளங்களையும் அக்காலப் பழக்கவழக்கங்களையும் ஆசிரியர் கூறும்போது சிங்கப்பூர் இப்படியா இருந்தது என்றெண்ணி வியப்படையச் செய்கிறது. சிவப்புத்தொப்பி அணிந்து கூலிவேலை செய்த ‘Sam sui’ (சாம்சூய்) சீனப்பெண்மணிகளின் அயரா உழைப்பையும், அவர்களின் தியாகங்களையும் ஆசிரியர் குறிப்பிடும் விதம் நம்மை நெகிழ வைக்கிறது. இன்றும் தலைநிமிர்ந்து நின்று மிளிரக்கூடிய செயிண்ட் ஆண்டுருஸ் தேவாலயம், விக்டோரியா நினைவு மண்டபம் முதலியவை இந்திய ஆயுள் கைதிகளின் உழைப்பால் உருவானவை என்று ஆசிரியர் கூறிடும் செய்திகள் அன்றைய தமிழர்களின் உழைப்பைப் பறைசாற்றும் வண்ணம் உள்ளன.

காதலர்களுக்கும் இளையர்களுக்கும் இனிமையைத் தந்துவந்த ‘குயின் எலிசபெத் வாக்’ இப்பொழுது இருந்த இடம் தெரியாமல் போனதைப் பற்றி ஆசிரியர் குறிப்பிடும்போது அங்குப் போய் வந்தவர்களுக்கு அக்கால நினைவலைகளை அவைகொண்டு

வராமல் போகாது. அன்றைய சிங்கப்பூரில் பரவலாகப் பயன்படுத்தப்பட்டு வந்த 'சரட்டுப்புரட்டு கால்கட்டைகள்' தாழங்குடை, தாள்பை முதலானவை இன்றையதினம் இருந்த இடம் தெரியாமல் போனதை ஆசிரியர் குறிப்பிடும்போது அவற்றைப் பற்றி அறிந்தவர்களுக்கு அவை பல கதைகளை நினைவூட்டும்.

இன்றைய சிங்கப்பூரில் காண இயலாத நடமாடும் காப்பிக் கடைகள், மனிதக் கழிவினை அகற்றிடும் வாகனங்கள், மின்வெட்டு, வெள்ளப்பெருக்கு, கயிற்றுக்கட்டில், கடைகளில் பலகைபோடுதல், கச்சான்பூத்தே வியாபாரங்கள், கேலாங்சாலை லோரோங் 29இல் இருந்த சூளைபோடும் இடங்கள், மூவுலகங்களின் அன்றாட நிகழ்வுகள், எனப் பலவற்றையும் ஆசிரியர் ஆவணப்படுத்தியுள்ள பாங்கு போற்றுதலுக்குரியது.

பொதுவாக இந்நூல் ஒரு வரலாற்றுப் பெட்டகமாக அமைந்துள்ளது. சிங்கப்பூர் பற்றிய பல புதிய செய்திகளை அறிந்து கொள்வதற்கு உதவியாக இருக்கும் பொக்கிஷமாக இந்நூல் விளங்குகிறது. சிங்கப்பூரில் தேசியக் கொள்கைகளைப் பற்றி அறிந்துகொள்ள விரும்பும் மாணவர்களுக்கு இந்நூல் ஒரு வரப்பிரசாதமாகும்.

மாணவர்கள் ஒவ்வொருவரும் இந்நூலை வாங்கிப் படித்துப் பயன் பெறலாம். ஒவ்வொரு நூலகமும் தன்னிடத்தில் இந்நூலைச் சேர்த்துக் கொள்வதில் பெருமைப்படும் வண்ணம் இந்நூல் உள்ளது. இதுபோன்ற பல வரலாற்றுச் செய்திகளை தன் ஆற்றொழுக்கு நடையால் ஆசிரியர் திரு. பாலசுப்பிரமணியன் மேலும்கொண்டு வர வேண்டும் என்பது என் விருப்பம். முதுமை அவரைத் தழுவினாலும் இளமைத் தமிழில் அவர் எழுத எழுத அவர் என்றும் இளமைத்துடிப்புடனே இருப்பார் என்பது தமிழ்ச் சான்றோரின் நம்பிக்கை.

நன்றி.
15, நவம்பர் 2016

அணிந்துரை

நூலாசிரியர் திரு. செ. பாலசுப்பிரமணியன் அவர்கள் தம் நினைவலைகளை நன் முத்துக்களுக்கு ஒப்பிடுகிறார். இவை மக்களைச் சென்றடைய வேண்டும். குறிப்பாக இளந்தலைமுறையினரை என்பது அவருடைய நெடுநாள் ஆசை. அவருடைய கருத்துக்களை மக்கள் முன்னுதாரணமாகக் கொள்ள வேண்டும் என்பதுதான் இந்நூலை எழுதுவதற்குத் தூண்டுகோலாய் அமைந்தது.

தமிழர்கள் புலம்பெயர்ந்து நம் சிங்கைக்கு வர விரும்பியதன் நோக்கத்தை ஆசிரியர் தெளிவுபடுத்துகிறார். அவரும் அவ்வாறு கப்பல் பயணம் மேற்கொண்டபோது, அவர் கண்ட காட்சிகளை, உணர்ந்த உணர்ச்சிகளை ஆசிரியர் சொல்லோவியமாகத் தீட்டிக் காட்டும் பான்மை வாசகர்களை மெய்மறக்கச் செய்யும்.

திரு.
ஜான்சன் மாணிக்கம்
(முன்னோடி
மூத்த தமிழாசிரியர்)
2016

பல்லாண்டுகளுக்கு முன் சிங்கையில் வாழ்ந்த தமிழர்களின் வாழ்க்கை பற்றி அறிந்து கொள்வது இக்கால மக்களுக்குப் பெரிதும் பயன்மிக்கது. ஆக அடிமட்ட வருவாய் உள்ள மக்களும் எல்லா வசதிகளுமுள்ள வீடுகளை எளிதான முறையில் பெற்று சுகமாக வாழும் இக்காலத்தில் முற்கால மக்களின் இருப்பிடங்களைப் பற்றி ஆசிரியர் விரித்துரைக்கும் பாங்கு வாசகர்களின் உள்ளங்களை உருகச் செய்யும் தன்மையுடையது.

தொடக்கப்பள்ளி வயதைத் தாண்டிய நிலையில் சிங்கப்பூரில் கால் பதித்த நம் நூலாசிரியர் பள்ளியில் இடம் பெற்றுக் கல்விப் படிகளில் ஏறி மேல்நிலை அடைய வேண்டும் என்பதில் தீராத வேட்கையுடையவராய் இருந்தார். உறவினர்களின் ஆதரவும் கல்வி அதிகாரிகளின் பரிவும், ஒத்துழைப்பும் ஆசிரியரின் கனவை நனவாக்கியது. முன்னேற விளையும் நம்

இளையர்களுக்கு இது ஓர் அரிய முன்னுதாரணம் எனலாம்.

பதினொரு வயதைத் தாண்டிய நம் நூலாசிரியர் முயன்று படித்தாலொழிய மேல் வகுப்புக்குச் செல்வது இயலாது என்பதை உணர்ந்து அவ்வாறு முயன்று படித்து இரண்டு முறை ‘டபுள் புரோமஷன்’ பெற்றார். இதனால் படிப்பதற்கு வயது ஒரு தடையல்ல என்ற நிலையில் நம் நூலாசிரியர் தம் கடின உழைப்பால் கல்விப் பயணத்தைத் தொடர்ந்தார். நம் இளைஞர்கள், ஆசிரியரின் கடின உழைப்பைப் பின்பற்றினால் பயன் பெறுவர். ‘முயற்சி திருவினை ஆக்கும்’ என்பது வெற்றுரை அன்று. முற்றிலும் உண்மையே.

ஆசிரியர் தம் நூலில் சிங்கப்பூரில் உள்ள பல்வேறு இடங்கள், அவற்றின் பழமைச் சிறப்புகள், அங்கு வாழ்ந்த மக்கள், அவர்களின் வாழ்க்கை முறை ஆகியன பற்றி விரிவாகக் கூறுகிறார். நம் நாட்டின் வரலாற்றில் இடம் பெற்றுள்ள மாமனிதர்களையும் ஏற்ற இடங்களில் குறிப்பிட்டு அவர்களின் சிறப்புகளையும் எடுத்துரைக்கத் தவறவில்லை. சிங்கப்பூரின் பல்வேறு இடங்களையும், அவற்றின் சிறப்புகளையும் பற்றி ஆசிரியர் விரித்துரைப்பதைப் படிக்கும்போது நாம் நவரச உணர்ச்சிகளை அடைகிறோம் என்பதை எவரும் மறுக்க இயலாது.

நண்பர்கள், திரு. பாலா என்று அன்புடன் அழைக்கும் திரு. பாலசுப்பிரமணியன் அவர்கள் இந்தியாவிலிருந்து சிங்கப்பூர் வந்து ஆங்கிலப் பள்ளியில் சேர்ந்து தொடக்கக் கல்வி கற்று, பின்னர் ஜலான்புசாரை அடுத்துள்ள விக்டோரியாப் பள்ளியில் சேர்ந்து உயர்நிலைப் படிப்பை முடித்தார். பின்னர் எச்.எஸ்.சி(HSC) என்னும் மேல்நிலைக் கல்வித் தேர்வை, தனியார் மாணவராக எழுதித் தேர்ச்சிப் பெற்றார். திரு. பாலா அவர்கள் தமது படிப்பு முடிந்தவுடன் முதலில் தொடக்கப் பள்ளிகளிலும், பின்னர் பெக் சியாப் பள்ளியின் உயர்நிலைத் தமிழ் நிலையத்திலும் பின்னர் தொடக்கக் கல்லூரிகளிலும் தமிழாசிரியராகப் பணி புரிந்து, அதன் பின்னர் தமிழ் மொழித் தேர்வு அதிகாரியாக நம் கல்வி அமைச்சிலும் (MOE) பின்னர் (CDIS) என்று அழைக்கப்பட்ட பாடத்திட்ட மேம்பாட்டுக் கழகத்தில் (TASS) குழுவின் திட்ட இயக்குநராகவும் பணியாற்றி ஓய்வு பெற்றார். தமிழ் மொழி வளர்ச்சிக்கு அவர் தம்மால் இயன்றவரை பெரும் பங்காற்றியுள்ளார். அவரின் தமிழ்ப்பணி மேலும் தொடர நான் மனமார வாழ்த்துகிறேன்.

திரு. பாலசுப்பிரமணியன் அவர்கள் அவருக்கே உரிய சிறந்த அழகிய தமிழ் நடையில் இந்நூலை இயற்றியுள்ளார். வருங்காலத் தலைவர்களாகிய இக்கால இளைஞர்கள் நம் நாட்டைப்

பற்றி இதுவரை அறிந்திராத நிகழ்வுகளையும், பல புதுப் புதுக் கருத்துக்களையும் அவர்கள்முன் படைக்கிறார். அவற்றை அவர்கள் அமுதெனப் பருகி அறிவு வளர்ச்சியும், மனமகிழ்ச்சியும் பெறுவர் என்பது உறுதி.

இரண்டாம் உலகப் போருக்குப் பின் நம் நாட்டில் மக்கள் பயன்படுத்திய பொருட்களான (clogs) கால்கட்டைகள், தாழங்குடைகள், தாள்பைகள் போன்ற பொருள்கள் பற்றி ஆசிரியர் எடுத்துரைக்கும் பான்மை இக்கால மக்களை நிச்சயம் வியப்படையச் செய்யும். அந்தக் காலக்கட்டத்தில் வாழ்ந்த நம் நாட்டு மக்கள் அனுபவித்த இன்னல்களான திடீர் மின்வெட்டு, திடீர் வேலை நிறுத்தம், திடீர் வெள்ளப் பெருக்கு முதலிய துயரமிக்க நிகழ்ச்சிகளை நினைவு படுத்துவதன் மூலம் ஆசிரியர் நம் முன்னோடி மூதாதையர்களின் வாழ்க்கையை நாமும் அறியச் செய்கிறார்.

நூலின் மொழிநடை, கற்பனைவளம், நயமாக எடுத்துரைக்கும் நகைச்சுவைக் கருத்துக்கள் ஆகியவை வாசகர்களைப் பெரிதும் ஈர்க்கும் என்பதில் சிறிதும் ஐயமில்லை.

வாழ்த்துரை

நூலாசிரியர் திரு. செ. பாலசுப்பிரமணியன் அவர்கள் 1951—இல் பதினொராம் வயதில் தமிழகத்திலிருந்து தம் தந்தையுடன் கப்பலேறி வந்து சிங்கையில் கால்பதித்தவர்.

இரண்டாம் உலகப்போர் முடிவடைந்த சில ஆண்டுகட்குப் பின், இங்கு வந்தது முதல் ஏறத்தாழ 66 ஆண்டு காலம் இங்கு வாழ்ந்து வருபவர். நம்நாட்டு மக்களின் முற்கால வாழ்க்கை முறை, தற்கால வாழ்க்கை முறை ஆகியவற்றைப் பற்றி நேரில் கண்டறிந்தவர்.

திரு.
சந்திரன் பொன்னுசாமி.
(சிங்கை நாட்டின்
மூத்த குடிமகன்)
முன்னாள் (PUB)
தொழிற் சங்கத் தலைவர்
(PBM) (2017)

ஏழைக் குடும்பத்தில் பிறந்த அவர், கிராமப் பள்ளியில் ஐந்தாம் வகுப்புவரை தமிழ்க் கல்வி கற்றவர். அவர் சிங்கை வந்தபோது, ஆங்கில மொழியின் (Alphabet) அதாவது நெடுங்கணக்கிலுள்ள (26) எழுத்துக்களை மட்டுமே வாசிக்கவும் எழுதவும்கூடிய நிலையில் இருந்தவர். ஆனால், கல்வி கற்க வேண்டும் என்ற தணியா வேட்கை உடையவராய், விடா முயற்சியுடன் தம் குறிக்கோளை நோக்கிப் பயணித்தவர்.

கல்விப் பயணத்தில் அவர் எதிர்கொண்ட இன்னல்கள் பல. அந்த இன்னல்களைக் கண்டு சற்றும் மனந்தளராமல் எதிர்நீச்சல் போட்டுத் தம் வாழ்க்கையை அமைத்துக்கொண்டவர்.

அவரின் நூலைப் படித்தாலே அது பற்றிய தகவல்களைத் தெளிவாகத் தெரிந்துகொள்ள முடியும்.

நூலாசிரியர் இங்கு வந்த காலத்தில் சிங்கையில் இன்று இருப்பதுபோல் நம் பள்ளிகளில் மாணாக்கருக்குத் தமிழ் மொழி பயிலும் வாய்ப்பில்லை. அதனால் அவர் நல்லார் சிலரின் உதவியால் தொடக்கக் கல்வியை

ஆரம்பத்தில் தனியார் பள்ளியிலும் பின்னர் புக்கிட் பாஞ்சாங் அரசுத் தொடக்கப் பள்ளியிலும் கற்றார். அதன் பின்பு உயர் நிலைக் கல்வியை ஆண்டு 50களில் ஜாலான் புகார் சாலையை அடுத்திருந்த (Victoria School) விக்டோரியா பள்ளியிலும் கல்வி பயின்றவர். 'HSC' எனும் மேல்நிலைத் தேர்வைச் சுயமாகவே கற்று, தனியார் மாணவராகத் தேர்வு எழுதித் தேர்ச்சி பெற்றவர். சிங்கைக்கு வந்தது முதல் பல ஆண்டுகள்வரை ஆங்கிலக் கல்வி கற்பதில் ஈடுபட்டிருந்த அவர் தணியாத் தமிழ்ப் பற்றின் காரணமாகத் தாய்த் தமிழைத் தம் சுயமுயற்சியாலும் ஆர்வத்தாலும் பல்லாற்றானும் முயன்று வளர்த்துக்கொண்டவர் என்பது குறிப்பிடத்தக்கது.

மேற்படிப்புப் படிக்க வசதியில்லாத காரணத்தால் ஆண்டு 1964—இல் தமிழாசிரியராகப் பணியாற்றும் வாய்ப்புக் கிட்டியபோது, அதனை மகிழ்வுடன் ஏற்று தமிழாசிரியர் பணியில் சேர்ந்து தமிழ்ப்பணியாற்றத் தொடங்கினார். ஆசிரியர் பணியில் ஆண்டு 1964—1967வரை ஆசிரியர் பயிற்சிக் கல்லூரியில் பட்டயப் பயிற்சி பெற்றுத் தேறிய பின், தொடர்ந்து (Peek Seah Sec Tamil Centre) பெக்சியா உயர்நிலைத் தமிழ் நிலையம் (ஹுவா சோங் தொடக்கக் கல்லூரி) (Hwa Chong J. C, (M. O. E) எனப்படும் கல்வி அமைச்சு ஆகியவற்றில் தமிழ்ப் பணியாற்றியவர். பின்னர் 80களின் தொடக்கத்தில் நம் கல்வி அமைச்சில் தமிழ்மொழிக்கான தேர்வு அதிகாரியாகவும் 'CDIS' எனப்பட்ட பாடத்திட்ட மேம்பாட்டுக் கழகத்தில் 'TASS' எனப்பட்ட உயர்நிலை வகுப்புகளுக்கான குழுவின் (Project Director) திட்ட இயக்குநராகப் பதவி வகித்து, தமிழ்ப் பாடநூல்களைத் தயாரித்துக் கொடுக்கும் அரிய பணியைச் செவ்வனே செய்து முடித்த பின், (Tampines J. C) கம்பனிஸ் தொடக்கக் கல்லூரியல்ஈராண்டுகாலம்வரை தமிழ்ப் பணியாற்றி ஆண்டு 1989ல் ஓய்வு பெற்றவர். முப்பது ஆண்டுகளுக்கு மேலும் சிங்கையில் தமிழ்த் தொண்டு ஆற்றிய பெருமைக்குரியவர் திரு. செ. பாலசுப்பிரமணியன் ஆவார்.

உடல்நிலை காரணமாக சில ஆண்டு காலம் ஓய்வு பெற்று வந்தார். அதன் பின் தம் நீண்ட கால நண்பரும் நாடறிந்த கவிஞருமான முத்திரைப் பாவரசு பாத்தூறல் முத்து மாணிக்கம் அவர்களின் அன்பு வேண்டுகோளை ஏற்று அகவை எண்பதை நெருங்கும் முதுமையையும் பொருட்படுத்தாது தமிழ்த் தாய்க்குத் தொண்டாற்றும் சீரிய பணியைத் தலைமேற்கொண்டு, 'விழித்திருக்கும் நினைவலைகள்' என்னும் பயன்மிகு பனுவல் ஒன்றினை யாத்துள்ளார்.

தமக்கு வாழ்வளித்த தமிழ்த்தாய்க்கும் தம்மை வாழ வைத்து வரும் சிங்கைத் திருநாட்டிற்கும் கைம்மாறாகத் தம்மாலான பங்களிப்பை இந்நூலின் வழி வழங்கியுள்ள செயல் பாராட்டுக்குரியது.

நூலாசிரியர் செ. பாலசுப்பிரமணியன் அவர்கள் தம் நூலின் தலைப்பிற்கு ஏற்ப, அரை நூற்றாண்டு காலத்திற்கு மேல் சிங்கையில் தாம் வாழ்ந்து வந்துள்ள காலத்தில், தாம் நேரில் கண்டவை, முன்னோர்கள் வாயிலாகக் கேட்டறிந்தவை. நூல்கள் வழி கற்றறிந்தவை, தம் வாழ்வில் கண்கூடாகக் கண்டறிந்தவை அரிய காட்சிகள் ஆகியவற்றைப் பற்றி எண்ணிலடங்காத் தம் நிறைவாற்றலின் துணையால் இயன்றளவு சுவைபடத் தொகுத்து, நமக்கு தகவல்களை அளித்துள்ளார் என்பது இங்குக் குறிப்பிடத்தக்கது.

இந்நூலில், அவர் தமக்கே உரிய ஆற்றொழுக்கான மொழிநடையை வெளிப்படுத்தியுள்ளார்; தம்மால் இயன்றவரை தூய தமிழ்ச் சொற்களையே பயன்படுத்தியுள்ளார்.

அன்னாரின் சொல்லாட்சியும் கற்பனைத் திறனும் இடையிடையே நகைச்சுவை தோன்றக் கூறியுள்ள செய்திகளும் வாசகர்களை எளிதில் கவரும் என்பதில் சிறிதும் ஐயமில்லை. முற்றிலும் நம் நாட்டின் நலனையே தம் மனத்தில் கொண்டு, எண்ணற்ற தலைப்புகளில் ஆதாரப்பூர்வமாக அவர் வெளியிட்டுள்ள பயன்மிகு தகவல்கள் நம்மைச் சிந்திக்கவும் வியக்கவும் வைக்கின்றன என்றால், மிகையாகாது.

நாட்டுப்பற்றும் தாய்மொழிப் பற்றும் நம் நாட்டின் இளைய தலைமுறையினரின் எதிர்கால வாழ்வில்கொண்டுள்ள மிகுந்த அக்கறையும் எதிர்காலத்தில் நிச்சயம் நம் நாட்டின் நற்குடி மக்களை உருவாக்கப் பெரிதும் துணைபுரியும் என்பது திண்ணம்.

இதுகாறும் இங்குள்ள மக்கள் பலர் அறிந்திராத பல தகவல்களை அகழ்ந்தெடுத்து வந்து அவற்றைச் சுவைப்பட படைக்கும் ஆற்றல் மிகுந்த நூலாசிரியர் அவர்களின் செயல் பாராட்டுக்குரியது.

சுருங்கச் சொல்லின் 'விழித்திருக்கும் நினைவலைகள்' என்னும் இந்நூலானது ஒரு கருத்துக் கருவூலமாகும். இந்நூல் நம் நாட்டு மக்கள் ஒவ்வொருவரின் கைகளிலும் தவழவேண்டிய பயன்மிகு ஒன்றாகும் என்பது என்கருத்து. மேலும் 'விழித்திருக்கும் நினைவலைகள்' என்னும் இந்நூல் நூலகங்களிலும், நம் நாட்டுப் பள்ளிகளிலும் இடம் பெற வேண்டிய இன்றியமையாத ஒன்று என்பதில் கிஞ்சிற்றும் ஐயமில்லை.

இத்தகைய பயனுள்ள நூலை நாட்டு மக்களும் தமிழ்ப் பற்றுமிக்க நல்லறிஞர்களும் வரவேற்று, நூலாசிரியர் அவர்கள் மேற்கொண்ட தமிழ்ப்பணியானது, மேலும் தொடர, ஊக்குவிப்பும் உற்சாகமும் அளித்து உலகில் நம் தாய்த் தமிழ் நெடிது வாழப் பெரிதும் உதவவேண்டும் என்னும் அன்புக் கோரிக்கையை உங்கள் முன் வைக்கிறேன்.

தமிழும் வாழவேண்டும். தாய்த் தமிழால் தமிழ் மக்களும் வாழ வேண்டும் என்று பணிவுடன் வேண்டி என் மனமார்ந்த வாழ்த்துரையை இவண் இனிதே நிறைவு செய்கிறேன்.

நன்றி!

வாழ்த்துப்பா

'விழித்திருக்கும் நினைவலைகளுக்கு'

கவிஞர்
முத்திரைப் பாவரசு,
பாத்தூறல்
முத்து மாணிக்கம்
சிங்கப்பூர் (2017)

அருமைமிகு ஆசிரியர்
அன்புள்ள நண்பர் இவர்
திரு. பாலசுப்பிரமணி எனும்
பெயரில் வாழூபவர்
ஒருகாலச் சிங்கப்பூர்
வாழ்கால நினைவலைகள்
வரலாற்றுச் சித்திரமாய்
வரமுயன்று எழுதியுள்ளார்
கடலுக்குள் சிப்பிகளைக்
கண்டோடி முத்தெடுத்து
நெடுமாலை கோத்ததுபோல்
நிலைகொண்ட நினைவலைகள்
விடிகாலைச் சூரியன்போல்
ஒளிமிகுந்த தொடரலைகள்
படித்தவர்கள் பாராட்டிப்
பரிசளிக்கும் உரைக்கோவை
விடியலெனும் கதிரவன்போல்
ஒளிமிகுந்து நிலையுயர்த்தும் நினைவலைகள்
தெள்ளுதமிழ் நடையழகு
சீருயர்ந்த மொழியழகு
உள்ளத்தில் குடியிருந்த

ஓவியத்தைக் காவியமாய்
அள்ளியள்ளித் தருகின்றார்
அன்பர் திரு. பாலசுப்பிரமணி
கடலலைகள் வரும் போகும்
கண்முன் தோன்றி,
நினைவலைகள் நெஞ்சத்தில் என்றும்
நிலைத்து நிற்கும்
துள்ளிவரும் நினைவலைகள்
வெல்கவென வாழ்த்துகிறேன்!

என்னுரை

திரு.
செ.பாலசுப்பிரமணியன்
நூலாசிரியர்
சிங்கப்பூர் (2017)

நூலின் தலைப்பு: 'விழித்திருக்கும் நினைவலைகள்' என்பதாகும். நூலின் தலைப்பிலிருந்தே இந்நூல் எதைப் பற்றிக் கூறுகிறது என்பதை வாசகர்கள் எளிதில் ஊகித்துக்கொள்ளக்கூடிய வகையில் அது எழுதப்பட்டுள்ளது. சிங்கையில் சுமார் 66 ஆண்டுகாலம்வரை வாழ்ந்துள்ளேன். நான் இங்கு வாழ்ந்துள்ள காலத்தில் நான் கண்டு, கேட்டு, கற்றறிந்த விவரங்கள் பல இன்றளவும் என் நினைவில் நிலைத்துள்ளன. அந்த விவரங்களின் தொகுப்பே இந்நூல்.

இந்நூலில் உள்ள ஒவ்வொரு தலைப்பும் புதுப்புதுக் கருத்துக்களைக்கொண்டுள்ளது; வாசகர்களின் சிந்தனையைத் தூண்டவல்லது.

இது சிறுகதையோ புதினமோ அன்று. எண்ணற்ற புதுமையான செய்திகள், வரலாற்றுக் குறிப்புகள் அடங்கிய ஒரு பொது அறிவுப் பெட்டகம் எனலாம்.

இந்நூலில் குறிப்பிடப்பட்டுள்ள வரலாற்று நிகழ்வுகளை இயன்றவரை ஆதாரபூர்வமாகவே அறிந்து குறித்துள்ளேன்.

இந்நூல் நம் நாட்டையும் நாட்டு மக்களையும் நாட்டு நலனையும் மையமாகக்கொண்டே எழுதப்பட்டுள்ளது.

இந்நூலைப் படிப்பதன் மூலம் நம் தமிழ் மொழி மேன்மேலும் வளர வேண்டும், தமிழை ஆர்வத்துடன் படிக்கத் தூண்ட வேண்டும் என்னும் சீரிய குறிக்கோளை மனத்தில்கொண்டே எழுதப்பட்டுள்ளது. இந்த நூலின் வெற்றி, தமிழ் மக்களின் ஆதரவில்தான் உள்ளது. நீங்கள் நிச்சயம் என் நூலை வரவேற்பீர்கள், ஆதரிப்பீர்கள் என்னும் அசைக்க முடியாத நம்பிக்கை எனக்கு இருக்கிறது. ஆதரிக்கும்

அந்த நல்ல உள்ளங்களுக்கு முதற்கண் என் பணிவான நன்றி!

இந்த நூலைத் தரமாக அச்சிட்டு வெளியிடும் நிறுவனத்திற்கும் அலங்கரிக்கும் வகையில் ஓவியம் தீட்டியுள்ள ஓவியக் கலைஞருக்கும் என் அன்பார்ந்த நன்றி உரித்தானது.

நன்றி! நன்றி!

வாழ்த்துரை

புதுமைத்தேனீ
மா.அன்பழகன்
கவிமாலைக் காப்பாளர்

கற்றவர்க்குச் சென்ற இடமெல்லாம் சிறப்பு என்றாலும் இந்நூலாசிரியர் ஒரு படைப்பாளராகி விட்டதன் மூலம் சிங்கைத் தமிழ் இலக்கிய உலகின் வரலாற்றில் ஓர் இடத்தைப் பிடித்து விட்டார். அமெரிக்க அறிஞன் பெஞ்சமின் பிராங்களின் சொல்லியதுபோல் இப்படைப்பை வெளிக்கொணர்வதன் வழி இறந்த பின்பும் மறக்கப்பட முடியாதவராகி விட்டார்.

கொத்து கொத்தாக நாடு விட்டு நாடு பெயர்வோர் எண்ணிக்கை, அரசியல் காரணங்களினால் நிகழ்வதுண்டு. அவ்வெண்ணிக்கைக்கு ஈடானவர்கள் கொஞ்சம் கொஞ்சமாகப் பொருள் தேடியும் புலம் பெயர்ந்தார்கள். அப்படி இடம் மாறியவர்கள் தாங்கள்கொண்டிருந்த பண்பாட்டில், நாகரிகத்தில், பழக்க வழக்கங்களில் தடம் மாறாமல் வாழத் தலைப்பட்டனர். கால மாற்றத்தில் வழிவழி தோன்றல்கள் சிலர் செம்புல நீர்போல் ஆகிக்கொண்டு வருகிறார்கள் எனும் உண்மையையும் மறைக்க முடியாது. இது இயற்கையும்கூட.

அந்த வகையில் புலம் பெயர்ந்த திரு. பாலா மொழியையும், பண்பாட்டையும் தமது அடையாளமாகக்கொண்டொழுகினார். என்றாலும் அவரைப் போன்று இந்நாட்டிற்கு வந்தவர்கள் தங்கள் சந்ததியினரை தம் வழியில் கொண்டு வரமுடியாமல் திணறுகிறார்கள். அவர்களுடைய பிறப்பு காரணமாகவும், சூழல் பாதிப்பினாலும், பொருளாதாரத்தை நோக்கிய வாழ்க்கைப் பயணம் மேற்கொள்வதாலும் தாய்மொழியையும் பண்பாட்டையும் இழந்து வருகிறார்கள் எனும் அபாயச் சங்கை ஊதாமலும் இருக்க முடியவில்லை. பல இன மக்கள், பலதேச மக்கள் வாழும் இந்நாட்டில், மக்களை இணைக்கும் மொழியான ஆங்கில மொழியின் தேர்ச்சிக்கு முன்னுரிமை

அளித்தனர். இரண்டாம் மொழியாகத் தாய்மொழியை எடுத்துப் படிக்க முற்படுவோரும் எண்ணிக்கையில் குறைந்து வருகின்றனர். காரணம் வேலை தேடும் படலத்தில் கூடுதல் உதவியாக இங்கு இடம் பிடித்திருப்பது எழுபது விழுக்காட்டினராக வாழும் சீனருடைய மொழிதான் அவர்களுக்குப் புலப்படுகின்றன. சில பெற்றோர்களும் அதற்கு ஊக்கம் அளிக்கின்ற நிலை கண்கூடு. சிங்கை அரசு இருமொழித்திட்டத்தைப் பின்பற்றி இரண்டாம் மொழியாக அவரவர்கள் தங்கள் தாய்மொழியைப் படிக்கத் தூண்டுகிறது. ஒருகால் மும்மொழித்திட்டம் வந்தால் அப்போது தமிழ் படிப்பார்களோ என்கிற ஏக்கம் நம்முள் எழுகிறது.

புலம்பெயர்ந்து, தாய்மொழியை மறக்காது, தமிழர் பண்பாட்டை ஒளிக்காது வாழ்ந்து, வாழ்க்கையின் விளிம்பிற்கு வந்துகொண்டிருக்கும் தமிழாசிரியரின் பார்வையில் அன்றைய நிகழ்வுகள், நினைவுகள் அவர் நெஞ்சில் உறங்காமல் விழித்துக்கொண்டே இருந்தன. இன்று அந்த நினைவுகளுக்குச் சிலை செதுக்கியிருக்கின்றார்.

பெரும்பாலும் இந்நூல் கடந்த காலத்தையும், குறைவாக நிகழ்காலத்தையும் எதிரொலிக்கிறது. எதிர்காலத்தைச் சொல்லாமல் நம் சிந்தனைக்கு விட்டுவிடுகிறார். ஆனால் இறந்தகாலத்தைப் படித்தறிந்தால் எதிர்கால சந்ததியினர் குறிப்பாக இளைஞர்கள் தங்களுக்கான தமிழ்ப் பாரம்பரியத்தைப் பின்பற்றுவார்கள் எனப் பெரிதும் எதிர்பார்த்துக் காத்திருக்கிறார். அதற்கு இந்நூல் பயன்படுமென உறுதியாக நம்புகிறார். அதற்கான விழுமியங்கள் ‘விழித்திருக்கும் நினைவலைகள்’ நூலில் நிரம்பப் பொதிந்து கிடக்கின்றன.

மிதியடி மரக்கட்டைகள் மிதியடிகள், நடையன் என்று அழைக்கப்பட்டதைக் குறிப்பிடுகிறார். மெழுகினால் மேற்புறம் பூசப்பட்ட தாழங்குடை, தாள்பை, பல்லை போடுதல், டீமணி, ஐந்தடிப்பாதை, மலத்தொட்டில், கம்போங், குத்துப்பீலி, காண்டாக் காம்புகள், பிளாங்கா (மண்பாண்டம்) போன்ற வழக்கொழிந்த மொழிச் சொற்களையும், நமக்கே உரிய பண்பாட்டு நிகழ்வுகளையும் பல இடங்களில் ஆசிரியர் நினைவூட்டுவது பதிவாகக் காட்சியளிக்கிறது.

அவற்றில் ஓட்டுக்கடைகள், மண்பாண்டத் தொழில், நடமாடும் காபிக்கடை, கச்சான் பூத்தே, போன்ற அழிந்து போன சிறுதொழில்களைப் பட்டியலிட்டு விளக்கிக் கூறியிருப்பது இந்நூலுக்குத் தனிப் பெருமையைச் சேர்க்கிறது. அவையெல்லாம் நாடு விடுதலை பெற்றதுபோல் நம்மிடமிருந்தும் விடுதலைப் பெற்றுவிட்டன என வருத்தத்துடன் எழுதியுள்ளார்.

அக்காலத்தில் வசதி படைத்தோர் தோல் செருப்புகளையும், சாதாரண மக்கள் மிதியடிகளையும் பாவித்ததாகச் சொல்கிறார். பின்னர் ஜப்பானியர்களால் செருப்புகள் இறக்குமதியாகி பழையன கழிந்து விட்டன என்கிறார். ஜப்பானின் வெற்றிக்குக் காரணம் விற்ற விலை, எடை குறைவு, வசீகர பலவண்ணத் தோற்றங்கள் என்கிறார். அதேபோல்தான் தாழங்குடைகளும் புழக்கத்திலிருந்து ஒழிந்து போயின என்கிறார்.

இந்த மீன்பிடித் தீவில் நீல உத்தமன் பார்த்தது சிங்கமா புலியா என்ற ஐயத்தை எழுப்பிக் குழப்பம் செய்தவர்களுக்கு ஆதாரபூர்வமாக சிங்கம்தான் என நிறுவியுள்ளார். சிங்கம் வாழ்ந்த சிங்கபுரம்— சிங்கப்பூரானது என்பதை ஆசிரியர் விளக்குவது குழப்பவாதிகளுக்குக் கொடுத்த சம்மட்டி அடி.

இதைப் போன்ற தகவல்கள் அடங்கிய இந்நூல் எதிர்காலத்தினர் செய்யப் போகும் சிங்கை ஆய்வுக்குப் பெரிதும் ஆதாரமாக விளங்கும் என்பதில் எனக்கு ஐயமில்லை. இன்னும் சிறந்த நூல்களை எதிர்காலத்தில் நீங்கள் படைக்க வேண்டும் என்று மற்றோருக்குச் சொல்லும் வழக்கத்தை இவரிடம் சொல்ல முடியவில்லை.

குறியிட்ட எண் ஒன்று

நூலாசிரியர் திரு. பாலசுப்பிரமணியன் அவர்கள் சிங்கப்பூருக்கு இளம் வயதில் தமிழகத்திலிருந்து புலம் பெயர்ந்து வந்தவர். சூழ்நிலை காரணமாக தொடக்கத்தில் தமிழ்மொழியை முறையாகப் பள்ளியில் படித்தவர் இல்லை. இருந்தாலும் அறுபதுகளில் TTC எனப்படும் ஆசிரியர் பயிற்சிக் கல்லூரியில் முறையாகத் தேர்ச்சி பெற்றவர். ஆசிரியரானதும், தொழிலுக்கேற்ப தம்மை அதற்கு முழுதும் தகுதியாக்கிக்கொள்ள விழைந்து மொழி வளத்தைப் பெருக்கிக்கொண்டார். மிகுந்த ஆர்வத்துடன் இலக்கிய இலக்கணங்களைக் கற்றுத் தேர்ந்தார். ஆசிரியர் தொழிலை நேசித்து அதற்கான ஆற்றலை ஈடுபாட்டுடன் வளர்த்துக்கொண்டார்.

எண் இரண்டு

கிளிங் என நம்மவர்களை இழிவாக அழைத்ததற்கு ஒரு காரணமும் இருந்தது. இரும்பினால் ஆன கால்சங்கிலிகளால் பிணைக்கப்பட்ட இந்திய கைதிகளை இங்குக் கடின வேலைகளைச் செய்வதற்கு ஆங்கிலேயர்கள்கொண்டு வந்தனர். அச்சங்கிலிகள் எழுப்பிய 'கிளிங்' எனும் ஒலியை வைத்தே அவர்களை அவ்வாறு அழைத்தனர். ஆனால் அதுவல்ல உண்மையான காரணம் எனப் புதுவிளக்கம் ஒன்றினை நமக்குத் தருகிறார் ஆசிரியர்.

இடைப்பட்ட காலத்தில் பெரும்பாலான ஆசியப் பகுதிகளில் ஆதிக்கம் செலுத்தியது ஆங்கிலேயர்களின் கிழக்கிந்திய கம்பெனி. இந்தியக் கிழக்குக் கடற்கரையோர மாநிலங்களில் ஒன்று ஓரிசா (Orisa/ Odesa) என்பதாகும். அக்கலிங்க நாட்டவரைக் 'கலிங்கர்' என்ற பெயராலும் இந்தியாவின் கீழ்க்கடற்கரையோரப் (Coromandal) பகுதியில் வாழ்ந்த தென்னக மக்களைக் 'கிளிங்' (Kling) என்ற பெயராலும் அழைத்தனர். இந்த இருவேறு பிரிவினரையும் எளிதில் அடையாளம் கண்டு கொள்ளும் பொருட்டே சிங்கப்பூரை ஆண்ட ஆங்கிலேயர்கள் இந்நாட்டில் வாழ்ந்த தென்னிந்தியர்களை அவ்வாறு அழைத்தனர்.

அந்த வகையில் தென்னக மக்களை கிளிங் எனப்படும் சொல்லை ஓர் அடையாளச் சொல்லாகக் கருதி பயன்படுத்தினார்களே அன்றி, இழிவுப் பொருளில் ஒருபோதும் பயன்படுத்தியதில்லை எனும் புது விளக்கத்தை நூலாசிரியர் இந்நூலில் ஆதாரப் பூர்வமாக நிறுவியுள்ளார் என்பதை மகிழ்ச்சியுடன் நானும் இந்த இடத்தில் பதிவு செய்கிறேன்.

எண் மூன்று

நூலாசிரியர் தம் நினைவுகளைக்கொண்டு பக்கங்களைப் பயன்மிகுக் கருத்துகளாலும், வரலாற்று நிகழ்வுகளாலும் நிரப்பிய திறனுக்கு நன்றி பாராட்டுவோம். வயதான நூலாசிரியரின் கன்னி முயற்சிக்குக் கைகொடுப்போம்; படித்துப் பயன்பெறுவோம்!

உள்ளடக்கம்

இயல்		பக்கம்
	முன்னுரை —	26
1.	சிங்கையில் என் வாழ்க்கை —	28
2.	சிங்கை பற்றிய சில வரலாற்றுக் குறிப்புகள் —	59
3.	சிங்கையில் தமிழரும் தமிழ்மொழியும் வரலாற்றுக் குறிப்புகள் —	68
4.	சிங்கையில் நான் கண்ட முக்கிய இடங்கள் —	83
5.	நம் நாட்டில் நான் கண்டு வியந்த முக்கியக் கட்டடங்கள் —	160
6.	முற்காலத்தில் நம் நாட்டு மக்கள் பயன்படுத்திய பொருட்கள் —	176
7.	நம் நாட்டில் வழக்கொழிந்த சொற்கள் —	185
8.	நம் நாட்டில் மறைந்து வரும் சிறுதொழில்கள் —	194
9.	முற்காலத்தில் நம்நாட்டு மக்கள் அனுபவித்த இன்னல்கள் —	222
	முடிவுரை —	234
	நன்றியுரை —	235

முன்னுரை

நூலாசிரியர்:
செ.பாலசுப்பிரமணியன்

அலைகள் ஓய்வதில்லை. ஆம்! அகண்ட ஆழியில் அலைகள் என்றுமே ஓய்வதில்லை. அதுபோல் நீண்ட நாட்களாக என் உள்ளத்தின் அடித்தளத்திலிருந்து எழுந்து வந்தவண்ணமுள்ள நினைவலைகளும் தொடர்ந்து, வந்து என் சிந்தையாகிய கரையை எந்நேரமும் முத்தமிட்டுச் செல்கின்றன.

அந்தத் தொடரலைகள்கொண்டு வந்து கரை சேர்த்த விலைமதிப்பற்ற கருத்துக்களாம் நல் முத்துக்களில் சிலவற்றையேனும் ஆய்ந்தெடுத்து மக்கள் முன், குறிப்பாக நம் இளந்தலைமுறையினரின் முன் படைக்க வேண்டும். அதனால், அவர்கள் தற்காலத்தில் நம் நாட்டில் வாழ்ந்த முன்னோடி மூதாதையர் பற்றியும் அவர்களின் வாழ்க்கை முறை பற்றியும் அடிக்கடி நினைத்துப் பார்க்க வேண்டும்; அதன் மூலம் அவர்கள் நற்பயன் பெற வேண்டும் என்பதே என்னுள் என்றும் நீங்காதிருந்து வரும் விருப்பமாகும்.

அதுமட்டுமின்றி, புலம் பெயர்ந்து இங்கு வந்த நம் முன்னோர்கள் 'உழைப்பே தங்கள் பிழைப்பு' என்ற குறிக்கோளுடன் நம் நாட்டு வளர்ச்சிக்கு ஆற்றியுள்ள அரும்பெருந் தொண்டுகளையும் புரிந்துள்ள விலைமதிக்கவொண்ணாத் தியாகங்களையும் நினைத்துப் பார்ப்பதுடன் நில்லாமல் அவர்களைப்போல் நம் வருங்காலத் தலைமுறையினரும் நம் நாட்டின் வளர்ச்சிக்கும் வளப்பத்திற்கும் மனமுவந்து தொண்டாற்ற

முன்வர வேண்டும், நாட்டின் நற்குடி மக்களாய்த் திகழ்ந்து, தாய்நாடு காக்கும் நற்பணிக்கு உயிர்த்தியாகம் புரியவும், தயங்கலாகாது என்னும் உன்னதக் கருத்தை ஆணித்தரமாக வலியுறுத்தி அவர்கள் உள்ளங்களில் வேரூன்றச் செய்வதே என் நூலின் இன்றியமையா நோக்கமாகும். பல நாடுகளிலிருந்து புலம் பெயர்ந்து இங்கு வந்த நம் முன்னோடி மூதாதையர்கள் சிந்திய வியர்வையையும் செங்குருதியையும் அடித்தளமாகக்கொண்டு உருவாக்கப்பட்டதே 'ஒரு சிறு செம்புள்ளி' என அண்டை நாட்டினரால் வருணிக்கப்படும் நம் சிங்கைத் திருநாடு என்னும் பேருண்மையை என்றும் மறவாதிருக்க வேண்டும். உருவில் சிறுசெம்புள்ளியாக இருக்கலாம். எதிர்காலத் தலைமுறையினரின் ஓயா உழைப்பாலும், தளரா மனவுறுதியாலும் தொலைநோக்குடன்கூடிய நல்ல பல திட்டங்களாலும் அந்தச் சின்னஞ்சிறு செம்புள்ளி, எதிர்காலத்தில் உலகநாடுகளிடையே ஒரு பெரும் புள்ளியாகத் திகழ்ந்து வெற்றி நடை போட வேண்டும் என்பதே என் நீண்டநாள் கனவாகும் என்பதை இங்குக் கூறிக் கொள்கிறேன். அந்த முன்னோர்கள் பற்றிய விரிவான விவரங்களைப் பற்றிப் பின்னர் காண்போம்.

1

சிங்கையில் என் வாழ்க்கை

புலம் பெயர்ந்து வந்த நம் முன்னோர்களின் வருகை பற்றிய விவரங்கள்

புலம் பெயர்ந்து இங்கு வந்த நம் முன்னோடித் தலைமுறையினர் 'திரைகடலோடியுந்திரவியந்தேடு' என்ற கொள்கை உடையவராய், உழைத்துப் பொருள் தேட வேண்டும் என்ற உறுதிகொண்ட நெஞ்சினராய் பாய்மரக்கப்பல்களிலும் சிறுசிறு மரக்கலங்களிலும் தங்கள் உயிரைப் பணயம் வைத்து, கொடுங் கடல்களையும் கோர அலைகளையும் கண்டு அஞ்சாது, பொருள் தேடும் பணியில் அயராது பாடுபட்டனர். நாளும் வெயிலென்றும் மழையென்றும் பாராமல், உடலை வருத்திப் பெற்ற வருவாயைச் சிக்கனமாகச் செலவு செய்தது போக மீதமுள்ள தொகையைத் தன் தாய்நாட்டில் தங்களை நம்பியிருந்த தம் குடும்ப உறுப்பினர்களின் நலம் கருதி அவ்வப்போது பணம் அனுப்பி வந்தனர். அது அவர்கள் கடமை என்றும், பொறுப்பென்றும் கருதினர்.

நாம் மட்டும் நலமாக வாழ்ந்தால் போதாது, நம் உற்றார் உறவினர்களும் அத்தகைய நலமான வாழ்வு வாழ வேண்டும் என்ற நல்லெண்ணத்தின் அடிப்படையில் முடிந்தபோதெல்லாம் தாய்நாட்டிலிருந்து, உறவினர்களில் சிலரை இங்கு வரவழைக்கவும் செய்தனர். அவ்வாறு இங்கு வந்தவர்களின் வருகை நம்நாட்டு வளப்பத்திற்கும் மக்கள் தொகைப் பெருக்கத்திற்கும் வழி வகுத்தது என்பது மறுக்க முடியாத உண்மையாகும்.

புலம்பெயர்ந்து இங்கு வந்த பலநாட்டு மக்களையும் அவர்களின் வழிகாட்டுதல்களையும் அவர்கள் உயிரைப் பணயம் வைத்து, ஆழ்கடலைக் கடந்து வந்த வழித்தடங்களைப் பின்பற்றி இங்கு வந்தவர்களே என் தந்தையும், அவரைப் போன்ற வெளிநாட்டவர்களும் ஆவர். அவ்வாறு கடல் கடந்து வந்தவர்களுள் நானும் ஒருவன் என்பதை இங்குக் குறிப்பிட ஆசைப்படுகிறேன்.

என்னைப் பற்றிய சில தகவல்கள்:

என் பெயர் செ. பாலசுப்பிரமணியன். நான் பிறந்தது தமிழகத்தின் தென்பாண்டி நாடு. அது புதுக்கோட்டை என்றழைக்கப்படும் அழகு நகரின் அருகில் உள்ள முனசந்தை என்னும் ஒரு குக்கிராமம் ஆகும்.

என்னை 1951ஆம் ஆண்டில் இந்நாட்டுக்கு அழைத்து வந்த என் அன்புத் தந்தையின் பெயர் செல்லையா என்பது. தாயின் பெயர் மாரியம்மாள். கலியாணி என்பது என் உடன் பிறந்த ஒரே சகோதரியின் பெயர். அவர் என்னைவிட இரண்டு வயது மூத்தவர். 1964ம் ஆண்டில் ஈப்போவில் எனக்குத் திருமணம் நடைபெற்றது. என் அன்பு மனைவியின் பெயர் ஆனந்தவள்ளி என்பது. அப்பெண்மணியை என் இல்லத்தரசியாகவும் வாழ்க்கைத் துணையாகவும் பெற்றதே நான் பெற்ற பெரும்பேறு. எனக்கு ஒரு மகள் உண்டு. என் ஒரே மகளின் பெயர் கலாவதி என்பதாகும். நாங்கள் அனைவருமே சிங்கை நாட்டின் குடிமக்கள் என்பதில் பெருமை கொள்கிறோம்.

நான் இந்நாட்டில் 1964ம் ஆண்டின் தொடக்கத்தில் ஓப்ரா எஸ்டேட் ஆங்கிலத் தொடக்கப் பள்ளி தமிழாசிரியர் பணியில் அமர்த்தப்பட்டேன். அது முதல் பல்வேறு தொடக்கப் பள்ளிகள், உயர் நிலைத் தமிழ் நிலையம். தொடக்கக் கல்லூரிகள் கல்வி அமைச்சு, பாடத்திட்ட மேம்பாட்டுக் கழகம் எனப் பல்வேறு இடங்களில் பல்வேறு நிலைகளில் இடையறாது பணியாற்றிய பின், நான் 1989ம் ஆண்டின் தொடக்கத்தில் அரசுப் பணியிலிருந்து ஓய்வு பெறும்வரை கடமை தவறாத பொறுப்பு மிக்கத் தமிழாசிரியராகப் பணியாற்றியுள்ளேன்.

நான் என் பிறந்த நாட்டிலிருந்து இங்கு வந்தபோது எனக்கு வயது சுமார் பதினொன்று இருக்கும். அப்பொழுது நான் என் வீட்டின் அருகே இருந்த கிராமப் பள்ளியில் ஐந்தாம் வகுப்புவரை தமிழ் படித்திருந்தேன். அப்போது, எனக்கு ஆங்கில மொழி அறிவு மிகவும் குறைவு. நான் சிங்கைக்கு வந்தது முதல் ஆங்கிலப் பள்ளிகளில்

சேர்ந்து கல்வி கற்கும் சூழ்நிலை ஏற்பட்டது. அப்போது, என் போன்ற மாணாக்கருக்கு ஆங்கிலப் பள்ளிகளில் தாய்மொழி கற்கும் வாய்ப்பு அறவே இல்லை. அத்தகைய நிலை இங்கு இருந்த போதிலும் என் தாய்த்தமிழை மறவாது, சுயமாகவே கற்று, தமிழ் அறிவை மேம்படுத்திக் கொள்ளும் முயற்சியைக் கைவிடவில்லை. அதற்கு என்னிடமிருந்த தணியாத் தாய்மொழிப் பற்றே காரணம் என்பேன்.

'மனமிருந்தால் மார்க்கம் உண்டு' என்னும் முதுமொழிக்கேற்ப நான் வாய்ப்புக்கிடைக்கும்போதெல்லாம் தமிழ் நூல்களை வாசிப்பது, செய்தித் தாள்களைப் படிப்பது, சஞ்சிகைகளைப் படிப்பது, தமிழர் திருநாட்களில் கலந்து, சொற்பொழிவாற்றிய தமிழ் அறிஞர்களின் கருத்தாழமிக்க, இனிய சொற்பொழிவுகளைத் தவறாது சென்று கேட்பது, போட்டிகளில் பங்கேற்றுக் கதை கட்டுரைகள் எழுதுவது போன்ற பல்வேறு வழிகளில் என் தாய்த்தமிழறிவை ஆர்வத்துடன் வளர்த்துக்கொண்டேன். அவ்வாறு பல வழிகளிலும் முயன்று வளர்த்துக்கொண்ட தாய்மொழி அறிவே நான் 1964ல் தமிழாசிரியர் பணியில் சேரவும் ஆசிரியர் பயிற்சிக் கல்லூரியில் சேர்ந்து பயிற்சி பெற்றுப் பட்டம் பெறவும் எனக்கு உறுதுணைபுரிந்தது என்றால், அது மிகையன்று.

நான் பலகாலம் பலவழிகளிலும் முயன்று கற்ற தமிழ் அறிவே பிற்காலத்தில் என் வாழ்க்கை முன்னேற்றத்திற்கு வழிகோலியது என்பதை இங்குக் குறிப்பிட விரும்புகிறேன். அதனால், எனக்கு வாழ்வளித்த தாய்த் தமிழுக்கு நான் என்றென்றும் நன்றிக்கடன் பட்டுள்ளேன். எனவே, என்றுமுள தென்றமிழே நீ வாழ்க! வளர்க! என இருகரங்கூப்பி மனமார வாழ்த்துகிறேன்.

இனி, நான் என் பிறந்தகத்திலிருந்து புறப்பட்டு புகுந்தகத்தில் கால்பதித்த காலத்தில் நிலவிய சூழ்நிலைகளையும் அதுபற்றிய விவரங்கள் பற்றியும் விவரிக்க விரும்புகிறேன். இனி வரும் தலைமுறையினருக்கு அத்தகு பயன்மிகு தகவல்கள், முயன்றால் வாழ்க்கையில் எவரும் படிப்படியாக முன்னேறலாம் என்று உறுதி மேற்கொள்ளப் பெரிதும் உதவும் என்பது என் நம்பிக்கை.

நான் சிங்கைக்கு வருமுன் இருந்த பிரயாண வசதிகளும் பட்ட துன்பங்களும்.

ஆண்டு 1951ல் என் பிறந்த மண்ணிற்குப் பிரியாவிடை கூறிவிட்டு என் தந்தையோடு சிங்கப்பூருக்குப் பயணம் மேற்கொண்டேன்.

அக்காலத்தில் வெளிநாட்டுப் பயணம் மேற்கொள்வதென்பது சாதாரண மக்களுக்கு எளிதான காரியம் இல்லை.

விமானச் சேவைகளும் இன்றுபோல் ஏழை மக்களும் கட்டணம் செலுத்திப் பயணிக்கத் தக்கதாக இல்லை. பணம் படைத்தவர்களே நினைத்தபோது பயணம் செய்யும் வாய்ப்பை பெற்றிருந்தனர். ஏழைகளுக்கோ அது எட்டாக்கனி என்றே சொல்ல வேண்டும்.

அதன் காரணமாகக் கடல்வழிப் பயணத்தையே அவர்கள் கட்டாயம் மேற்கொள்ள வேண்டிய அவலநிலை இருந்தது.

அதே முறையில்தான் நானும் என் தந்தையும் கப்பலேறி சிங்கை வந்தோம். அக்கப்பலின் பெயர் 'ரஜூலா' என்றழைக்கப்பட்டது. அந்தப் பெயர் இன்றளவும் என் நினைவில் ஒளித்தவண்ணம் உள்ளது. இன்றோ உலக மக்களின் பயண முறை பெரிதும் மாறிவிட்டது. விமானப் பயணம் இன்று ஏழைக்கும் எளிதாகி விட்டது.

நான் மேற்கொண்ட நீண்ட கப்பல் பயணம்

முற்காலப் பயணமுறை பற்றித் தெளிவாக விளக்குவதற்கு நான் மேற்கொண்ட கப்பல் பயணமே சிறந்த எடுத்துக்காட்டாய் விளங்கும் எனக் கருதுகிறேன். அதையே உங்கள் மனத்திரையில் சொல்லோவியமாகத் தீட்டிக் காட்ட விரும்புகிறேன்.

நான் என் தந்தையாருடன் கிராமத்தை விட்டுப் புறப்பட்டு, மாட்டு வண்டி மூலம் புதுக்கோட்டை எனும் புதுகை நகரை வந்து அடைந்தேன். அது இரவு நேரம் என்பதாலும் தூக்கக் கலக்கத்தாலும் இரயில் நிலையம் பற்றியோ ஏறிச் செல்ல வேண்டிய புகைவண்டி பற்றியோ நான் சற்றும் கவனிக்காது அங்கிருந்த இருக்கை ஒன்றில், கவலையோடு அமர்ந்திருந்தேன்.

நாங்கள் ஏறிச் செல்ல வேண்டிய புகைவண்டி அதன் பெயருக்கு ஏற்றாற்போல், கரும்புகையைக் கக்கியவாறு ஒற்றைக்கண் அரக்கன்போல் பேரொலியுடன் விரைந்து வந்து, நீண்டதோர் பெருமூச்சு விட்டவண்ணம் நின்றது.

புகைவண்டி வந்து நின்றதும் பயணிகள் தங்கள் மூட்டை முடிச்சுகளைத் தூக்கிக்கொண்டு, அதனுள் முண்டியடித்த படி ஏறிக்கொண்டனர். உணவுப் பண்டம் விற்பவர்களும், சுவைநீர் விற்பவர்களும் கூவியழைத்து விறுவிறுப்பாகத் தங்கள் வியாபாரத்தில் ஈடுபடலாயினர். அவர்களின் கூப்பாட்டால் புகைவண்டி நிலையம் சற்று நேரத்தில் அல்லோல கல்லோலப்பட்டது.

இரயிலில் ஏறி அமர்ந்தபடி அதிலிருந்த சிறு சன்னல் வழியாக அந்தக் காட்சியை வியப்புடன் பார்த்துக்கொண்டிருந்தேன்.

இரயில் புறப்படும் நேரம் வந்ததும் புகைவண்டி மீண்டும் நீண்ட பெருமூச்சு விட்டபடி புறப்பட்டது. நான் அதன் பின் தூக்கத்தில் ஆழ்ந்துவிட்டேன். மறுநாள் காலை நேரத்தில் இரயில் நாகை எனப்படும் நாகப்பட்டினத்தை வந்தடைந்தது. சற்று ஓய்வெடுத்துக்கொண்டது. அதில் வந்த பயணிகள் தத்தம் பொருள்களைக் கையில் பிடித்தபடி அவரவர் தங்கும் விடுதிகளை நோக்கி விரைந்தனர்.

நானும் என் தந்தையும் தங்கசாமி செட்டியார் என்று அழைக்கப்பட்டவர், விடுதியில் கப்பல் ஏறும்வரை தங்கியிருந்தோம். அக்காலத்தில் கப்பல் பயணிகளுக்கு மிகவும் அறிமுகமான விடுதி அது எனலாம். அது நாகைக் கடற்கரையை ஒட்டியிருந்த பழைய கட்டடமொன்றில் இருந்து வந்தது. நாங்கள் எங்கள் உடைமைகளாகக்கொண்டு சென்றிருந்த சத்துமாவுப் பொட்டலம், கப்பல் மேல் தளத்தில் விரித்துப் படுக்க இரண்டு கோரைப் பாய்கள் குளிருக்கு போர்த்திக்கொள்ள உதவுமே என்று எண்ணிக்கொண்டு வந்திருந்த இரண்டு பழைய போர்வைகள், இரண்டு தகரக் குவளைகள், சத்துமாவை நீர் விட்டுப் பிசைந்து சாப்பிடத் தேவையான இரண்டு அலுமினியத் தட்டுகள் முதலியனவையே எங்கள் உடைமைகள். இவற்றை விடுதியில் ஒப்படைத்து விட்டு, சற்று ஓய்வெடுத்துக்கொண்டோம்.

குறித்த நேரத்தில் மற்ற பயணிகளுடன் எங்களுக்கும் மதிய உணவு பரிமாறப்பட்டது. சுடச்சுடப் பரிமாறப்பட்ட சுவையான உணவை மனமார உண்டு மகிழ்ந்தேன்.

விடுதி, கடற்கரையின் அருகில் இருந்ததால், நானும் என் தந்தையாரும் மாலை நேரத்தில் அங்குச் சென்று உலாவி வந்தோம். அது எனக்கு முற்றிலும் ஒரு புது அனுபவம் எனலாம். அதுவரை நான் கடலையே பார்த்ததில்லை.

நாகைத் துறைமுகமே எங்கள் பகுதி மக்களுக்கு அருகில் உள்ள துறைமுகமாகும். செட்டி நாட்டுப் பகுதியில் வசிப்போருக்கு அதுவே விரைவாகவும் குறைந்த செலவிலும் சென்றடையக்கூடிய ஓரிடம் எனலாம்.

விடுதியில் நாங்கள் இரண்டு நாள்கள் மட்டுமே தங்கியிருந்தோம். மூன்றாம் நாள் நாங்கள் சிங்கைக்கு ஏறிச் செல்ல வேண்டிய கப்பல், துறைமுகத்தை வந்து அடைந்தது. அது 'ரஜூலா' கப்பல் என்று அழைக்கப்பட்டது. கப்பல் கரையிலிருந்து வெகு தொலைவில் நங்கூரமிடப்பட்டிருந்தது. கடலின் ஆழமான பகுதியில் அது

நிறுத்தப்பட்டிருந்தது. கரையில் நின்று பார்த்த எனக்கு அது மிகுந்த வியப்பையும் அச்ச உணர்வையும் ஏற்படுத்தியது.

சிங்கைக்குப் போக வேண்டும், அங்குள்ள காட்சிகளைக் கண்டு மகிழ வேண்டும் என்று எண்ணி வந்த எனக்குக் கடலைப் பார்த்ததும் அங்குக் கட்டாயம் போகத்தான் வேண்டுமா என்று கேட்கத் தோன்றியது. ஆழ்கடலில் நின்ற பிருமாண்டமான கப்பலையும் கத்தும் கடலையும் கரை புரண்டு வரும் மாபெரும் அலைகளையும் கண்கூடாகக் கண்டபின் சிறுவனாகிய என் மனத்தில் அத்தகைய வினா எழுந்ததில் வியப்பில்லை. அது முற்றிலும் எனக்குப் புது அனுபவம். அதனால் நான் அவ்வாறு எண்ணத் தொடங்கினேன். இவ்வாறு என் மனத்தில் அலைமோதிய எண்ணங்களுடன் நான் விடுதிக்குச் சென்று இரவு உணவு உண்டபின், படுக்கச் சென்றேன். படுத்ததுதான் தாமதம், ஆழ்ந்து தூங்கிவிட்டேன்.

அதிகாலையில் நான் கண் விழித்தபோது, அங்கிருந்த பயணிகள் பரபரப்புடன் காணப்பட்டனர். அவர்கள் தங்கள் மூட்டை முடிச்சுகளைக் கட்டிக்கொண்டிருந்தனர். பயணத்திற்குத் தயாராகிவிட்டனர் என்பதைப் புரிந்துகொண்டேன்.

எல்லோரும் படகுத் துறையை நோக்கி எறும்புகள் சாரை சாரையாகச் செல்வதுபோல் தங்கள் பெட்டி படுக்கைகளைச் சுமந்த படி வரிசையாகச் சென்றுகொண்டிருந்தனர். நாங்களும் அவர்களைப் பின் தொடர்ந்து சென்றோம். எங்களைக் கப்பலுக்கு ஏற்றிச் செல்ல வேண்டிய பெரிய படகுகள் சில படகுத் துறையில் இருந்தச் சில தூண்களில் கட்டப்பட்ட நிலையில் மேலும் கீழுமாக ஆடிய படியே இருந்தன. கொடிய அரக்கன் சீறிக்கொண்டு வருவதுபோல் பேரலைகள் கரையை நோக்கி நுரை கக்கியபடி தொடர்ந்து வந்தவண்ணமிருந்தன. அந்தப் பயங்கரக் காட்சி என் குடலைக் கலக்கத் தொடங்கியது. எப்படிப் படகில் ஏறிக் கப்பலை அடையப் போகிறோம்! கப்பலில் ஏற்றப்படும்போது தவறிக் கடலில் விழுந்தால், நம் கதி என்னவாகும்? இப்படிப்பட்ட கேள்விகளுக்கு விடையறியாது தவித்துக்கொண்டிருந்தேன். எனக்கு ஏற்பட்ட அச்ச உணர்வு அனுபவமற்ற பயணிகள் சிலருக்கும் இருந்தது என்பதை அவர்களின் பேச்சும் முகத்தோற்றமும் வெளிப்படுத்தின.

படகுகளில் ஏறிப் பயணத்தைத் தொடங்க வேண்டிய நேரமும் நெருங்கிற்று. பயணிகள் ஒருவர் பின் ஒருவராய்ப் படகில் ஏறினர். அவ்வேளையில் கடலில் அலைகள் அதிகமாகவும் ஆவேசமாகவும் வந்துகொண்டிருந்ததால், பயணிகள் படகில் ஏறச் சிரமப்பட்டனர். சுமார் ஒரு மணி நேரத்திற்குப் பிறகு படகுகள் ரஜூலா கப்பலின்

மிக அருகில் வந்து நின்றன. அலைகளால் மொத்தப்பட்ட படகுகள் மேலும் கீழும் ஆடிய நிலையில் இருந்தன. படகுகள் நின்ற இடத்திலிருந்து உயரத்தை அண்ணாந்து பார்த்த என்னை அச்சம் கௌவிக்கொண்டது. நடுங்கியபடி நான் என் தந்தையின் அருகில் போய் நின்றுக்கொண்டிருந்தேன்.

கப்பலின் பக்கவாட்டில் சிறு மரப்பாலம் போன்ற ஒன்று இணைக்கப்பட்டிருந்தது. பயணிகள் அதன் உதவியால்தான் கப்பலுக்குள் செல்ல முடியும். படகுகளிலிருந்து கப்பலுக்குள் செல்ல வேண்டிய பயணிகள் வரிசையில் நின்றனர். அவர்கள் ஒவ்வொருவரையும் கைகொடுத்து மேலே தூக்கிவிடப் பலம் பொருந்திய கப்பல் ஊழியர்கள் இருவர் அங்கிருந்த மரப்பாலத்தில் தயாராக நின்றுக்கொண்டிருந்தனர். அவர்களின் உதவியால் பயணிகள் ஒருவர் பின் ஒருவராகக் கப்பலுக்குள் சென்றனர். நான் கப்பலுக்குள் செல்ல வேண்டிய முறையும் வந்தது. அப்போது என்னை ஒரு கருத்த முரட்டு உருவம் என் கைகளைப் பிடித்து இழுத்து, ஒரு மூட்டையைத் தூக்கிப் போடுவதுபோல் அந்தப் பாலத்தின்மீது போட்டது. எனக்குப் பின்னால் வந்த என் தந்தை என்னைக் கைத்தாங்கலாக கப்பலுக்குள்கொண்டு சென்றார். கப்பலுக்குள் சென்றதும் குடலைப் புரட்டும் ஒரு வாடை என் மூக்கைத் துளைத்தது. அது எனக்கு முற்றிலும் புதிய அனுபவம். மூக்கைப் பிடித்தபடி நான் என் தந்தையைப் பின் தொடர்ந்தேன். அதன் பின் நாங்கள் இருவரும் கப்பலின் மேல்தளத்திற்குச் சென்று அமர்ந்தோம்.

சற்று நேரத்தில் கப்பல் புறப்பட்டது. எங்கள் பயணமும் தடையின்றித் தொடர்ந்தது. கப்பல் மேல்தளத்தில் நின்றவாறு நான் என் கண்களுக்கு எட்டியதூரம்வரை பார்வையைச் செலுத்தினேன். இயற்கை அன்னையின் எழிலைக் கண்குளிரக் கண்டு வியந்தேன். அப்பொழுது அழகிய பொன்மாலைப் பொழுது. கப்பல் ஆழமான நீலக்கடலில் நீரைக் கிழித்துக்கொண்டு சென்றுகொண்டிருந்தது. நோக்கிய திசையெல்லாம் நீலத்திரைகடலையும் பசுமை சூழ்ந்த தீவுக் கூட்டங்களையும் கடல் நீரில் இடையிடையே துள்ளிக் குதிக்கும் பெரிய பெரிய மீன்களையும் கண்டு வாய் பிளந்து நின்றேன்.

கதிரவன் தீவுகளுக்குப் பின்னால் மறையும் நேரம் நெருங்கியது. அப்போது கடற்பரப்பில் கண்ணுக்கு எட்டிய தூரம்வரை பொற்குழம்பை ஊற்றிவிட்டதுபோல் பொன்மயமாகக் காட்சியளித்தது. கதிரவன் தன் எழில் தோற்றத்தை உலகறியக் காட்டிக்கொண்டிருந்தான். அந்த அழகிய காட்சியில் நான் மெய்ம்

மறந்து நின்றுகொண்டிருந்தேன். அப்போது கவிதை இயற்றும் ஆற்றல் மட்டும் எனக்கு இருந்திருந்தால் கவின்மிகு அக்காட்சியை உலகறிய, சொல்லோவியமாகவே தீட்டிக் காட்டியிருப்பேன். "எத்தனை எத்தனை அழகுவைத்தாய் இறைவா! இறைவா! என்றுவாய்விட்டுப் போற்றும் அளவுக்கு அந்த அழகிய காட்சி என் உள்ளத்தைக் கொள்ளைகொண்டது. இருள் தன் ஆட்சியைப் பரப்ப எத்தனித்தது மங்கிய விளக்கொளியில் கப்பல் மேல்தளத்தில்கொண்டு வந்திருந்த பழைய பாய் ஒன்றை விரித்து, இரவு உணவு தயாரிப்பதில் மும்முரமாக ஈடுபட்டிருந்த என் அன்புத் தந்தை என்னைக் கூப்பிடும் குரல் கேட்டுத் திரும்பிப் பார்த்தேன். அவர் எப்படி உணவு தயாரிக்கிறார் என்பதைக் காணும் ஆர்வத்துடன் அவர் இருந்த இடத்தை நெருங்கிச் சென்று பக்கத்தில் அமர்ந்தேன். முன்பே நான் குறிப்பிட்டிருந்தபடி என் வீட்டிலிருந்து பழைய துண்டு ஒன்றால் ஒரு முடிச்சாகக் கட்டிக் கொடுத்தனுப்பியிருந்த சத்துமாவுப் பொட்டலத்தை மெதுவாகப் பிரித்து, நெளிந்து போன பழைய அலுமினியத் தட்டில் கொட்டி, கீழ்க்குத்தலிலிருந்து தட்டுத் தடுமாறித் தகரக்குவளையில் கொண்டு வந்திருந்த கொதிநீரை அளவாக மாவின்மீது ஊற்றிக் கலந்து, நன்றாகப் பிசைந்து வைத்துக்கொண்டு அதைச் சிறுசிறு உருண்டைகளாக உருட்டி, எனக்கு இரண்டு உருண்டைகளை உண்ணக் கொடுத்தார். அவரும் சில உருண்டைகளை எடுத்துப் பசிதீர உண்டார். அந்தச் சூழ்நிலையில் அது எங்களுக்குக் கிடைத்த அமுதமென எண்ணி, வயிறார உண்டோம். அவ்வாறே சத்துமாவை உண்டு எங்கள் கப்பல் பயணத்தைச் சமாளித்துக்கொண்டோம். எங்களுடன் கப்பலில் பயணம் மேற்கொண்ட மற்றவர்களும் அவரவர் கொண்டு வந்திருந்த உணவை உண்டு காலங்கடத்தினர். இதுவே பெரும்பாலும் அக்காலத்தில் கடற்பயணம் செய்தோர் வழக்கமாகப் பின்பற்றிய உணவுப் பழக்கம் எனலாம்.

கப்பல் பயணம் சிலருக்கு மகிழ்ச்சியாகவும் பலருக்குத் துன்பம் மிகுந்ததாகவும் இருந்தது. எப்படியெனில், அடிக்கடி கப்பலில் பயணம் செய்து, பழக்கப்பட்டவர்களுக்குக் கப்பலில் ஏற்படும் அசைவுகளால் வாந்தி எடுக்கும் தொல்லை ஏற்படவில்லை; மற்றவர்களுக்கு அந்த அசைவுகள் குடலைப் புரட்டியதால், அடிக்கடி குமட்டி வாந்தி எடுக்கும் நிலையை ஏற்படுத்தியது. அதனால் பயணம் முழுதும் உணவு உட்கொள்ள இயலாத காரணத்தால், களைப்புற்றும் உடல் மெலிந்தும் காணப்பட்டனர். அவர்களின் தோற்றம் பார்ப்பதற்குப் பரிதாபமாக இருந்தது.

அக்காலக் கட்டத்தில் நாகையிலிருந்து பினாங்குத் துறைமுகத்தை வந்தடைய எட்டு நாட்களாயின. எப்படியோ சிரமப்பட்டு அந்த

எட்டு நாட்களைக் கப்பலில் கழித்து விட்டு, நாங்கள் அழகும் பசுமையுமிக்க பினாங்குத் தீவை வந்து அடைந்து விட்டோம். கப்பலை விட்டிறங்கிய பின்னர்தான் பயணிகள் முகங்களில் மகிழ்ச்சி தென்பட்டது. பினாங்குத் துறையில் இறங்கிய பயணிகள் தங்கள் பெட்டி படுக்கைகளை எடுத்துக்கொண்டு வீடு நோக்கி விரைந்தனர். எஞ்சிய சிலர் கிள்ளான் துறைமுகத்திலும் சிங்கையிலும் இறங்க வேண்டியவர்கள். எனவே பினாங்குத் துறைமுகத்தில் ஒருநாள் மட்டும் நின்று விட்டு கப்பல் தன் பயணத்தைத் தொடர்ந்தது. கப்பல் வழியில் கிள்ளான் துறைமுகத்தில் சில மணி நேரம் மட்டுமே நின்றுவிட்டு, சிங்கப்பூரை நோக்கிப் பயணித்தது. எப்போது சிங்கையில் போய் இறங்கப் போகிறோம் என்ற எண்ணம் எனக்குள் எழுந்த வண்ணமிருந்தது.

நானும் என் தந்தையும் பயணம் செய்த ரஜூலா கப்பல் ஒருவழியாக சிங்கையை நெருங்கி விட்டது. கப்பலில் இருந்த அனைவர் முகத்திலும் மகிழ்ச்சி தாண்டவமாடியது. பிறந்த நாட்டை விட்டு புகுந்த நாடு வந்தடைந்த மகிழ்ச்சியில் என்னையறியாது நான் துள்ளிக் குதித்தேன். ஆனால், என் மகிழ்ச்சி நீண்ட நேரம் நீடிக்கவில்லை. நான் நினைத்ததுபோல் முதலில் எங்களைச் சிங்கைத்துறைமுகத்தில் நேரடியாகக்கொண்டு சென்று இறக்கிவிடவில்லை. மாறாக, எங்களை 'செயின்ட் ஜான்' என்னும் ஒரு தீவில்கொண்டு போய் இறக்கி விட்டனர். அத்தீவில் இரண்டு அல்லது மூன்று நாட்கள்வரை தங்கியிருக்கச் செய்த பின்னரே சிங்கை நாட்டிற்குள் செல்ல அனுமதிப்பர் என்று அங்கிருந்த பயணிகள் பேசிக்கொண்டனர். அந்தச் செய்தி என் காதிற்கு எட்டியதும் என் மகிழ்ச்சி குறைந்து, கவலையில் ஆழ்ந்தேன். ஏன் எங்களை அத்தீவில் இறக்க வேண்டும்? ஏன் அங்குத் தனித்திருக்க வேண்டும்? இந்த வினாக்களுக்கு எனக்கு அப்போது விடை தெரியவில்லை; எவரும் விளக்கிச் சொல்லவும் இல்லை. அதனால் அது எனக்குப் புரியாத புதிராகவே இருந்து வந்தது.

இன்னும் சற்று நேரத்தில் கப்பலை விட்டு இறங்கி, அத்தீவிற்குச் செல்ல வேண்டும் என்று பேசிக்கொண்டனர். அச்சமயம் நான் ரஜூலா கப்பலின் மேல் தளத்தில் நின்றபடி என் பார்வையைச் செலுத்தினேன். அப்போது என் கண்முன் தோன்றிய அந்த அழகிய காட்சி என் கவலையைப் போக்கும் அருமருந்தாய் இருந்தது. அக்காட்சியில் நான் முதலில் கண்டவை சிங்கப்பூரின் அடையாளச் சின்னங்களாக விளங்கிய 'ஃபுல்லர்ட்டன்' கட்டடமும் 'கத்தே' என்று இன்றும் அழைக்கப்படும் பதினாறு மாடிக் கட்டடமும் ஆகும். அவற்றின் கம்பீரத் தோற்றம் என்னை வியப்பில் ஆழ்த்தி

விட்டது. அதுவரை அந்தளவு உயரமான கட்டடங்களைக் கண்டறியாத எனக்கு வியப்பு ஏற்பட்டதில் ஆச்சரியமே இல்லை. கப்பலின் மேல்தளத்தின்மீது நின்று பார்த்தபோது, அக்கட்டடங்கள் எனக்கு மிக அருகில் இருப்பவை போன்று தென்பட்டன. வைத்த கண் வாங்காமல் அவற்றையே பார்த்துக்கொண்டிருந்தேன். என் தந்தை அங்கு நின்றுகொண்டிருந்தார். அவற்றைப் பற்றி அவரிடம் விளக்கம் கேட்டேன். அதற்கு அவர், அன்றைய நிலையில் 'ஃபுல்லர்ட்டன்' கட்டடம் சிங்கையின் தலைமை அஞ்சலகம் என்றும் 'கத்தே' எனப்படும் கட்டடம் ஒரு குன்றின் மேல் கட்டப்பட்ட 16 மாடிக் கட்டடம் என்றும் அக்காலத்தில் அதுவே நாட்டின் மிக உயரமான கட்டடம் என்றும் விளக்கினார். அன்று நான் கண்ட அக்கட்டடத்தின் தோற்றம் இன்று கண்ணாடிகள் பொருத்தப்பட்டு வேறு விதமாகக் காட்சியளித்த போதிலும் அது நாடறிந்த பெருந்திரை அரங்காக விளங்கி வருகிறது என்பதை நாம் அறிவோம்.

அதைத்தவிர, நாட்டின் மறக்க முடியாத அடையாளச் சின்னமாக இன்றளவும் விளங்கி வரும் 'ஃபுல்லர்ட்டன்' கட்டடமும் முன்புபோல் நாட்டின் தலைமை அஞ்சலகமாகச் செயல்படவில்லை. இன்று அது உலகறிந்த ஆறு நட்சத்திர ஆடம்பர விடுதியாக மாற்றம் பெற்றுள்ளது. எனினும், 'ஃபுல்லர்ட்டன்' கட்டடமும் 'பாடாங்' எனப்படும் பெரிய திடலை ஒட்டி அமைந்துள்ள நகர மண்டபமும் அவை பெற்றுள்ள அழகிய உயரமான (Doric)'டோரிக்' வகைத் தூண்களும் கிரேக்க ரோமானிய கட்டடக் கலைக்குச் சிறந்த எடுத்துக்காட்டாய் விளங்கி வருவது கண்கூடான ஒன்று. அதைப்பற்றிய விரிவான விவரங்களையும் நம் நாட்டின் வரலாற்றுச் சிறப்பு மிக்க கட்டடங்களான விக்டோரியா நினைவு மண்டபம் பழைய பாராளுமன்றக் கட்டடம், (City Hall) எனப்படும் நகரமண்டபம். 'சுப்ரீம் கோர்ட்' எனப்படும் பழைய உச்சநீதிமன்றக் கட்டடம் இன்னும் அந்த வரிசையில் அமைந்துள்ள செயிண்ட் ஆன்ட்ரூஸ் தேவாலயக் கட்டடம் ஆகியனபற்றிய மேல் விவரங்களையும் நான் பின்னர் உங்களுக்கு என்னால் இயன்றவரை விளக்க விரும்புகிறேன். செயிண்ட் ஜான் தீவில் இறக்கிவிடப்படவேண்டிய நேரம் நெருங்கியது.

சற்று நேரத்தில் கடல் நீரைக் கிழித்துக்கொண்டு, வந்த பெரும் படகுகளின் வருகை ஒலி வியப்பில் ஆழ்ந்திருந்த என்னைச் சுயநினைவுக்குக்கொண்டு வந்தது. படகுகள் விரைந்து வந்து கப்பலின் பக்கவாட்டில் அணைந்தன. அவற்றில் பயணிகள் ஏற்றப்பட்டு, அதாவது அன்றைய தொற்றுநோய் தடுப்பிடமான (புறமலையில்) (Quarantine) செயின்ட் ஜான் தீவில் இறக்கிவிடப்பட்டனர்.

அத்தீவில் இறக்கிவிடப்பட்ட பயணிகள் உடன் வந்த அதிகாரிகளால் தனித்தனிக் குழுக்களாகப் பிரிக்கப்பட்டு, அவர்கள் தங்கியிருப்பதற்கென ஒதுக்கப்பட்டிருந்த சிறுசிறு, தரைவீடுகளுக்கு அனுப்பி வைக்கப்பட்டனர். நீலத்திரை கடல் சூழ்ந்த, பச்சைபசேலெனக் காட்சியளித்த, அந்த அமைதியும் அழகும் ஆட்சி செலுத்தும் மரகதத் தீவினில் மூன்று நாட்களைக் கழித்த இன்ப நினைவுகள் இன்றும் பசுமையாக உள்ளன.

இன்று நாம் நகரப்புரங்களில் வழக்கமாகக் காணும் பேருந்துகளோ, வாடகை உந்துகளோ இதர வாகனங்களோ அங்குக் காணப்படவில்லை. அவை ஏற்படுத்தும் பேரிரைச்சல்களும் அமைதி அரசோச்சும் அந்தத் தீவில் அன்று காண முடியா காட்சியாகும். அத்தகைய பெருமைக்குரிய 'செயின்ட் ஜான்' தீவில் நீண்ட காலமாகவே (அதாவது 70 ஆண்டு) குடியேறி வசித்து வரும் குடும்பங்கள் பல எளிமையாகவும் ஒற்றுமையாகவும் வாழ்க்கை நடத்தி வரும் காட்சியை நான் நேரில் கண்டு வியந்தேன்.

மாலை வேளைகளில் மரகத கம்பளம் விரித்தாற் போன்ற பசிய நிறத்திடலில் அங்கு வாழ்ந்த இளைஞர்கள் அன்றாடம் காற்பந்து விளையாட்டில் ஈடுபட்டு, தங்கள் பொழுதைப் பயனுள்ள முறையிலும் இன்பமாகவும் கழித்தனர். அவர்கள் சில சமயங்களில் அங்கிருந்த பயணிகளில் சிலரை அழைத்துகூடி விளையாடவும் செய்தனர். அவர்கள் வேற்றுமை பாராட்டாது, பிற இனத்தவருடன் கலந்து பழகிய விதம் என்னை மிகவும் வியக்க வைத்தது.

தீவில் தொற்றுநோய்த் தடுப்பு காரணமாகத் தனிமைப் படுத்தப்பட்ட பயணிகள் சமைத்து உண்ணத் தேவையான உணவுப் பொருள்களும் உலோகத்தாலான கனமான சோறு சமைக்கும் பானைகளும் அலுமினியச் சட்டிகளும் தட்டுகளும் எரிவாயு அடுப்புகளும் வினியோகம் செய்யப்பட்டன.

கப்பல் பயணத்தின்போது, சரியாகச் சாப்பிட முடியாமல் பசியால் வாடிய பயணிகள் சற்றும் தாமதிக்காமல் சமையலில் தீவிரமாக ஈடுபடலாயினர்.

சிங்கப்பூரில் நீண்டகாலம் தனியாய் வாழ்ந்து, சுயமாகவே சமையல் செய்து பழகிய என் தகப்பனாருக்குச் சமையல் செய்வதால் எவ்விதச் சிரமமும் ஏற்படவில்லை. கொடுக்கப்பட்ட அரிசி, பருப்பு, காய்கறிகளைக்கொண்டு சிறிது நேரத்திலேயே அவர் சுவையான உணவைத் தயாரித்து விட்டார். அந்த உணவை நாங்கள் இருவரும் வயிரார உண்டு மகிழ்ந்தோம். அதன் பின் அங்கிருந்த பயணிகள் சிலருடன் வீட்டுக்கு வெளியே பசும்புல் தரையில் அமர்ந்து, அளவளாவிப் பொழுதைக் கழித்தோம்.

தூக்கம் கண்களைத் தழுவத் தொடங்கியது. தூங்கச் சென்றபோது அங்கு அடிக்கடி ஊறித் திரிந்த பூரான்களை நினைத்தபோது, அச்சம் என்னைக் கவ்விக்கொண்டது. ஒவ்வொரு நாள் இரவிலும் நான் பயந்துகொண்டு தூங்கும் நிலை ஏற்பட்டது. அங்கிருந்த மற்றவர்களும் என் தந்தையும் அதே நிலையில்தான் இருந்தனர்.

இரவுப் பொழுதை எப்படியாவது கழித்தாக வேண்டும். அதனால், நாங்கள் எங்களுடன்கொண்டு வந்திருந்த பழைய போர்வைகளை எடுத்து இறுக்கப் போர்த்திக்கொண்டு தூங்கினோம். மூன்று நாள்கள் நாங்கள் அனுபவித்த அந்தத்தீவு வாழ்க்கை ஒருவாறு முடிவுக்கு வந்தது.

நான்காம் நாள் முற்பகல் நேரம். அன்று, தினம் பயணிகளைச் சிங்கைத் தீவுக்கு ஏற்றிச் செல்ல வேண்டிய படகுகள் சில அங்கிருந்த படகுத் துறையில் வரிசையாக வந்து நின்றன.

படகுகளைப் பார்த்ததும் பயணிகள் அனைவரும் மிகுந்த பரபரப்புடன் அவரவர் உடைமைகளைக் கைகளில் எடுத்துக்கொண்டு படகுத் துறையை நோக்கி நான் நீயென்று முந்திக்கொண்டு நடக்கலாயினர். படகுத் துறையில் நின்று கொண்டிருந்த பொறுப்பதிகாரிகள், பயணிகள் படகுகளில் ஏறலாம் என்று உத்தரவிட்டதும் அவரவர் ஏறவேண்டி படகுகளில் விறுவிறுவென ஏறி இருக்கைகளில் அமைதியாக அமர்ந்துகொண்டனர். அவர்களைப் போன்றே நானும் என் தந்தையாரும் ஒரு படகில் ஏறி வசதியாக அமர்ந்துகொண்டோம்.

நீலத்திரைகடல் ஓரத்திலே பசுமையும் அழகும் அமைதியும் குடிகொண்டிருந்த செயின்ட் ஜான் தீவில் தனிமைப் படுத்தப்பட்ட பயணிகளை ஏற்றிக்கொண்டு படகுகள் மெதுவாக சிங்கைத் துறைமுகத்தை நோக்கி நகரத் தொடங்கின. நான் கப்பலில் நின்றபடி கண்ட கட்டடங்களும் கண்கவர் காட்சிகளும் படகுகள் சிங்கைத் துறைமுகத்தை நெருங்க நெருங்க, தெளிவாகத் தெரியத் தொடங்கின.

படகுகள் கடல்நீரைக் கிழித்துக்கொண்டு செல்லும்போது என் எதிர்காலம் பற்றிய கற்பனையும் சிறகடித்துப் பறக்கலாயிற்று. என் நீண்டநாள் கனவு நனவாகப் போவதை எண்ணி நான் மட்டற்ற மகிழ்ச்சியடைந்தேன். சிங்கைத் திருநாடு தன் இருகரங்களை நீட்டி “வா மகனே! வா!” என்று வரவேற்பது போன்ற பிரமை எனக்குள் ஏற்பட்டது.

சுமார் ஒரு மணி நேரத்திற்குள் எங்களை ஏற்றிச் சென்ற படகுகள் துறைமுகத்தை நெருங்கி விட்டன.

பயணிகளும் கரையிறங்க ஆவலோடு காத்திருந்தனர். நானும் மகிழ்ச்சியில் என்னை அறியாது துள்ளிக் குதித்தேன். அந்த நாள் என் வாழ்க்கையில் ஒரு பொன்னாள்! என் வாழ்வில் விடிவெள்ளி தோன்றிய நன்னாள்! அதுவே என்றென்றும் என் நினைவை விட்டு நீங்காத ஓர் இனிய நாள்!

பத்து நாட்கள் கடல் பயணத்தின் பின் நாங்கள் படகை விட்டு இறங்கினோம். வழக்கம்போல் குடிநுழைவு இலாகாவைச் சேர்ந்த அதிகாரிகள் பயணிகளின் கடவுச் சீட்டுகளைச் சோதனை செய்தனர். ஒருவழியாக எங்களுக்கு அதில் எவ்விதச் சிக்கலும் ஏற்படவில்லை.

சோதனை முடிவடைந்தவுடன் நானும் என் தந்தையும் எங்களின் மூட்டை முடிச்சுகளைத் தூக்கிக்கொண்டு, அருகில் இருந்த ஒரு பேருந்து நிறுத்தத்தில் வந்து பேருந்தின் வருகைக்காக காத்து நின்றோம். சற்று நேரத்தில் நாங்கள் ஏறிச் செல்ல வேண்டிய பேருந்தும் வந்து சேர்ந்தது. அதில் ஏறி, காலாங் 'கேஸ் கம்பனியை' வந்தடைந்தோம்.

காலாங் சாலையும் கம்போங் புகிஸ் சாலையும் சந்திக்குமிடத்தில்தான் அன்றைய காலாங் கேஸ் கம்பனி இடம் பெற்றிருந்தது. கேஸ் கம்பனி என்று அழைக்கப்பட்டு வந்த எரிவாயு ஆலையிலிருந்துதான் நம் நாட்டு மக்கள் அடுப்பெரித்து சமையல் செய்யத் தேவையான எரிவாயு, குழாய் வழியாக அனுப்பப்பட்டு நாடு முழுவதும் பயன்படுத்தப்பட்டு வந்தது. அதுமட்டுமின்றி மக்கள் குளிக்கப் பயன்படுத்திய வெந்நீர்க் கலங்களிலும் எரிவாயுவே, பரவலாகப் பயன்படுத்தப்பட்டு வந்தது. மேலும் நான் இங்கு வந்த காலத்தில் பல இடங்களில் சாலை விளக்குகளுக்குக்கூட எரிவாயுதான் பயன்பட்டது என்பதை இன்றைய இளைய தலைமுறையினர் பலர் அறிந்திருக்க மாட்டார்கள்.

எரிவாயுக் கம்பனி காலாங் சாலையருகே செயல்பட்ட காலத்தில் அந்த ஆலையில் தயாரிக்கப்பட்ட எரிவாயுதான் கம்பனியின் இரு பக்கங்களிலும் கட்டப்பட்டிருந்த மிகப் பெரிய வட்ட வடிவிலான 'Gas Holders' எனப்படும் கொள்கலங்களில் சேமிக்கப்பட்டு மக்கள் பயன்பாட்டுக்கு குழாய் வழி அனுப்பப்பட்டு வந்தது. அந்த இருபெரும் வட்ட வடிவக் கொள்கலங்கள் இன்றளவும் பலரால் நம் நாட்டின் மறக்கமுடியா அடையாளச் சின்னங்களாக இருக்கின்றன என்றால், அது மிகையாகாது.

'காலாங் கேஸ்' கம்பனியிலுள்ள கூலித் தொழிலாளரின் குடியிருப்பு வசதிகள் நான் இங்கு வந்த காலத்தில் என் தகப்பனார் நீண்ட

காலம் வேலை செய்து வந்த காலாங் எரிவாயு ஆலையினுள் இருந்த குவாட்டர்சில்தான் தங்கியிருக்க வேண்டிய நிலையிருந்தது. 'குவார்ட்டர்ஸ்' அல்லது 'கூலிலயன்' என்பது தொழிலாளர் வசிப்பிடமாகும். அச்சமயம் அந்த எரிவாயு ஆலையில் எண்ணற்ற பல இனமக்கள் வேலை செய்து வந்தனர். அதில் தமிழர்களின் எண்ணிக்கை மற்ற இனத்தவர்களைவிட மிக அதிகம் என்றே சொல்ல வேண்டும்.

உற்பத்தியைப் பெருக்கவும் அவசரகால நிலைமைகளைச் சமாளிக்கவும் அனுபவமிக்கத் தொழிலாளர்கள் பலர் தேவைப்பட்டனர். அதன் காரணமாக இங்குக் குடும்பம் இல்லாத தனி மனிதர்கள் பலர் எரிவாயுக் கம்பனியின் உள்ளேயே கட்டிக் கொடுக்கப்பட்டிருந்த ஒரு கட்டடத்தைக் குவார்ட்டர்ஸாகப் பயன்படுத்தி வசித்து வர இடமளிக்கப் பட்டிருந்தது. அதில் முற்றிலும் தமிழர்களே குடியிருந்தனர். கூலித் தொழிலாளர்களின் குடியிருப்பாகப் பயன்பட்ட 'குவார்ட்டர்ஸ்' எனப்பட்ட அந்த வசிப்பிடம் ஒரு நீண்ட மண்டபம் போன்றது. அதில் அறைகள் இல்லை. மாறாக அந்த நீளமான மண்டபத்தின் நடுவே நடைபாதைவிடப்பட்டு, இருபுறங்களிலும் கோடுகள் போடப்பட்டிருந்தன. வெள்ளை நிறத்தில் பளிச்சென்று போடப்பட்ட அக்கோடுகள் இன்றைய வாகன நிறுத்துமிடங்களை நினைவு படுத்தக்கூடியவை. அதில் தங்கியிருந்தோர் தங்கள் வசதிக்கேற்ப கயிற்றுக் கட்டிலையோ 'ரெட்டு'த் துணியாலான மடக்குக் கட்டிலையோ மரப்பலகைகளைக்கொண்டு தாங்களே தயாரித்துக்கொண்ட கட்டிலையோ பயன்படுத்திக்கொண்டனர். மூத்த தலைமுறையினரான அவர்கள் அத்தகைய எளிய வாழ்க்கை முறை பற்றி அதிகம் அலட்டிக்கொள்ளவில்லை. அவர்கள் தத்தம் உடைமைகளை அவரவர்க்குரிய இடத்தினுள் ஒழுங்காக வைத்துக்கொண்டு, மகிழ்ச்சியாகவே வாழ்ந்து வந்தனர். அவர்கள் காலத்தில் அதுவே போதுமான வசதி என்று எண்ணி, மனநிறைவுகொண்டதே அதற்குக் காரணமெனலாம். இது நம் மூத்த தலைமுறையினரின் அமைதியான மனப்போக்கிற்கும் சகிப்புத் தன்மைக்கும் சிறந்த எடுத்துக்காட்டு என்றும் கூறலாம்.

எரிவாயு உற்பத்தியில் பாட்டாளி மக்களின் பங்கு.

சிங்கையில் 50களில் காலாங் எரிவாயு ஆலையில் 'வாட்டர்கேஸ்' என்ற ஒரு பிரிவு செயல்பட்டு வந்தது. என் தந்தையும் வேறு பலரும் அதில் பணியாற்றி வந்தனர். அந்த 'வாட்டர் கேஸ்' இயந்திரத் தொகுதியில் நிலக்கரியையும் நீரையும் மூலப்

பொருள்களாகக்கொண்டு எரிவாயு தயாரிக்கப்பட்டு வந்தது. அப்பிரிவில் வேலை செய்தோர் 'ஷிப்ட்' முறையில் மாறி மாறி வேலை செய்து வந்தனர். ஆலையின் உள்ளே 'குவார்ட்டர்ஸில்' தங்கியிருந்தோர் இரவிலும் பகலிலும் அவரவர்க்குரிய நேரப்படி வேலைக்குச் சென்று வந்தனர்.

அவர்கள் செய்த வேலையோ மிகவும் கடுமையானது. 'வாட்டர்கேஸ்' உற்பத்தி செய்யப்படும் பிரிவில் இருந்த 'ஃபர்னஸ்' எனப்பட்ட கொல்லுலையில் எந்நேரமும், தகதக என்று எரிந்துகொண்டிருந்த நெருப்பின் அருகே நின்று, எரிபொருளாக பெரிய பெரிய கரிக்கட்டிகளை அந்தக் கொல்லுலையினுள் அவ்வப்போது தள்ளு வண்டி மூலம் கொட்டி எரியச் செய்ய வேண்டியது அவசியம். அத்தகைய வேலையைச் செய்த தொழிலாளர்கள் அந்த உலையின் மிக அருகில் நின்றே அவ்வேலையைச் செய்ய வேண்டியிருந்தது. அவ்வாறு அவர்கள் அந்த வேலையைச் செய்யும்போது, அவர்கள் உடலிலிருந்து வெளிப்பட்ட வியர்வையைத் தங்கள் துண்டுகளால் அடிக்கடி துடைத்துப் பிழிந்து விட்டுக்கொண்டே வேலை செய்தனர். இரத்த வியர்வை நிலத்தில் சொட்ட வேலை செய்தனர் என்றால், அது அவர்களுக்கே மிகவும் பொருந்தும். சம்பளம் குறைவு என்ற போதிலும் 'செய்யும் தொழிலே தெய்வம்' என்ற உன்னத மனப்போக்குடன் உழைத்தனர் அக்காலத் தொழிலாளர்கள்.

எரிபொருளாகப் பயன்படுத்தப்பட வேண்டிய கரிக்கட்டிகள் அக்காலத்தில் எரிவாயுக் கம்பனியின் உட்பகுதியில் பல வரிசைகளில் குன்றுகள்போல் குவித்து வைக்கப்பட்டிருந்தன. கம்பனியின் அருகில் அமைந்திருக்கும் காலாங் ஆற்று வழியே கரிக்கட்டிகள் பெரிய படகுகளில்கொண்டு வரப்பட்டு, உள்ளே அழகிய செய்குன்றுகள்போல் குவிக்கப்பட்டன. அக்காலக் கட்டத்தில் காலாங் ஆறு இன்றுபோல தோற்றமளிக்கவில்லை. சேறும் சகதியும் நிறைந்திருந்தது.

அந்த ஆற்றுநீர் அருவருக்கத்தக்க கரிய நிறத்தில் காணப்பட்டது என்று கூறினால், கேட்பதற்கு வியப்பாக இருக்கும். அதுதான் பெரும்பாலும் அன்றைய ஆறுகளின் உண்மை நிலை. ஆனால், இன்றோ அந்நிலை பளிங்குபோன்ற நீரைப் பெற்று முற்றிலும் மாறி, கவின்மிகு காட்சியளிப்பதை மக்கள் கண்கூடாகக் காண முடியும்.

நவீன சிங்கையின் நிறுவனரும் புத்தாக்கச் சிற்பியுமான நம் நன்றிக்குரிய முன்னாள் பிரதமர் திரு. லீ குவான் இயூ அவர்களின் தொலை நோக்கும் நாட்டுப்பற்றும் மக்கள் நலனில்

அவர் கொண்டிருந்த நீங்காத அக்கறையுமே நம் நாட்டு ஆறுகள் அனைத்தும் தூய்மைப் படுத்தப்பட்டு, இன்று முகம் பார்க்கும் பளிங்குபோல காட்சியளிக்கும் வண்ணம் தெளிந்த நீரைப் பெற்று அழகாகக் காட்சியளிக்கின்றன. இக்காட்சியைக் காணும் வெளிநாட்டினரும் வியந்து பாராட்டவே செய்கின்றனர்.

நம் நாட்டில் முற்காலத்தில் தொழிலாளர் குடியிருப்பு

அந்நியர் ஆட்சியில் ஆறுகள் இருந்த அருவருப்பான நிலையைப் பார்த்த நாம் இனி, பாட்டாளி மக்களுக்கு அவர்களால் அளிக்கப்பட்ட வீட்டு வசதிகள் பற்றிச் சற்று பார்ப்போம்.

'லேபர் குவார்ட்டர்ஸ்' என்ற பெயரில் தொழிலாளர்களும் அவர்கள் குடும்பத்தினரும் குடியிருக்கவென வீடுகள் பல கட்டிக் கொடுக்கப்பட்டன. அவ்வாறு கட்டிக் கொடுக்கப்பட்ட வீடுகள் ஒரே மாதிரியான அமைப்பில் வரிசை வரிசையாக அமைந்திருந்தன. ஒவ்வொரு வரிசையிலும் பல குடும்பங்கள் ஓரிடத்தில் பலர் குடியிருக்கத்தக்க முறையில் அறைகள் அடுத்தடுத்துக் கட்டப்பட்டிருந்தன. அவை பெரும்பாலும் தொழிலாளர்கள் வேலை செய்த இலாகாவின் அருகிலேயே அமைக்கப்பட்டிருந்தன. கூலித் தொழிலாளர்கள் குடியிருந்த வீடுகள் ஒவ்வொன்றும் அளவில் சிறியதாகவும், ஒரு வீட்டில் குடும்பத்தினர் பலர் குடியிருப்பதற்கு போதிய வசதிகள் அற்றனவாகவும் இருந்தன. இதனால், பக்கத்து வீட்டினருக்கிடையே அடிக்கடி சண்டை சச்சரவுகள் ஏற்பட்டு, அடிதடியில் முடியவும் செய்தன.

என் தகப்பனாரும் நானும் குடியிருந்த வீட்டு வசதியும் அப்படிப்பட்டதே எனலாம். நான் முன்பே குறிப்பிட்டிருந்ததுபோல் நாங்கள் குடியிருந்த இடமோ ஒரு நீண்ட மண்டபம் போன்றது. தடுப்பு ஏதும் இல்லாத கோடுகள் மட்டுமே போடப்பட்டிருந்த அந்த மண்டபத்தில் தொழிலாளர்கள் பலர் அவரவர் இடத்தில் ஒடுக்கிக்கொண்டு தங்கியிருந்தனர். அவர்களுள் சிலர் திருமணமானவர்கள். பலர் இளம் பிரம்மச்சாரிகள்.

'குவார்ட்டர்ஸில் குடியிருந்த பாட்டாளிகளின் பொழுது போக்குகள்

அன்றாடம் கடினமாக உழைத்து விட்டு வீடு திரும்புவோரின் பொழுது போக்குகளும் வெவ்வேறுதான். அந்தக் குவார்ட்டர்ஸில் குடியிருந்த குடும்பக்காரர்கள் பெரும்பாலும், தாயகத்தில் வசித்து வந்த தம் குடும்பத்தினரின் வறுமை நிலையை எண்ணிப் பார்த்து, தாங்கள் வேலை முடிந்து வீட்டுக்கு வந்தோமா, சமைத்துச்

சாப்பிட்டோமா, ஓய்வு எடுத்தோமா என்று, அமைதியாகக் காலங்கடத்தி வந்தனர். சில சமயங்களில் மட்டும் அவர்கள் சிராங்கூன் சாலை சைதால்விசாலை போன்ற இடங்களுக்குச் வழக்கமாகச் சென்று வெற்றிலை பாக்கு, துணிமணிகள் போன்ற அத்தியாவசியப் பொருள்களை மட்டும் வாங்கி வருவர்.

அதே வேளையில் திருமணமாகாத வாலிபர்களோ அக்காலத்தில் 'நியூவேர்ல்டு' 'ஹேப்பிவேர்ல்டு' 'கிரேட்வேர்ல்டு' என்றழைக்கப்பட்ட பிரபலமான பொழுதுபோக்கு இடங்களுக்கோ விருப்பமான மதுக் கூடங்களுக்கோ, பரத்தையர் நடமாடும் இடங்களுக்கோ சூதாடும் இடங்களுக்கோ சென்று, பொழுது போக்கி விட்டு இரவில் வெகு நேரங்கழித்து தங்கள் இருப்பிடம் திரும்பி வர, ஒரு சிலர் வெளியில் சென்று வீடு திரும்பும்போது மதுபானப் புட்டிகளைக் கையில் பிடித்தபடி தள்ளாடிய நிலையில் வீடு திரும்புவர். இரவில் வீடு திரும்பிய வாலிபர்களும், குடும்பப் பொறுப்பற்ற நடுத்தர வயதினரும் வந்தோம் அலுப்புத் தீர படுத்து உறங்கினோம் என்று இல்லாமல் வெளியில் சென்றிருந்தபோது, தங்களின் செயல்கள் நடத்திய லீலாவிநோதங்கள் பற்றிப் பெருமையாகப் பேசி, விளம்பரம் செய்யத் தவறுவதில்லை. மற்றவர்கள் தூங்குகிறார்களே என்ற உணர்வு அவர்களிடம் கொஞ்சமும் இராது. சிலர் மது அருந்தி விட்டு, அந்தக் குடிவெறியில் ஏதோதான் மட்டுமே அங்கிருப்பதாக எண்ணிக்கொண்டு, உரத்த குரலில் பிதற்றவும் பாட்டுப் பாடவும் செய்வர். அந்தப் பாடலைக் கேட்டு எரிச்சல் அடைந்தவர்கள் தம் பொறுமையை இழந்து வாய்ச் சண்டையில் ஆரம்பித்து, கைகலப்பில் முடிக்க வேண்டிய அவல நிலைக்கும் ஆளாக வேண்டியிருக்கும். அதைத் தொடர்ந்து, வழக்கம்போல் காவலர்கள் அங்கு வந்து, குற்றம் புரிந்தோரை இழுத்துச் செல்லும் காட்சியும் இடம் பெறும். இது அங்கு அடிக்கடி நிகழும் வழக்கமான செயல்களாகவே இருந்தன.

அவற்றைத் தவிர அளவுக்கதிகமான மதுபானம் உள்ளே சென்றதும் கேட்கவே காது கூசத்தக்க, அசிங்கமான, ஆபாசமான சொற்களை வாரி வீசும் வள்ளல்களாகவும் இருந்தனர் சிலர். இது உண்மை. வெறுங் கற்பனை இல்லை.

என் எதிர்காலம் பற்றிய சிந்தனை

இப்படிப்பட்ட சூழ்நிலையில் அவர்களுடன் தொடர்ந்து தங்கியிருக்கக்கூடிய என்னைப் போன்ற சிறுவன் ஒருவன் நல்ல பழக்கங்களைக் கற்றுக் கொள்வதோ கல்வியில் கவனம் செலுத்துவதோ சாத்தியமில்லை என்பதை என்தந்தையும் நானும் நன்கு உணர்ந்தோம்.

தாயகத்திலிருந்து இங்கு அழைத்து வந்த என் தந்தைக்கு ஆரம்பத்தில் என்னைப் பள்ளிக்கு அனுப்பிப் படிக்க வைக்க வேண்டும் என்ற எண்ணம் அறவே இல்லை.

வாகனங்கள் துடைக்கும் வேலைக்கோ, கடைகளில் சிப்பந்தியாக வேலை செய்வதற்கோ சேர்த்து விட்டால் மாதம் இருபது அல்லது முப்பது வெள்ளியாவது சம்பாதிக்க முடியும். அதைப் பெற்று அவர் ஊருக்குப் பணம் அனுப்பும் தொகையுடன் சேர்த்து அனுப்பலாம் என்ற எண்ணமே என் தந்தையிடம் மேலோங்கியிருந்தது. ஆனால், சிறுவயதிலேயே தாயை இழந்து வறுமையில் வாடிய நிலையில் இங்கு வந்த எனக்கு வேலை செய்வதற்கான உடல் வளர்ச்சியோ உடல் வலிமையோ சற்றும் கிடையாது. வேலை கேட்ட இடங்களில் எல்லாம் என்னையும் என் மெலிந்த தோற்றத்தையும் பார்த்த மாத்திரத்தில் வேலை கொடுக்க எவருமே முன்வரவில்லை.

இந்த நிலையில் என்னை என்ன செய்வது என்று என் தந்தையார் என் சிற்றப்பாரிடமும், தனக்குத் தெரிந்த நண்பர்களிடமும் கலந்து ஆலோசித்தார். அதன் விளைவாக அவர்கள் ஒரு நல்ல முடிவுக்கு வந்தனர். என்னைப் பள்ளிக்கு அனுப்பிப் படிக்க வைக்கலாம் என்பதே அந்த நல்ல முடிவு. அந்த முடிவே என் வாழ்க்கையில் ஒரு திருப்புமுனையாக அமைந்தது என்பேன்.

எப்படியோ ஒரு வழியாய் நல்ல முடிவெடுக்கப்பட்டுவிட்டது. ஆனால் எங்குத் தங்கியிருந்து படிப்பது என்பது என்னைப் பொருத்தவரை என் மனத்தில் எழுந்த கேள்வியாகும். என்ன செய்யப் போகிறோம் என்ற குழம்பிய மனநிலையில் நான் இருந்தேன்.

என் வாழ்விலும் விடிவெள்ளி தோன்றியது!

என் சிற்றப்பார் பிறவியிலேயே சைவம். அவருக்கு இறைச்சி, மீன் போன்ற அசைவ உணவுகள் சிறுவயது முதல் ஒத்துக்கொள்ளவே இல்லை. அதன் காரணமாகவே அவர் சிறுவயதில் இந்நாட்டுக்கு வந்தது முதல் காத்தோங் வட்டாரத்தில் சிலோன் சாலையில் அமைந்துள்ள அருள்மிகு செண்பக விநாயகர் ஆலயத்தில் ஒரு சிப்பந்தியாக வேலைக்குச் சேர்ந்தார். உணவு காரணமாகவே அவர் தம் வாழ்வின் பெரும்பகுதியை அக்கோவிலிலேயே கழிக்க நேர்ந்தது. பூசை நேரம் தவிர, மற்ற நேரங்களில் கோவில் அமைதியாகவே இருந்தது என்பதால் அந்த இடமே நான் படிப்பதற்கு மிகவும் ஏற்ற இடம் என்று முடிவு செய்து, என் தந்தை என்னை என் சிற்றப்பாருடன் தங்கியிருந்து படிக்க ஏற்பாடு செய்தார். அந்த

அமைதியான ஆலயமே ஒழுக்கமாக வாழவும், அமைதியாகப் படிக்கவும், அங்கு வழிபாடு செய்ய வந்தவர்கள் பேசுவதைக் கேட்டு என் ஆங்கில மொழியை நன்கு வளர்த்துக்கொள்ளவும் மிகப் பொருத்தமான சூழலை எனக்கு அளித்தது. நானும் அந்த நல்முடிவைக் கேட்டு உச்சி குளிர்ந்தேன்.

எடுத்த முடிவு என்னவோ மிகச்சரி என்று பட்டாலும் எந்தப் பள்ளியில் எப்படிச் சேர்வது என்ற வினாக்கள் எனக்குள் அடுத்துத் தலையெடுத்தன. இதே வினாக்கள் என் தகப்பனாருக்கும் சிற்றப்பாருக்கும் எழவே செய்தன.

தமிழகத்திலிருந்து பதினொரு வயதில் இங்கு வந்த என் போன்ற வெளிநாட்டுச் சிறுவன் ஒருவனை, எந்தப் பள்ளியில் சேர்ப்பது? அவனை அரசாங்கப் பள்ளியில் சேர்த்துக் கொள்வார்களா? படிக்க வேண்டிய வகுப்புக்குரிய வயதைக் கடந்த நிலையில் இங்குப் புலம் பெயர்ந்து வந்த சிறுவனை, அதிலும் தாய்மொழி மட்டுமே கற்றிருந்த மாணவனை எந்தப் பள்ளியில் எந்தத் தலைமை ஆசிரியர் சேர்த்துக்கொள்ள முன்வருவார்? இப்படிப்பட்ட கேள்விகள் பல ஒன்றன் பின் ஒன்றாக எழுந்த வண்ணமிருந்தன. வழி ஒன்றுமே புரியாமல், அனைவருமே தலைமுடியைப் பிய்த்துக் கொள்ளும் அவலநிலை ஏற்பட்டது. செய்வது அறியாது எல்லாரும் திகைத்தனர். இதுவே அக்காலத்தில் என் போன்றோர்க்கு ஏற்பட்ட உண்மை நிலை. தீர ஆலோசித்த பின் 'சரி' பார்க்கலாம் எதற்கும் பையனை என்னுடன் அனுப்பி வையுங்கள் என்று சொல்லிய என் சிற்றப்பார், என்னைக் கையோடு தன் இருப்பிடத்திற்கு அழைத்துச் சென்றார். அவரோடு நானும் பேருந்தில் ஏறி காலாங் சாலையிலிருந்து சிலோன் சாலையில் உள்ள செண்பக விநாயகர் ஆலயம் சென்று சேர்ந்தேன். அதன் பிறகு, என் வாழ்க்கை என் சிற்றப்பார் கருப்பையா அவர்களின் வழிகாட்டுதலுடன் அமைதியாக நடைபெற்று வந்தது.

காத்தோங் வட்டாரமே பெரும்பாலும் நான் வாழ்ந்து பழகிய இடமாக எனக்கு அமைந்தது.

என் தகப்பனார் வாரம் ஒருமுறையோ இருமுறையோ என்னை அங்கு வந்து பார்த்துச் சென்றார்.

எவ்வளவு காலந்தான் நான் பள்ளி சென்று பயிலாமலும் எந்த வேலையிலும் சேராமலும் வீண்பொழுது போக்குவது? இந்த எண்ணம் என் மனத்தைத் தொடர்ந்து உறுத்தி வந்தது.

எப்படியோ, எதிர்பாராமல் சில நல்லவர்களின் உதவி எனக்குக் கிடைத்தது.

ஆண்டு 50களில் சிலோன் சாலையில் வாழ்ந்த யாழ்ப்பாணத் தமிழர்கள்

அருள்மிகு செண்பக விநாயகர் ஆலயம் இடம் பெற்றுள்ள சிலோன் சாலை பெருமளவு இலங்கைத் தீவிலிருந்து இங்குக் குடியேறிய ஈழத் தமிழர்களின் குடியிருப்பிடமாக இருந்து வந்தது. அந்தக் காலக்கட்டத்தில் சிராங்கூன் சாலை தமிழர்களின் கோட்டையாக விளங்கியதைப்போல் சிலோன் சாலை ஈழத்தமிழர்களின் கோட்டையாக விளங்கி வந்தது என்றால், அது மிகையாகாது. ஈஸ்ட்கோஸ்ட் சாலை, தொடங்கி, டன்மன் சாலைவரையும் இன்னும் அதனைத் தாண்டியுங்ககூட சிலோன் தமிழர்கள் அச்சாலை நெடுகிலும் சொந்தமாக வீடுகளைக் கட்டிக்கொண்டு, தத்தம் குடும்பத்துடன் மகிழ்ச்சியாகவும் ஒற்றுமையாகவும் வசதியாகவும் வாழ்ந்து வந்தனர். சிலோன் சாலை யாழ்ப்பாணத் தமிழர்கள் மிகுதியாக வாழ்ந்த இடம் என்ற போதிலும் அதன் அண்மையிலிருந்த மார்ஷல் சாலை, கார்ப்மேயில் சாலை, ஜூசியாட் சாலை போன்ற இடங்களிலும் காத்தோங் வட்டாரத்தின் இதர பல பகுதிகளிலும் அவர்கள் பரவலாக வசித்து வந்தனர்.

செண்பக விநாயகர் ஆலயத்திற்கு யாழ்ப்பாண தமிழர்கள் அடிக்கடி வந்து வழிபாடு செய்து செல்வர். விநாயகர் சதுர்த்தி போன்ற சிறப்பான நாட்களிலும் சாதாரண நாட்களிலும் அங்கு வரும் ஆடவர்கள் தவறாது தூய்மையான வேட்டி, சட்டை துண்டு அணிந்து பெண்மணிகள் வண்ணப்பட்டாடை உடுத்தியும் பிள்ளைகள் கண்ணைக் கவரும் பல வண்ண உடைகளில் மிகுந்த அடக்க ஒடுக்கத்துடனும் பக்திப் பரவசத்துடனும் கட்டொழுக்குடனும் ஆலயத்திற்கு வந்து வழிபாடு செய்து போகும் அழகிய காட்சி என்னை மிகவும் வியப்பில் ஆழ்த்தியது. அவர்கள் தமிழர் பண்பாட்டின் சிறந்த காவலர்களாக விளங்கினர் என்று கூறுவது, மிகவும் பொருத்தமான ஒன்றே ஆகும்.

என் சிற்றப்பார் சிறுவயது முதலே அந்த ஆலயத்தில் பல ஆண்டுகாலம் வேலை செய்தவர் என்று முன்பே கூறினேன். அதன் காரணமாக ஆலயத்திற்கு வந்து சென்ற யாழ்ப்பாணத்தார்களில் பெரும்பாலானவர்கள் அவருக்கு நல்ல பழக்கமானவர்கள். அதனால், அவர்மீது அன்பும் மரியாதையும்கொண்டவர்கள். என் சிற்றப்பார் அவர்களிடம் என்னைப் பற்றியும் என் எதிர்காலம் பற்றியும் பேசியபோது அவர்கள் "கருப்பையா! நீ ஏன் உன் தமையன் மகனை ஏதேனும் ஒரு பள்ளியில் சேர்த்துவிடக்கூடாது" என்று அவர்களுள் ஒருவர் கேட்டார். அவரின் அந்தக் கேள்வியே

செ.பாலசுப்ரமணியன் | 47

என் எதிர்கால நல்வாழ்க்கைக்கு ஒளிமயமான வழியைத் திறந்து விட்டது என்பேன்.

வழி பிறந்தது!

"ஐயா, நானும் அது பற்றி பல வழிகளிலும் யோசித்துக்கொண்டுதான் இருக்கிறேன். ஒரு வழியும் எனக்குப் புலப்படவில்லை", என்று கூறியபடி அவர் தன் தலையைச் சொரிந்தார். அதைப்பார்த்த அந்த நல்லவர் மனமிரங்கி, "சரி, நீ போய் அருகில் வசிக்கும் என் நண்பர் சபாபதி பிள்ளையைப் போய்ப் பார். உன்னை நான் அனுப்பி வைத்ததாகக் கூறு" என்று சொல்லிச் சென்றார். அடுத்த நாளே நானும் என் சிற்றப்பாரும் அதே வட்டாரத்தில் தனியார் பள்ளி ஒன்றில் தலைமையாசிரியராகப் பணியாற்றி வந்த திரு. சபாபதிபிள்ளை அவர்களை நேரில் சென்று சந்தித்தோம். ஆற்றுப்படுத்திய அவர் பெயரைக் கூறி அந்தப் பெரியவர், எங்களை இங்கு அனுப்பி வைத்ததாகவும் கூறினோம். அதைக் கேட்டதும் அவர் என்னை ஒரு நிமிடம் ஏற இறங்கப் பார்த்துவிட்டு உதட்டைப் பிதுக்கினார். அதைப் பார்த்த எனக்கு அது மிகுந்த அச்சத்தை ஏற்படுத்தியது. என்ன சொல்லப் போகிறாரோ என்று கையைப் பிசைந்துகொண்டு நின்றேன்.

சபாபதி பிள்ளை சற்று நேரம் யோசித்தபடி அமைதியாக இருந்தார். பின்பு "கருப்பையா, உன் தமையன் மகனோ தொடக்க நிலையில் முறைப்படி கல்வி கற்பதற்கான வயதைக் கடந்த பொடியனாக இருக்கிறபடியால் அவனை எந்த வகுப்பில் சேர்க்கலாம் என்றுதான் சற்று யோசிக்கிறேன்" என்றார்.

"ஐயா, நீங்கள் பெரிய மனிதர் அவனுக்கு நீங்கதான் கொஞ்சம் பெரிய மனசு பண்ணி உதவ வேண்டும்", என்று என் சிற்றப்பார் கெஞ்சும் குரலில் வேண்டிக்கொண்டார்.

"சரி, நீ வருகிற திங்கள் கிழமை அன்று மறவாமல் இந்தப் பொடியனை அழைத்துக்கொண்டு, நான் பணியாற்றும், 'டிரைபர்க் ஆங்கிலப் பள்ளிக்கு வா", என்று சொல்லிவிட்டு அவர் வேறு முக்கிய வேலை காரணமாக அங்கிருந்து வெளியே சென்று விட்டார். அவர் கூறிய. நம்பிக்கை அளித்த அந்தச் சொற்களைக் கேட்ட நாங்கள் அங்கிருந்து மகிழ்ச்சிப் பெருக்குடன் எங்கள் இருப்பிடம் நோக்கி நடந்தோம்.

திரு. சபாபதி பிள்ளை அவர்கள் சொல்லியபடி அந்தத் திங்கள் கிழமை அன்று அவர் தலைமையாசிரியராகப் பதவி வகித்த அந்தத் தனியார் பள்ளிக்குக் குறித்த நேரத்தில் சென்று விட்டோம.

அப்பள்ளி காத்தோங் வட்டாரத்தில் ஜூசியாட் பகுதியில் கூன் செங்சாலை டெம்ப்லிங் சாலை சந்திப்பில் இருந்தது. பள்ளியில் இடம் கிடைத்தது!

குறித்த நேரத்தில் பள்ளி சென்ற நாங்கள் அப்பள்ளி அலுவலகத்தின் கதவைச் சற்று தயக்கத்துடன் தட்டினோம்; பணிவோடு வணக்கம் கூறியபடி உள்ளே நுழைந்தோம். அதைப் பார்த்த அந்தத் தலைமையாசிரியர் திரு. சபாபதி பிள்ளை அவர்கள் என் சிற்றப்பாரைப் பார்த்து "இந்தப் பொடியனுக்கு 'ஸ்டாண்டர்டு' ஒன்றில் இடம் ஒதுக்கும்படி அந்த வகுப்பாசிரியரிடம் முன்பே கூறியிருக்கிறேன்." என்று கூறி, உடனே அவரைப் போய்ப் பார்க்கும்படி சொன்னார். நாங்களும் தாமதிக்காமல் மிக்க மகிழ்ச்சியுடன் அவரைப் போய்ப் பார்த்தோம். எனக்குத் ஸ்டாண்டர்டு ஒன்றில் அவர் கூறியபடியே இடம் கிடைத்தது. நாங்கள் அலுவலகத்திற்கு சென்று தலைமையாசிரியரைப் பார்த்து நன்றி கூறிவிட்டு வீடு திரும்பினோம். பள்ளியில் இடம் கிடைத்த மகிழ்ச்சியில் அன்று முழுவதும் எனக்கு இருப்புக்கொள்ளவில்லை.

நான் சிங்கை வந்தபோது இரண்டாம் உலகப்போர் முடிவடைந்து ஏறத்தாழ ஐந்தாண்டு காலம் முடிந்திருக்கலாம். அந்தக் கொடிய போர் இந்த நாட்டையே மிக மோசமாகச் சீர்குலைத்திருந்தது. மூன்றாண்டு கால ஜப்பானியர் ஆட்சியில் நிகழ்ந்த பயங்கர குண்டு வீச்சினால் நாட்டில் ஏற்பட்ட இடிபாடுகளில் பெரும் மாற்றம் ஏதும் ஏற்படவில்லை. வாழ்வில் மகிழ்ச்சியும் தென்படவில்லை. ஜப்பானியர் ஆட்சியில் அனுபவித்த கொடுமையிலிருந்து மக்கள் விடுபட முடியாமல் எந்நேரமும் பயத்திலும் வறுமையிலும் வாழும் சூழ்நிலை மேலோங்கியிருந்தது. இதுவே அன்றைய உண்மை நிலை.

சிங்கை நாட்டில் ஜப்பானியர் ஆட்சியின் தாக்கம்.

ஜப்பானியர் ஆட்சியின் தாக்கம் என்னைப் பொருத்த மட்டில் தீமையிலும் ஒரு நன்மையைச் செய்திருந்தது என்று கூற ஆசைப்படுகிறேன். அது என் போன்றோருக்கு கிடைத்த வரப்பிரசாதம் எனலாம். அது எவ்வாறு என்றால், நாடும் ஆட்சியும் சீர்குலைந்த நிலையில் இருந்ததால், அன்று சிங்கையில் என் போன்ற வெளிநாட்டு மாணவர்களுக்குப் பள்ளிகளில் வயதுக்கேற்ற வகுப்பில்தான் படிக்க வேண்டும் என்ற கட்டுப்பாட்டைப் பொருத்தவரை நீக்குப்போக்கான நிலையே கடைப்பிடிக்கப்பட்டது. அதனால்தான் திரு. சபாபதி பிள்ளை வெளிநாட்டில் பிறந்து வயது பதினொன்றைக் கடக்கும் நிலையில் இருந்த என்னைத் தொடக்க நிலை ஒன்றாம் வகுப்பில் சேர்த்துவிட அந்த நீக்குப்

போக்கு நிலையே உதவியாயிருந்தது. இன்றைய நிலை அன்று இருந்திருக்குமானால், நான் பள்ளியில் சேர்வது என்பது எட்டாக் கனியாகவே போயிருக்கும். இதைத் தவிர அன்று அடையாள அட்டைகளை வழங்கிய அரசாங்க அலுவலகத்தில்கூட ஒருவரின் வயதைப் பதியும்போது, பிறப்புச் சான்றிதழைக் கட்டாயம் காட்ட வேண்டும் என்று வலியுறுத்தப்படவில்லை. அப்படியே அதிகாரிகள் வேண்டுமென்று கேட்டாலும் மக்கள் பலரால் அவற்றைக் காட்ட முடியாத அவல நிலையே அன்று நாட்டில் இருந்து வந்தது. இதுவே ஜப்பானியர் நம் நாட்டில் நிகழ்த்திய போரினால் நாட்டு மக்களுக்கு ஏற்பட்ட சொல்லொண்ணாத் துயரநிலையாகும். எதிரிகள் நம் நாட்டில் குண்டு மழை பொழிந்தபோது, விலைமதிப்பற்ற உயிரைக் காப்பாற்றிக்கொள்ளத் துடிக்கும் நிலையில் நாட்டு மக்களால் ஆவணங்களைக் காப்பாற்றிக் கொள்வது என்பது இயலாத ஒன்று எனலாம். இதை நன்கு உணர்ந்திருந்த நம் அரசு நிர்வாகத்தில் நீக்குப் போக்கான நிலையைக் கையாண்டது, அப்படிப்பட்ட நெருக்கடியான சூழ்நிலையில் மிகவும் பொருத்தமானதும் மனிதாபிமான மிக்கச் செயலும் ஆகும்.

என் கல்விப் பயணம் தொடங்கியது!

சிங்கையில் என் பள்ளி வாழ்க்கை பற்றி விரித்துக் கூற முற்பட்டால் அளவில் பெருகும் என்ற காரணத்தால் நான் கூற வந்தவற்றை ஓரளவு வரிசைப்படுத்தி, இரத்தினச் சுருக்கமாகக் குறிப்பிட்டுச் சொல்லவே ஆசைப்படுகிறேன். அத்தகைய தகவல்கள் பயனுள்ளவை, அவசியமானவை என்பதாலேயே அவற்றை குறிப்பிட விரும்புகிறேன். தொடக்க நிலை ஒன்றில் டிரைபாக் ஆங்கில பள்ளியில் என்னைத் திரு. சபாபதி பிள்ளை அவர்கள் சேர்த்து விட்டது பற்றி நான் முன்பே என் கட்டுரையில் குறிப்பிட்டுள்ளேன். அவர் கூறிய அறிவுரைப்படி நான் முயன்று படித்து வகுப்பில், ‘டபுள் புரமோஷன்’ பெற்றால் ஒழிய ஓரளவு என் வயதை ஈடுகட்டி, வயதுக்கேற்ற வகுப்பில் இடம் பிடித்துக் கல்வி பயிலும் வாய்ப்பினை நான் பெறலாம் என்ற நம்பிக்கை எனக்கு ஏற்பட்டது. அந்த நம்பிக்கையின் அடிப்படையில் நான்விடாமுயற்சியுடனும், மிகுந்த ஆர்வத்துடனும் பாடங்களைப் படிக்கலானேன். இரண்டு ஆண்டுகள் தொடர்ந்து ‘டபுள்புரமோஷன்’ பெற்றேன். அதனால், தொடக்கநிலை ஒன்றிலிருந்து மூன்றுக்கும் மூன்றிலிருந்து ஐந்துக்கும் நான் தடையின்றி மாறிச் செல்ல திரு. சபாபதி பிள்ளை அவர்கள் எனக்கு உதவினார். அவர் கூறியபடியே சாதனை புரிந்தது குறித்து, என்னை அவர் வெகுவாகப் பாராட்டினார். அதைப்போல், என்

உற்றார் உறவினர்களும் பாராட்டிப் பரிசுகளும் வழங்கினர். என் கல்வியில் தொடர்ந்து முன்னேற அது எனக்கு மிகுந்த உந்துசக்தியாகவும் உதவியது.

என்னைப் பொருத்த மட்டில் திட்டமிட்டபடி ஐந்தாம் வகுப்பில் அடியெடுத்து வைத்தாகி விட்டது. அடுத்து என்ன செய்வது என்பதே எனக்கும் என்னைச் சார்ந்தோருக்கும் இருந்து வந்த கேள்வியாகும். அரசாங்கப் பள்ளியில் சேர்வது நல்லது. ஆனால் அது எப்படிச் சாத்தியமாகும்? அது பற்றி யாரை அணுகுவது? எப்படி அணுகுவது என்பதே எவருக்கும் புரியாத புதிராக இருந்தது.

உதவிய நல்ல உள்ளங்களுக்கு என் நன்றி!

திரு. சபாபதி பிள்ளை அவர்களைத் தவிர என் வாழ்க்கைக்கு வழிகாட்டிய நல்ல மனிதர்கள் பலரும் நிச்சயம் இங்குக் குறிப்பிடப்பட வேண்டியவர்கள் ஆவர். அவர்களைப் பற்றியும் அந்த நல்லவர்கள் முன் வந்து கைம்மாறு கருதாமல் எனக்கு உதவியதைப் பற்றியும் மறவாமல் இங்கு நன்றிப் பெருக்குடன் கூற வேண்டியது செய்நன்றி மறவாச் செயல் என்றும் நான் கருதுகிறேன். அதுப் பற்றிப் பின்னர் இன்னும் விரிவாகப் பார்ப்போம்.

நான் மேற்கொண்ட கல்விப் பயணம் வெற்றிகரமாகத் தொடர்வதற்கான முன்னேற்றப் பாதையை எனக்குள் அமைத்துக் கொடுத்த கருணை மிகு நல்லவர்கள் சிலரை இங்கே குறிப்பிடாமல் இருக்க முடியாது! எவ்விதப் பதில் உதவியையும் எதிர்பாராமல் காலத்தால் அவர்கள் செய்த நன்றியை என் உயிர் உள்ளளவும் மறக்க மாட்டேன்.

நான் குறிப்பிட விரும்பும் நல்லவர்களுள் முதலிடம் பெறுபவர் அமரர் திரு. சபாபதிப் பிள்ளை அவர்களே ஆவார். அவரைப் பற்றி முன்பே என் கட்டுரையில் பல இடங்களில் குறிப்பிட்டுள்ளேன். அதை நீங்களும் நன்கு அறிவீர்கள்.

அடுத்து, அந்த வரிசையில் நான் குறிப்பிட விரும்பும் மனிதர் என் சகோதரியின் கணவர் அமரர் திரு. ப. கு. முத்தையா என்பவராவார். அக்காலத்தில் அவருக்கு உற்ற நண்பராக விளங்கியவர் அமரர் திரு. மாரியப்பா என்பவர். அவர் பொத்தோங் பாசிர் வட்டாரத்தின் அருகே இருந்த சிங்கையின் தேசிய அச்சகத்தில் பணியாற்றி வந்தார். ஒரு சந்தர்ப்பத்தில் என் மாமா, திரு. ப. கு. முத்தையா, திரு. மாரியப்பா அவர்களைச் சந்தித்து எனக்கு உதவுமாறு மிகவும் பணிவுடன் வேண்டினார். திரு. மாரியப்பா அவர்களும் தனக்குத் தெரிந்த ஓர் ஆங்கிலத் தொடக்கப்பள்ளி

ஆசிரியராக அன்று பணியாற்றி வந்த திரு. ஜி. டி. பாலகிருஷ்ணன் என்பவரின் உதவியை நாடுவதாகவும் அதை முன்னிட்டு ஒரு குறிப்பிட்ட நாளன்று அவர் வீட்டுக்கு எங்களை வருமாறும் கூறினார். நாங்களும் அவ்வாறே செய்தோம். திரு. மாரியப்பா அவர்களின் வீட்டை நாங்கள் அடைந்த சிறிது நேரத்திலேயே நற்பேறாக திரு. ஜி. டி. பாலகிருஷ்ணன் அவர்களும் அங்கு வந்து விட்டார். திரு. மாரியப்பா அவர்கள் திரு. ஜி. டி. பாலகிருஷ்ணன் அவர்களிடம் என் உண்மை நிலையை விளக்கிக் கூறி எனக்குப் பரிவுகாட்டி உதவுமாறு மிகவும் தயவாக வேண்டிக்கொண்ட பின் அன்பே வடிவான அவர் சற்று யோசித்து விட்டு, "சரி, அடுத்த நாள் காலையில், தான் பணியாற்றி வரும் புக்கிட் பாஞ்சாங் ஆங்கிலத் தொடக்கப் பள்ளிக்கு வந்துவிடுங்கள்", என்று கூறிவிட்டு அவசர வேலை காரணமாக அங்கிருந்து புறப்பட்டுச் சென்று விட்டார். நாங்கள் அந்த அரிய வாய்ப்பை நழுவவிடவில்லை. அவர் கூறியபடி குறித்த காலத்தில் நாங்கள் அந்தப் பள்ளியில் இருந்தோம். திரு. ஜி. டி. பாலகிருஷ்ணன் அவர்கள் அந்தப் பள்ளித் தலைமை ஆசிரியரிடம் எனக்காக மிகுந்த கருணை உள்ளத்தோடு நெடுநேரம், என் நிலைபற்றிப் பேசி விளக்கியப் பின், ஒருவாறு எனக்கு அந்த அரசாங்கப் பள்ளியில் கல்வியிலும் நல்வாய்ப்புக் கிட்டியது. அது நான் செய்த பெரும் பேறு எனக் கருதுகிறேன். பிற்காலத்தில் கேசியாங் சாலையில் செயல்பட்டு வந்த கல்வி அமைச்சில் பள்ளி ஆய்வராக (இன்ஸ்பெக்டராக) உயர்பதவி வகித்து, நாட்டின் கல்வி வளர்ச்சிக்கு நற்பணியாற்றிய திரு. ஜி. டி. பாலகிருஷ்ணன் அவர்கள் என் வாழ்வில் ஒளியேற்றி வைத்த, மறக்க முடியாத நன்றிக்குரிய மிக நல்ல மனிதராவார். அதற்குப் பின்னர், ஆண்டு 80களின் தொடக்கத்தில் நான் அதே இடத்தில் கல்வி அமைச்சில் தமிழ்மொழிக்கான தேர்வுப் பிரிவு அதிகாரியாகப் பணியாற்றிய காலத்திலும் அவரை நேரில் சந்திக்கும் வாய்ப்பு எனக்குக் கிட்டவில்லை என்பதை நினைத்து வருந்தியதுண்டு. ஆனால், இன்றைய நிலையில், அவரின் மகன் நம் நாட்டின் சிறந்த அமைச்சர்களில் ஒருவராகப் பணியாற்றி வருகிறார் என்பதை அறிந்து மிகவும் பெருமைப்படுகிறேன்.

அடுத்தபடியாக ஆண்டு 1956—1959வரை நான் ஜாலான் புசார் வட்டாரத்தில், டயர்விட் சாலை அருகே செயல்பட்டு வந்த விக்டோரியாப் பள்ளியில் உயர்நிலை வகுப்புகளில் படித்தபோது, ஏழ்மையில் இருந்து வந்த என் குடும்பப் பின்னணியை நன்கு அறிந்து, கருணையுள்ளத்துடன் எனக்குத் தக்க அறிவுரைகள் கூறி என் கல்விப் பயணம் தடையின்றித் தொடர அன்பும் ஆதரவும் அளித்து, ஊக்குவித்தவர் நம் நாட்டில் பலரும் அறிந்த

முன்னோடி ஆசிரியர் திரு. சாமுவேல் துரைசிங்கம் ஆவார். அவர் நம் சிங்கை நாட்டின் சிறந்த வரலாற்று ஆசிரியர்களுள் குறிப்பிடத்தக்கவராவார். நம் நாட்டைப் பொறுத்தவரை அவரை அறியாதவர்கள் இருக்க மாட்டார்கள் எனலாம்.

மாண்புமிக்க திரு. சாமுவேல் அவர்கள் விக்டோரியாப் பள்ளியில் எனக்கு வரலாற்றுப் பாடம் கற்பித்தவர். அவர் மிகுந்த ஆங்கிலப்புலமை வாய்ந்தவராக இருந்த போதிலும் என்றென்றும் தமிழ்மொழி வளர்ச்சியிலும், தமிழாசிரியர்கள் நலனிலும் மிகுந்த அக்கறைகொண்டவர் என்பதில் எள்ளளவும் ஐயமில்லை. அந்த நல்லவர் என்றும் என் நன்றிக்குரியவர் ஆவார். அவரின் வழிகாட்டுதலை எண்ணி இன்றளவும் நான் பெருமிதம் கொள்கிறேன். அவருக்கு என்றும் நான் நன்றிக் கடன் பட்டுள்ளேன்.

இந்த வரிசையில் நான் அடுத்துக் குறிப்பிட விரும்பும் ஒருவர் பேராசிரியர் முனைவர் திரு. திண்ணப்பன் அவர்கள். அவரும் என் நன்மதிப்புக்கும் நன்றிக்கும் உரிய பண்புமிக்க நல்லறிஞர். அவர் எனக்குப் பல வகையிலும் ஊக்குவிப்பும் உதவிகளும் புரிந்து, இந்நூலை எழுதுவதற்கு நான் மேற்கொண்ட முயற்சிகள் தடையின்றி நடைபெறச் சிறந்த வழிகாட்டியாக இருந்தவர். பேராசிரியர் முனைவர் திரு. சுப. திண்ணப்பன் அவர்கள் இன்றளவும் நம் நாட்டில், தமிழ்மொழி தழைத்தோங்கவும் தமிழர் சமுதாயம், தாய்மொழியைப் பேணி வளர்க்கும் பணியில் விழிப்புணர்வு பெறவும் நீண்ட காலமாக அயராது பாடுபட்டு வரும் தன்னிகரற்ற தமிழ்த்துறைத் தலைவர் என்பது நம் நாடறிந்த உண்மையாகும். அன்பின் திருவுருவமாகவும் பண்பின் இருப்பிடமாகவும் விளங்கிவரும் மாண்புமிக்க அந்தத் தமிழ் அறிஞர் என்றும் என் நினைவை விட்டு நீங்காதிருப்பவர்.

ஆண்டு 80களின் முற்பகுதியில் நான் பணியாற்றி வந்த 'சி. டி. ஐ. எஸ்' எனப்படும் பாடத்திட்ட மேம்பாட்டுக் கழகத்தில் உயர்நிலை வகுப்புகளுக்கான தமிழ்ப்பாடநூல்கள் எழுதித் தயாரிக்கும் திட்டப் பணிக்குப் பொறுப்பேற்றிருந்த காலத்தில் எனக்கும் என் பொறுப்பில் இருந்த (Tass) குழுவுக்கும் அவ்வப்போது தேவையான ஆலோசனைகள் பல வழங்கிச் சிறந்த வழிகாட்டியாகவும் விளங்கினார்.

பின்னர், 'நினைவலைகள்' என்னும் இந்நூல் நன்முறையில் வெளியீடுகாண வேண்டுமென்பதற்காக முக்கிய அறிவுரைகள் கூறி உதவிய பெருமகனும் அவரே என்பதை நன்றிப் பெருக்குடன் இங்குக் குறிப்பிட விரும்புகிறேன்.

மேற்கூறிய இவர்களைத் தவிர நம் நாட்டின் மூத்த கவிஞர்களுள் ஒருவரும் இதுவரை பல தலைப்புகளில் நாட்டுப்பற்றுடன் பதினைந்து கவிதை நூல்கள்வரை எழுதி வெளியிட்டுள்ள 'வரகவி' எனக் கூறத்தக்க கவிஞர் முத்திரைப் பாவரசு, பாவலர் திரு. முத்துமாணிக்கம் ஆவார். அவர்களே இந்நூலை மனந்தளராது எழுதுமாறு என்னை ஊக்குவித்த சிறந்த தமிழ்மொழிப் பற்றாளர் ஆவார்.

அடுத்து, நாமெல்லாம் நன்கறிந்த முன்னோடித் தமிழாசிரியரான திரு. மு. தங்கராசு அவர்களும், நம் நாடறிந்த எழுத்தாளர், திரு. மா. அன்பழகன் அவர்களும் என்னைப் பல வகையிலும் ஊக்குவித்து உதவியவர்கள். அவர்களைத் தவிர இன்னும் சிலரும் நன்றிக்குரிய நல்லவர்கள் வரிசையில் அடங்குவர். அவர்கள் நிச்சயம் பின்வரும் பக்கங்களில் குறிப்பிடப்படுவர் என்று கூறி, இனி, மற்றத் தலைப்புகளுக்குச் செல்ல விரும்புகிறேன். அவற்றைத் தனித்தனித் தலைப்புகளின் கீழ் நீங்கள் காணலாம். அத்தலைப்புகளில் இடம்பெறும் கருத்துகள் பெரும்பாலும் இந்நாட்டில் நேரில் கண்டு பிறரிடம் கேட்டு, அறிந்தவையும் நூல்கள் வாயிலாகப் படித்தறிந்தவையும், நானே பட்டறிந்தவையுமே ஆகும்.

இந்நூலில் இடம் பெறும் கருத்துகள் பல நம்நாட்டு வரலாறு தொடர்புடையனவாக இருக்கலாம். அதைக்கொண்டு நான் வரலாறு எழுத முயல்வதாக எண்ண வேண்டாம். நாட்டு வரலாற்றில் புதையுண்டு கிடக்கும் சில பல சுவையான தகவல்களை வெளிக் கொணர்ந்து அவற்றைச் சாதாரண மக்களும் அறியுமாறு செய்ய வேண்டும் என்பதே என் குறிக்கோள் என்பதை இங்குத் தெளிவுபடுத்த விரும்புகிறேன்.

சிங்கையின் தந்தையும், நவீன நிறுவனருமான திரு லீ குவான் இயூ அவர்கள்

Spore river (new)

Pelton Canal (now)

Kallang River - Pelton Canal

Old Singapore

2

சிங்கை பற்றிய சில வரலாற்றுக் குறிப்புகள்

சிங்கையில் ஆண்டு 50-களில் தமிழ்மொழியின் நிலை

நான் 1951ல் இங்கு வந்தேன் என்பதை முன்னரே கூறியுள்ளேன். நான் இந்நாட்டில் காலடி வைத்தபோது, இரண்டாம் உலகப் போர் முடிவடைந்து, ஒரு சில ஆண்டுகள் ஆகியிருந்தன. எனினும், போரின் தாக்கத்திற்கும் ஜப்பானியரின் கொடிய ஆட்சி முறைக்கும் ஆளான நம் நாட்டு மக்களின் வாழ்வில் அச்சமும் நீங்காத சோகமுமே குடிகொண்டிருந்தன.

உணவுப் பங்கீட்டு முறையால் மக்களுக்குக் கிடைத்த அரிசி, பருப்பு முதலிய கொஞ்ச நஞ்ச உணவுப் பொருள்களும் 'குடோன்கள்' எனப்பட்ட உணவுக் கிடங்குகளில் நீண்டகாலமாக சேகரித்து வைக்கப்பட்டிருந்தவையாகும். அந்தச் சிறிதளவு உணவுப் பொருள்களும் மட்கிப் போனவையாகவும் புழுப்பிடித்தவையாகவும் ஊட்டச் சத்துக் குறைந்தவையாகவும் இருந்த காரணத்தால், வேறுவழியின்றி அத்தகைய உணவுப் பொருள்களை உண்டவர்கள் பெரும்பாலோர் உடல் மெலிந்தவர்களாகவும் தீராத நோயாளிகளாகவும், 'பெரிபெரி' எனப்படும் நோய்க்கு ஆளாகி, வீங்கிய கால்களை உடைய நடைப் பிணங்களாகவும் காட்சியளித்த சோகக் காட்சிகளைக் கண்கூடாகக் கண்டு பலமுறை நான் கண்கலங்கியதுண்டு. இன்று நம் நாடு பெற்றுள்ள நல்லாட்சி காரணமாக அத்தகைய காட்சிகளை நாம் காண்பது அரிது. அப்படிப்பட்ட நிம்மதியான நிலையை உருவாக்கித்

தந்த நம் நாட்டுத் தலைவர்கள் என்றென்றும் மக்களால் மறக்க முடியாதவர்கள்; நன்றிக்குரியவர்கள் எனில், சற்றும் மிகையாகாது.

பொதுவாக அன்றைய நாட்டு மக்கள் வாழ்க்கை அவ்வாறு இருந்த நிலையில் நம் தமிழ் மக்களின் வாழ்க்கை நிலையோ அதைவிட மோசமாகவே இருந்தது என்பேன். அதுவே உண்மைநிலை எனலாம். நலிந்த தமிழராய் வாழ்ந்த காலத்தில் நம் தமிழ் மொழியின் நிலையும் அதற்கேற்பவே இருந்ததில் வியப்பேதும் இருக்க முடியாது.

நம் தாய்மொழியின் காவலர்கள்

அன்றைய நிலையில் நம் தாய்மொழியாம் தமிழ்மொழியின் காவலர்களாக விளங்கியவர்கள் இந்நாட்டில் பரவலாக வாழ்ந்து வந்த கூலித் தொழிலாளர்கள் என்பதை நினைவுப்படுத்தக் கடமைப்பட்டுள்ளேன். அவர்களால்தான் அன்றைய நிலையில் நம் தாய்மொழி சிங்கையிலும் அண்டை நாடான மலாயாவிலும் உயிரூட்டப்பட்டு வந்தது என்பதை எவராலும் மறுக்க முடியாது. தமிழ் இன்றளவும் வாழும் மொழியாக இருந்து வருவதற்கு அவர்களே காரணமானவர்கள். அடுத்து தமிழுக்கு உயிரூட்டும் பணியில் தொடர்ந்து முக்கியப் பங்காற்றியவர் நம் தமிழவேள் கோ. சாரங்கபாணி அவர்கள் ஆவார். அவரால் ஆரம்பிக்கப்பட்ட ‘தமிழ்முரசு’ பத்திரிகை மூலம் மலாயா, சிங்கப்பூர் ஆகிய நாடுகளில் வாழ்ந்த தமிழர்களை முரசு கொட்டித் தட்டி எழுப்பினார். ‘நாம் தமிழர், நம் தாய்மொழி தமிழ்’ என்பதைத் தொடர்ந்து நம் மக்களுக்கு வலியுறுத்தி வந்தார். இங்கிருந்த நம் ஏழைத் தொழிலாளர்களையும் மலாயா முழுவதும் பரவலாக ரப்பர்த் தோட்டங்களில் வேலை செய்துவந்த தோட்டத் தொழிலாளர்களையும் அடிக்கடி நேரில் சந்தித்தும் எண்ணற்ற கூட்டங்களில் சொற்பொழிவாற்றியும் அயராது தமிழ் மொழியின் வளர்ச்சிக்கு உரமிட்டு வளர்த்து வந்தார். பல சிரமங்களுக்கிடையே விடாது தொடர்ந்து நடத்தி வந்த தமிழ் முரசுப் பத்திரிகையே அவர் மேற்கொண்ட முயற்சி வெற்றி பெற உறுதுணை புரிந்தது. சிங்கையில் தமிழ் மொழியை நிலைநிறுத்த, ‘தமிழ் எங்கள் உயிர்’ என்ற பெயரில் நிதி சேர்த்து வழங்கியதுடன் இந்நாட்டைப் பொருத்தவரை, பெரும்பான்மை இந்தியர்களால் பரவலாகப் பேசப்படுவது தமிழ் மொழியே என்பதை நம் அரசுக்குத் தெளிவாக எடுத்துக்காட்டி உணர்த்தினார். அதன் மூலமாக பல இன மக்கள் வாழும் நம் குடியரசில் ஏற்றுக்கொள்ளப்பட்ட நான்கு அதிகாரபூர்வ மொழிகளுள் தமிழும் இடம் பெறச் செய்தார். அந்நற்செயலை மறவாது, தமிழர்களாகிய

நாம் அம் மாமனிதர், திரு. கோ. சா. அவர்களுக்கு என்றென்றும் கடமைப்பட்டவர்களாவோம். அவரே நம் தமிழுக்கு வாழ்வளித்த வள்ளல் என்பதை நம்நாட்டு வரலாறும் கூறும் என்பதில் கிஞ் சிற்றும் ஐயமில்லை.

சிங்கையில் (Sir Stamford Raffles in Singapore) சர் ஸ்டாம்ஃபோர்டு இராஃபிள்ஸ்

நான் எழுதும் 'நினைவலைகள்' என்னும் இந்நூலில் சிறு சிறு தலைப்புகளும் இடம்பெறும் என்பதை முன்னரே குறிப்பிட்டுள்ளேன். அந்த முறையில் பிறந்த நாடான பிரிட்டனுக்கும், புகுந்த நாடான சிங்கப்பூருக்கும் பெருமை சேர்த்தவர் சர் ஸ்டாம் ஃபோர்டு இராஃபிள்ஸ் ஆவார். அவரைப் பற்றிய வரலாறு நம் மக்கள் அறிந்ததே. ஆனாலும் அவரின் வாழ்க்கையில் மறைந்து கிடக்கும் எண்ணற்ற பல உண்மைகள் பற்றிப் பாமரமக்கள் பெரும்பாலார் அறிந்திருக்க வாய்ப்பு இல்லை. அதனால், அவரின் இளமைக்கால வாழ்வு பற்றிச் சற்று விரிவாகக் கூற ஆசைப்பட்டேன். அதன் விளைவே இந்தக் கட்டுரை என்பதை இங்குக் கூறிக் கொள்கிறேன்.

இராஃபிள்ஸ் பெருமகனின் முழுப் பெயர் தாமஸ் ஸ்டாம்ஃபோர்டு இராஃபிள்ஸ் என்பதாகும். அவரின் தாயார் பற்றிய விவரம் கிட்டவில்லை. அவரின் தந்தையார் பெயர் கேப்டன் பெஞ் சமின் இராஃபிள்ஸ் என்பதாகும்.

அவர் மேற்கிந்திய தீவுகளின் கடற்பகுதியில் (Ann) 'ஆன்' என்றழைக்கப்பட்ட சிறு கப்பலுக்குத் தலைவராய் விளங்கினார். அந்தக் கப்பலில்தான் ஜுலை 6.1781.ல் நம் இராஃபிள்ஸ் அவர்கள் பிறந்தார். வறுமையில் உழன்றது 'கொடிது கொடிது வறுமை கொடிது, அதனினும் கொடிது இளமையில் வறுமை' என்று ஔவை மூதாட்டி கூறியதற்கு இலக்கணமாய் அமைந்தது சர் ஸ்டாம்ஃபோர்டு இராஃபிள்ஸ் அவர்களின் இளமைக்கால வாழ்வு. அந்த வறுமையின் காரணமாகவே இளம் இராஃபிள்ஸ் அவர்கள் தம் பதினான்காம் வயதிலேயே வேலைக்குச் சென்று, பிழைக்க வேண்டிய சூழ்நிலை ஏற்பட்டது. அதனால், அவர் அக்காலத்தில் லண்டன் மாநகரில் செயல்பட்டு வந்த கிழக்கிந்தியக் கம்பனியில் ஒரு சாதாரண (Clerk) எழுத்தராகச் சேர்ந்து பணியாற்றி வந்தார். அவருடைய தந்தைபட்ட கடன் இராஃபிள்ஸின் கல்விக்குத் தடைக் கல்லாய் இருந்த போதிலும் கல்வி கற்க வேண்டும் என்ற நீங்காத ஆர்வத்திற்கும் அறிவுப் பசிக்கும் எவராலும் தடை போட முடியவில்லை. அறிவைத் தேடும் பணியில் அவர்விடா முயற்சியுடன் இரவில் நெடுநேரம் கண்விழித்துப் படித்தார். கல்வி

கற்பதில் கருமமே கண்ணாயினராய் விளங்கினார். அவருடைய மன உறுதியும் அயரா உழைப்பும் அவருக்குக் கைமேல் பலன் அளித்தன. ஆண்டு 1807ல் அவர் தம் இளம் வயதிலேயே அன்றைய நிலையில் தென்கிழக்காசியாவில் பிரிட்டிஷாரின் 'Entreport' எனப்பட்ட வரியற்ற துறைமுகமாக விளங்கிய பினாங்குத் தீவில் அப்போது ஆளுநர் (Governor) பதவியிலிருந்த அதிகாரியின் தலைமைச் செயலராகத் தேர்ந்தெடுக்கப்பெற்று பினாங்குத் தீவை வந்தடைந்தார். அதன்பிறகு இராஃபிள்ஸ் அவர்களின் திறமையைப் பற்றிக் கேட்டறிந்த பிரிட்டிஷ் அரசாங்கம் 1810ல் அவரை மலயாவின் கவர்னர் ஜெனரல் அவர்களின் செயலராகவும் 1811ல் ஜாவாவின் ஆளுநராகவும் பதவி ஏற்கச் செய்தது. 1818ல் மலாக்கா நீரிணைப் பகுதியில் பிரிட்டனுக்கு மிகவும் தேவையான கப்பல் தளம் ஒன்றை அமைக்கும் பொறுப்பையும் அவருக்கு வழங்கி கௌரவித்தது. இவ்வாறு குறுகிய காலத்தில் சாதனைகள் பல புரிந்த நம் இராஃபிள்ஸ் பெருமகனாருக்குப் பிரிட்டிஷ் அரசு மிக மிக உயரிய விருதான (Knight) அதாவது 'வீரத்திருமகன்' என்ற விருதினை அளித்துச் சிறப்பித்தது. இவ்வாறு சிறப்பிக்கப்பட்ட இராஃபிள்ஸ் பெருமகனார் ஓய்வை முன்னிட்டு இங்கிலாந்தில் தங்கியிருந்த காலத்தில் தம் முதல் மனைவி ஒலிவியா (Olivia) என்பவர் இறந்து விட்ட காரணத்தால், இரண்டாம் மனைவி சோஃபியா ஹல் (Sohipa Hull) என்பவரை மணந்தார். பின்னர் அவர் 1818ல் தாம் ஆளுநராகப் பொறுப்பேற்ற சுமத்திராவின் பெங்கூலன் நகரை வந்தடைந்தார். அதன் பின்னர் அவருக்கு அளிக்கப்பட்ட பொறுப்பினைச் செவ்வனே நிறைவேற்றும் பொருட்டு தம் மனைவியுடன் மலாக்கா நீரிணைப் பகுதியை நோக்கிக் கப்பல் பயணம் மேற்கொண்டார். அதைத் தொடர்ந்து அவர் 1819ல் 'துமாசிக்' எனப்பட்ட நம் சிங்கைத் தீவில் காலடி வைத்தார். 1822 முதல் 1824வரை குறுகிய காலம்வரையே நம் நாட்டில் தங்கியிருந்த இராஃபிள்ஸ் பெருமகனார் ஆண்டு 1824, ஆகஸ்டு திங்கள் நோய் காரணமாகத் தம் தாயகம் நோக்கிப் பயணித்தார்.

தாயகம் திரும்பிய இளம் இராஃபிள்ஸ் அவர்கள் தாம் நேர்மையுடன் பணியாற்றிய கிழக்கிந்திய கம்பனியாரிடமிருந்து தனக்குரிய கணிசமான ஓய்வூதியம் (Pension) கிடைக்கும் என்று ஆவலுடன் இருந்தார். அது ஏனோ அவருக்கு மறுக்கப்பட்டது. சில தினங்களுக்குப் பிறகு அவர் இந்தியாவின் முன்னாள் தலைநகர் கல்கத்தாவில் இப்பொழுது (கொல்கத்தா) இடம் பெற்றிருந்த 'கல்கத்தா வங்கி'யில் தம் சேமிப்பாக வைக்கப்பட்டிருந்த தொகை 16000 பவுன்ட் அந்த வங்கி சற்றும் எதிர்பாரா வண்ணம்

முடக்கப்பட்ட காரணத்தால் அவருக்கு உரிய பணம் கிட்டவில்லை. அதுதான் அப்படி என்றால், தாம் நீண்டகாலம் பணியாற்றிய கிழக்கிந்திய கம்பனி இராஃபிள்ஸ் அவர்களுக்கு முறைப்படி கொடுக்க வேண்டிய ஓய்வூதியத்தைக் கொடுக்காததோடு அவருக்குக் கம்பனியிலிருந்து முறைப்படி கிடைக்க வேண்டிய சம்பளத்தைவிட 22000 பவுன் கூடுதல் தொகையாக வழங்கப்பட்டு விட்டது என்றும் தவறாக வழங்கப்பட்ட அந்தத் தொகையை விரைவில் செலுத்துமாறும் ஆணை பிறப்பித்திருந்தது. 'துன்பம்' வந்தால் தொடர்ந்து வரும்' என்பதற்கு இராஃபிள்ஸ் அவர்களின் இறுதிக் கால வாழ்வே சிறந்த எடுத்துக்காட்டாய் ஆயிற்று. இதுவும் போதாதென்று 1826ல் அவரின் மூளையில் ஏற்பட்டிருந்த கட்டி (Tumour) காரணமாய்ப் பல ஆண்டுகள்வரை தாங்கொணாத் தலைவலிக்கு ஆளாகித் துன்புற நேர்ந்தது. அவர் வாழ்க்கையின் இறுதிக் கட்டத்தில் ஏற்பட்ட ஏமாற்றம், கவலை, இழப்பு, நோவு எனத் தொடர்ந்து வந்து தாக்கிய துன்ப அலைகளின் தாக்கத்திற்கு ஈடுகொடுக்க முடியாமல் மக்களின்பால் அன்பும், பரிவும், அக்கறையும், கடமை உணர்வும்கொண்ட அம்மனிதர் இறுதியில் மரணத்தின் கோரப்பிடியினின்று விடுபட முடியாமல் தம் இன்னுயிரைத் துறந்தார். வறுமையில் தொடங்கிய இராஃபிள்ஸ் அவர்களின் வாழ்க்கை வறுமையிலேயே முடிவுற்றது, நம்மை எல்லாம் துன்பக் கடலில் மூழ்கச் செய்து விட்ட துயரச் செயலாகும். அந்த விசுவாசமிக்க கடமை வீரரை நினைவுகூறும் வகையில் அவருடைய நல்லுடல் இங்கிலாந்தின் தலைநகரான லண்டனில் ஹெண்டன் என்னுமிடத்தில் முதலில் எவ்விதச் சிறப்புமின்றி சாதாரண முறையில் புதைக்கப்பட்டது. பின்னர் 1832ல்தான் பிரிட்டிஷ் அரசு அப்பெருமகனுக்குரிய சகல மரியாதைகளுடன் அவரின் உடல் பெருமக்களுக்குரிய 'வெஸ்ட்மினிஸ்டர் அபி' என்னுமிடத்தில் புதைக்கப் பட்டது. அவ்விடத்தில் அவரின் புகழை நினைவு கூறும் வகையில் உருவச் சிலை ஒன்றும் வைக்கப்பட்டு, சிறப்பிக்கப்பட்டது. காலங்கடந்த பின்னராவது, அந்த நாட்டுப் பற்று மிக்க கடமை வீரர் தம் சொந்த நாட்டாரால் சிறப்பிக்கப்பட்ட வரலாறு நமக்கெல்லாம் மனநிறைவளிக்கும் ஒரு சீரிய செயலாகும்.

குறுகிய காலத்தில் இராஃபிள்ஸ் பெருமகனார் புரிந்த மாபெரும் சாதனைகள்

இராஃபிள்ஸ் அவர்கள் இளவயது முதலே ஆர்வமும் துடிப்பும் ஆராய்ச்சித்திறனும் உடையவராக விளங்கி வந்துள்ளார். அதற்கான சான்றுகள் பல உள்ளன. அவை யாவை என்பதை

நான் உங்களுக்குத் தெளிவுபடுத்தக் கடமைப்பட்டுள்ளேன்.

இனி, இராஃபிள்ஸ் அவர்கள் தென்கிழக்காசியப் பகுதியில், குறுகிய காலத்தில் செய்த வியத்தகு சாதனைகள் பற்றி இப்போது பார்ப்போம். இளமையிலேயே தாம் பெரிதும் முயன்று கற்ற மலாய் மொழியின் துணையால் தென்கிழக்காசிய வட்டாரத்தில் பரவலாக வசித்து வரும் மலாய் இன மக்களிடம் நெருங்கிய தொடர்புகொள்ள முடிந்தது. அத்துடன் அம்மக்களின் நலனில் அவர் காட்டிய அன்பும் அக்கறையும் அவர்களை வெகுவாகக் கவர்ந்தன. அவர்களின் மொழி, கலை, கலாச்சாரம் பண்பாடு ஆகியவற்றில், அவர் ஆழ்ந்த அறிவும் புரிந்துணர்வும் பெறச் செய்தன. இவையே அவரின் வெற்றிக்கு முதற்படியாய் அமைந்தன எனலாம். இதனால், அவர் நம் சிங்கையில் மட்டுமின்றி மலாயா, இந்தோனீசியா நாடுகளிலும் உள்ள மக்கள் மனத்திலும் நீங்காத இடத்தைப் பிடித்துள்ளார் என்பதை நான் சொல்லித் தெரிய வேண்டியதில்லை.

இராஃபிள்ஸ் அவர்கள் சுமத்திராவின் அப்போதைய தலைநகரான பெங்கூலனின் (Bencoolen) ஆளுநர் பதவியில் இருந்த காலத்தில் அவருக்கிருந்த பலவிதப் பொறுப்புகள் முக்கியப் பணிகள் ஆகியவற்றுக்கிடையே தம் நேரத்தை ஒதுக்கி, அவர் தங்கியிருந்த வட்டாரத்திலிருந்த பற்பல அரிய வகை தாவரங்கள் பற்றியும் மலர்கள் பற்றியும் மற்ற உயிரினங்கள் பற்றியும், தொடர்ந்து ஆராய்ச்சிகள் மேற்கொண்டார். அவர் மேற்கொண்ட ஆய்வுகளின் பயனாகப் பல காலம் முயன்று திரட்டிய தகவல்களை அறிவு நுட்பத்துடன் தவறாமல் உடனுக்குடன் பதிந்து வைத்தார். அந்தத் தகவல்களை அடிப்படையாகக்கொண்டே நம் நாட்டில் அரும் பொருளகம் ஒன்று அமைக்கத் துணை புரிந்தார். அவர் திரட்டிய பொருள்களும் தகவல்களும் இராஃபிள்ஸ் அரும் பொருளகத் (Raffles Museum) தில் இன்றும் இடம் பெற்றுள்ளன.

இராஃபிள்ஸ் அவர்கள் பெங்கூலனில் ஆளுநர் பதவியில் இருந்த காலத்தில் 'ராஃபிள்ஸ் அர்னோல்டை' (Rafflesia Arnoldii) எனப்படும் மலரைக் கண்டுபிடித்தார். இன்றும் தம் பெயரை உலகறியப் பறைசாற்றிக்கொண்டிருக்கும் அந்த அரியவகை மலரை முதன் முதலில் கண்டறிந்து சொன்ன பெருமைக்குரியவரானார். இதுவே 'உலகின் மிகப் பெரிய மலர்' என்று கூறப்படுகிறது.

கிழக்கிந்தியக் கம்பனியில் அன்று அறிவுத் திறன்மிக்க ஆங்கிலேய அதிகாரிகள் பலர் பணியாற்றிய போதிலும் பிரிட்டி அரசு இளம் இராஃபிள்ஸ் அவர்களிடம் மலாயா தீபகற்பத்தின் தென்பகுதியில் பிரிட்டிஷ் இராணியாருக்கு ஒரு சிறந்த துறைமுகத்தைத் தேர்வு

செய்யும் மிகப்பெரும் பொறுப்பினை ஒப்படைத்த செயலானது அவரின் ஆற்றலுக்குக் கிடைத்த நல்ல அங்கீகாரம் என்றே கூற வேண்டும். பிரிட்டிஷ் அரசியாரின் விருப்பத்தை நிறைவேற்றும் வகையில் நாட்டுப் பற்று மிக்க இராஃபிள்ஸ் அவர்கள் தம் மதி நுட்பத்தாலும் தொலை நோக்காலும் இந்தியப் பெருங்கடலிலிருந்து சீன நாட்டை நோக்கிச் செல்லும் எண்ணற்ற கப்பல்கள் பெரும்பாலும் மலாக்கா நீரிணை வழியேதான் செல்ல வேண்டிய நிலை உள்ளது என்பதைத் தெளிவாக உணர்ந்தார். அதனால், அவ்விரு பகுதிகளுக்கும் இடையே இயற்கை அன்னை அமைத்துள்ள அரிய நுழைவாயிலைப் (Gateway) பெற்றுள்ளது, நம் சிங்கைத் திருநாடே என்பதைக் கருத்தில்கொண்டு சற்றுங் காலந்தாழ்த்தாமல் நம் கப்பல் துறைமுகத்தைத் தேர்ந்தெடுத்தார். அதுவே இன்றும் நம் நாட்டு மக்களுக்கு வாழ்வளிக்கும் ஓர் அமுதசுரபியாக, ‘தூங்காத் துறைமுகமாக’, இன்றும் விளங்கி வருகிறது.

இராஃபிள்ஸ் அவர்கள் இத்தகைய தீர்க்கமான முடிவெடுப்பதற்கு முக்கிய காரணமாக இருந்தவை பல. அதற்கு முதற் காரணமாக இருந்தது நம் நாட்டுத் துறைமுகம் அமைந்துள்ள கேந்திர முக்கியத்துவமிக்க இடமே (Position) எனலாம். இரண்டாவது காரணம் நம் சிங்கைத் தீவைச் சூழ்ந்துள்ள கடலானது ஆழமானதும் கொந்தளிப்பு மிக்க தொடர் அலைகளற்றதும் என்பதைத் தெளிவாக இராஃபிள்ஸ் அவர்கள் உணர்ந்திருந்ததே ஆகும். இவற்றை எல்லாம்விடத் தென் சீனப் பெருங்கடலில் எழுந்து வரும் பேரலைகளால் நம் சின்னஞ்சிறு தீவிற்கு எவ்வித ஆபத்தும் எக்காலத்திலும் ஏற்படாது என்ற அவரின் அசைக்க முடியாத நம்பிக்கையுமாகும். இராஃபிள்ஸ் அவர்கள் அத்தகைய திடமான நம்பிக்கை கொள்ளக் காரணமாயிருந்தவை நம் தீவைச் சுற்றிலும் அதன் அரண்போல் இயற்கையில் அமைந்துள்ள இந்தோனீசியத் தீவுகளும் மலைகளும் மலைத் தொடர்களுமே ஆகும் என்பது அனைவருக்கும் எளிதில் புலனாகும். இப்படி இயற்கையே அளித்துள்ள சிறந்த பாதுகாப்பு ஒரு நாட்டின் கப்பல் துறைக்கு அமைவது என்பது அரிதினும் அரிது.

இந்தியா, சீனா போன்ற இருபெரும் நாடுகளின் கடல்வழிப் போக்குவரத்தின் நடுவழியாக (Midway) இடம் பெற்றுள்ள நம் சிங்கைத் துறைமுகம் பிற்காலத்தில் வாணிபத் தொடர்புக்கும் பொருளாதார வளர்ச்சிக்கும், நிச்சயம் ஏதுவாக இருக்கும் என்பதைத் தொலைநோக்குடன் முன்கூட்டியே திட்டமிட்டு செயல்படுத்திய இராஃபிள்ஸ் பெருமகன் உண்மையிலேயே ஒரு ‘படிக்காத மேதை’ என்பதை மெய்ப்பிக்க வேறு சான்றுகள்

தேவையில்லை. அதுமட்டுமா? அவர் நம் கப்பல் துறைமுகத்தை அக்காலத்திலேயே பினாங்குத் துறைமுகத்தைப் போன்றே ஒரு வரியில்லாத் துறைமுகமாக (Entrepot) அறிவித்தார். அந்த முக்கிய அறிவிப்பானது நம் நாட்டுத் துறைமுகம் உலக நாடுகளைச் சேர்ந்த கப்பல்களை நம்நாட்டை நோக்கிக் காந்தம்போல் ஈர்த்து வந்து வணிக வளர்ச்சிக்கும் நம்நாட்டின் பொருளாதார மேம்பாட்டிற்கும் பெரிதும் வித்திட்ட ஒரு நற்செயலாகும். அது மட்டுமின்றி நம் நாட்டு மக்களின் எதிர்கால நல்வாழ்வுக்கும் வழிவகுத்த சிறந்த பாராட்டுக்குரிய செயலாகும்.

'துமாசிக்' தீவிற்கு எதிர்காலத்தில் இத்தகு நிலை ஏற்பட வேண்டுமாயின், இத்தீவைக் கைப்பற்ற வேண்டியதே அதற்கான முதல் திட்டம் என்பதை ஐயமின்றி உணர்ந்திருந்த தூரநோக்கும் மதி நுட்பமும் மிக்க இராஃபிள்ஸ் பெருமகனார் அவர்கள் தாம் எண்ணியவாறு இத்திட்டத்தை வெற்றிகரமாகச் செயல்படுத்த வேண்டுமாயின் முதலில் இத்தீவானது பிரிட்டிஷாருக்குச் சொந்தமாக்கப்பட வேண்டும் என்பதைத் தெள்ளத் தெளிவாக உணர்ந்து, ஆங்கிலேயர்களுக்கே உரிய சூழ்ச்சித்திறன், அரச தந்திரம் பேச்சு சாதுரியம் ஆகியவற்றைப் பயன்படுத்தி காலந்தாழ்த்தாது தம் செயலில் இறங்கினார்.

அக்காலக்கட்டத்தில் மலாக்கா நீரிணைப் பகுதியில் மிகுந்த செல்வாக்குப் பெற்று விளங்கிய டச்சுக்காரர்களின் ஆதிக்கத்திற்கு உட்பட்டிருந்தது (Johore Riau) 'ஜோகூர் ரியாவ்' தீவு. ஆரம்பமுதலே பிரிட்டிஷாரின் இத்திட்டத்திற்குப் பெரும் முட்டுக்கட்டையாகவே இருந்து வந்துள்ளனர் டச்சுக்காரர்கள் என்பதை முன்கூட்டியே அறிந்திருந்த இராஃபிள்ஸ் அவர்கள் எப்படியாவது ஜோகூர் சுல்தான் அவர்களின் அரசுரிமைக்குட்பட்டிருந்த இந்தத் 'துமாசிக்' தீவு நிச்சயம் பிரிட்டிஷ் அரசியாரின் விருப்பத்திற்கு ஏற்பச் சொந்தமாக்கப்படவேண்டும் என்ற தீர்க்கமான முடிவிற்கு வந்தார். அதற்கான வழிகள் யாவை என்பதைப் பற்றி அவர் தீவிரமாகச் சிந்திக்கலானார்.

அச்சமயம் இங்கு வசித்து வந்த மலாய்க்காரர்களின் தலைவராக இருந்து வந்த தெமெங்கோங் அப்துல் ரஹ்மான் அவர்களை நேரில் சந்தித்து, உண்மையில் ஜோகூரின் அரியணைக்குரியவர் யார் என்பதை விசாரித்து அறிந்தார். சட்டப்படி அவ்வுரிமைக்கு உரியவர் சுல்தான் துங்குஉசேன் என்றும் அவர் அப்போது மாற்றாரின் சூழ்ச்சியால், நாடு கடந்து வாழ்ந்து வருகிறார் என்பதைத் தெமெங்கோங், இராஃபிள்ஸ் அவர்களிடம் தெளிவாக விளக்கினார்.

அத்தருணத்தில் டச்சுக்காரர்கள் தங்கள் சொந்த நாட்டில் பிரான்சுக்கும் ஹாலந்துக்கும் நிகழ்ந்த போரின் காரணமாக ஜோகூர் ரியாவ் பகுதியில் வலுவிழந்து இருந்தனர் என்பதை நன்கு பயன்படுத்திக்கொள்ள நினைத்த இராஃபிள்ஸ் அவர்கள் அதுவே நல்ல சமயம் என்று முடிவு செய்து, சற்றும் காலங்கடத்தாமல் தெமெங்கோங் அப்துல் ரஹ்மானைத் தூது அனுப்பி, ஜோகூர் சுல்தான் துங்குஉசேன் அவர்களை இரகசியமாகச் சந்தித்துப் பேச்சு வார்த்தைகள் நடத்தினார்.

'துமாசிக்' தீவைப் பிரிட்டிஷ் அரசியாருக்குச் சொந்தமாக்குவதற்கு உதவினால், ஜோகூரின் அரசபதவி அவருக்கு நிச்சயம் கிடைக்கும் என்பதோடு 'துமாசிக்' தீவை பிரிட்டிஷ் அரசியாருக்கு சொந்தமாக்கும் செயலுக்குக் கைம்மாறாக சுல்தான் துங்குஉசேன் அவர்களுக்கும் தெமெங்கோங் அப்துல் ரஹ்மான் அவர்களுக்கும் ஆண்டுதோறும் கணிசமான மானியத் தொகை வழங்கப்படும் என்று தாம் உறுதியாக வாக்களிப்பதாகவும் கூறினார். ஆண்டுதோறும் கிடைக்கும் மானியத்தைப் பெரிதென எண்ணிய அவ்விருவரும் இராஃபிள்ஸ் வேண்டுகோளுக்கு இணங்குவதாக உடனே உறுதியளித்தனர்.

இராஃபிள்ஸ் அவர்கள் தாம் அளித்த வாக்குறுதியை நிறைவேற்று முன் முதலில் ஜோகூர் ரியாவ் தீவில் செல்வாக்கு செலுத்தி வந்த டச்சுக்காரர்களின் தலையீடு இங்கு எதிர்காலத்தில் ஏற்படாத படியும், ஜோகூர் சுல்தானின் தலையீடு இங்கு எக்காலத்திலும் ஏற்படாதபடியும் வலுவான உடன்படிக்கை ஒன்றைச் செய்துகொண்டார். டச்சுக்காரர்களுடனும் ஜோகூர் சுல்தான் துங்குஉசேன் அவர்களுடனும் முறையாக உடன்படிக்கை செய்துகொண்டபின், சுல்தானிடம் அவர் வாக்களித்த முறையில் நிறைவேற்றினார். அந்த வரலாற்று முக்கியத்துவம் வாய்ந்த உடன்படிக்கைகளுக்குப் பின் 'துமாசிக்' தீவு பிரிட்டிஷ் அரசியாருக்குச் சட்டப்படி சொந்தமாக்கப்பட்டது. இதுவே இராஃபிள்ஸ் அவர்கள் புரிந்த மாபெரும் சாதனையாகும். இச்சாதனைகருதியே இங்கிலாந்து அரசியார் இராஃபிள்ஸ் அவர்களுக்கு 'வீரப்பெருந்தகை' (knight) என்ற சிறப்புப் பட்டத்தை அளித்துச் சிறப்பித்தார். குறுகிய காலமே, (1819—1824) வரையே இங்குத் தங்கிச் சென்ற இராஃபிள்ஸ் பெருமகன் புரிந்துள்ள மாபெரும் சாதனைகள் இன்றளவும் அவரின் பெயரைப் பறைசாற்றிக்கொண்டிருக்கின்றன. நம் நாட்டைப் பொருத்தவரை அவர் இறந்தும் இறவாப் புகழ் பெற்றுத் திகழ்கிறார்.

③

சிங்கையில் தமிழரும் தமிழ்மொழியும்
வரலாற்றுக் குறிப்புகள்:

தமிழர்களின் வருகைக்கு முன் "குட்டி இந்தியா"
(Little India - before coming of Tamils)

குட்டி இந்தியா என்னும் சொல் நம் குடியரசால் இன்று முதியவர்கள் முதல் சிறு பிள்ளைகள்வரை அடிக்கடி பேசப்பட்டு வரும் சொல்லாக இருந்து வருகிறது. சர் ஸ்டாம்ஃபோர்டு இராஃபிள்ஸ் அவர்களின் வருகையின்போது, மூங்கில் புதர்கள் நிறைந்த காடாகவும் மேடாகவும் கொடிய புலிகள் நடமாடி வந்த இடமாகவும் அது இருந்து வந்தது. அங்கு இந்தியர்களைப்போலவே வேலை தேடிப் புலம் பெயர்ந்து வந்த சீனர்கள் குட்டி இந்தியா வட்டாரத்தை 'தேக்கா' — மூங்கில் புதர்கள் என்ற பெயரால் அழைத்து வந்தனர். அப்பெயரே அதற்கு நிலைத்து விட்டது. இன்றும் 'தேக்கா' என்னும் சொல்லைச் சொல்லாதவர்களையும் அவ்விடத்தை அறியாதவர்களையும் காண்பது அரிது. அச்சொல் நம் இந்தியர்களின் நினைவோடும் வாழ்வோடும் பின்னிப் பிணைந்து விட்ட ஒரு சொல்லாகி விட்டது. அது ஏனெனில், ஆரம்ப காலத்தில் ஆங்கிலேயர்களுக்குப் பின், அது இந்தியர்கள் குறிப்பாகத் தமிழர்களின் குடியிருப்பாக இருந்து வந்துள்ளது என்று கூறினால், வியப்பாக இல்லையா! அதுபற்றிப் பின்வரும் கட்டுரையில் பார்ப்போம்.

1819ம் ஆண்டு 'சிங்கப்பூரா' என்றழைக்கப்பட்ட நம் சிங்கப்பூர், பிரிட்டிஷாருக்குச் சொந்தமாக்கப்பட்டபின், இங்கு ஆட்சி செலுத்த வந்த ஆங்கிலேய அதிகாரிகளும் அவர்களின் குடும்பத்தினர்களும் இன்னும் அவர்களுடன் வந்த இங்கிலாந்து நாட்டு மக்களும் இங்குத் தங்கி வாழ்வதற்கு ஏற்ற இடமாக குட்டி இந்தியா வட்டாரத்தைத் தேர்ந்தெடுத்தனர். ஆங்கிலேயர்கள் குதிரைப் பந்தயம், வரிப்பந்தாட்டம். (Tennis) குழிப்பந்தாட்டம் (Golf) போன்ற விளையாட்டுக்களை நல்ல பொழுதுபோக்காகக் கருதினர். அதற்கு அப்போது மிகப் பொருத்தமான இடமாக சிராங்கூன் சாலையின் அருகாமையில் இருந்த ஃபேரர்பார்க் (Farrer Park) எனப்படும் இடத்தைத் 1840ல் சிங்கப்பூர் ஸ்போர்ட்டிங் கிளப் என்ற அமைப்பைச் சேர்ந்தவர்கள் தேர்ந்தெடுத்தனர். அவ்விடத்தை நல்ல புல்திடலாக அமைத்து, அதைச் சுற்றிலும் பந்தயக் குதிரைகள் ஓடக்கூடிய வகையில் தடங்களை அமைத்து, அதில் அவர்கள் குதிரைப் பந்தயம் நடை பெறச் செய்து பொழுது போக்கினர். திடலின் நடுப்பகுதியில் குழிப்பந்து விளையாடவும் வகை செய்துகொண்டனர். குதிரைப் பந்தயம் அவ்விடத்தில் நடைபெற்ற காரணத்தால், அதன் அருகிலுள்ள சாலை 'ரேஸ்கோர்ஸ்' சாலை என்னும் பெயரைப் பெற்றது. அங்குக் குதிரைப் பந்தயம் நடைபெறாத ஒரு சில நேரங்களில் அத்திடலில் சிறு சிறு விமானங்கள் வந்து இறங்கிச் சென்றதாகவும் சில குறிப்புகள் உள்ளன.

இவ்வாறு பல வகைகளிலும் நல்ல பொழுது போக்கு இடமாக அமைந்த 'ஃபேரர்பார்க்' வட்டாரம் ஆங்கிலேய மக்கள் விரும்பி வசிக்கத் தக்க குடியிருப்பிடமாக மாறியது. படிப்படியாக அவ்விடங்களில் பல உயர் அதிகாரிகளின் இல்லங்கள் இடம் பெறலாயின. அவ்வில்லங்களுக்குச் சென்று வரத் தேவைப்பட்ட போக்குவரத்து வசதிகளை முன்னிட்டு, சிராங்கூன் சாலையை ஒட்டியும் ஃபேரர்பார்க் வட்டாரத்தை ஒட்டியும் அன்று சிறு சிறு சாலைகள் அமைக்கப்பட்டன. இக்காலத்தில் இந்தியர்களும் பல இன மக்களும் அன்றாடம் நடமாடி வரும் 'டன்லப் சாலை' 'ஹேஸ்டிங்ஸ் சாலை', 'கிச்சனர் சாலை, ' 'டெஸ்கர் சாலை' 'கேம்பல் லேன்' 'நோரிஸ் சாலை' 'அப்பர் டிக்சன் சாலை', 'நார்ஃபோக்சாலை' 'டர்ஹாம் எஸ்டேட்' 'டோர்சட் சாலை' போன்ற எண்ணற்ற சாலைகள் இன்றும் ஆங்கிலேயர்கள் இப்பகுதியில் வாழ்ந்த வாழ்க்கை முறையையும் அவர்களின் குடியிருப்பு இடங்களையும் நமக்கு நினைவுப்படுத்தும் அழியா வரலாற்றுச் சின்னங்களாக விளங்கி வருவது நாம் எண்ணுந்தோறும் வியப்பளிக்க வல்லதாகும்.

“குட்டி இந்தியா” பகுதியில், காலனி ஆதிக்க காலத்தில் ஆங்கிலேயர்கள் வாழ்ந்த இடங்களை தங்கள் தாய்நாட்டின் இடங்களை இந்நாட்டிலும் நினைவுப்படுத்தும் வகையில் சாலைகளும் சாலைப் பெயர்களும் இன்றளவும் இங்குக் காட்சியளித்துவரும் அதே வேளையில் ஒரு காலத்தில் சிறந்த பொழுது போக்கு இடமாக விளங்கி வந்த ‘ஃபேரர்பார்க்’ திடலின் அன்றைய காட்சிகள் பல இன்று மறைந்து விட்டதை அறிய முடிகிறது.

கால மாறுதலுக்கு ஏற்பவும், இட விரிவாக்கப் பணியினை முன்னிட்டும் ஆங்கிலேயர்களுக்கும் அவர்களுடன் சேர்ந்து வசித்து வந்த ஆங்கிலோ இந்தியர்களுக்கும் பொழுது போக்காய் விளங்கிய குதிரைப் பந்தயம் ஃபேரர்பார்க் வட்டாரத்திலிருந்து 1933ல் முதலில் புக்கிட் தீமா ஆறாவது மைல் பகுதிக்கு மாற்றப்பட்டது. அதற்குப் பின் குதிரைப் பந்தயம் கிராஞ்சிப் பகுதிக்கு இடம் மாற்றப்பட்டு நடைபெற்று வருகிறது. ‘ஃபேரர்பார்க்’ வட்டாரத்தில் அன்று களைகட்டியிருந்த குதிரைப் பந்தயக் காட்சியோடு அதனுள் இடம் பெற்ற மற்றக் காட்சிகளும் காலமாறுதலாலும் முதலாம் உலகப் போரின் கொடிய விளைவுகளாலும் பெரிதும் மறைந்து விட்டன என்ற போதிலும் பிற்காலத்தில் அவ்விடம் காற்பந்து விளையாட்டிற்குப் பெயர் பெற்ற இடமாக விளங்கி வந்தது. அதில் நடைபெற்ற விமானச் சேவையும் காலாங் விமான நிலையம் கட்டி முடிக்கப்பட்டப்பின் நிறுத்தப்பட்டுவிட்டது. மாலை வேளைகளில் ஒரே சமயத்தில் இரண்டிரண்டு குழுக்களாக மூன்றுக்கு மேற்பட்ட இடங்களில் பந்து விளையாட்டுகள் நடைபெறக்கூடிய அளவு பெரிய திடலாக ‘ஃபேரர்பார்க்’ திடல் காட்சியளித்து வந்தது. 1951ல் நான் இந்நாட்டிற்கு வந்தபோது வாரத்தில் இரண்டு அல்லது மூன்று முறையாவது ‘ஃபேரர்பார்க்’ திடலில் நடைபெற்ற காற்பந்து விளையாட்டுகளை நேரில் கண்டு மகிழ்ந்திருக்கிறேன். கையில் கடலைப் பொட்டலத்தைப் பிடித்தபடி அதிலிருந்த கடலைகளைத் தின்றுகொண்டே அங்குத் திரண்டிருந்த மக்கள் கூட்டத்தினருடன் சேர்ந்து உற்சாகத்துடன்பந்து விளையாட்டுகளை இலவசமாகக் கண்டு களித்த நினைவுகள் என்னுள் இன்றும் பசுமையாக உள்ளன. நம் நாட்டு இளைஞர்களின் பந்து விளையாட்டுப் பயிற்சித்தளமாகவும் உலகக் கிண்ணக்காற்பந்து விளையாட்டுகளின் நடுவராகப் பங்காற்றத்தக்க ஆற்றல் மிக்கவர்களை உருவாக்கித் தந்த பெருமைக்குரிய இடமாகவும் ‘ஃபேரர்பார்க்’ திடல் விளங்குகிறது. ஆனால், அத்தகைய சிறப்பு நிலை இன்று பெரிதும் மாறி விட்டது என்பது வருந்துதற்குரிய ஒன்றாகும்.

குட்டி இந்தியாவில் இந்தியர்களின் குடியேற்றம்.

குட்டி இந்தியா என்று இக்காலத்தில் பலராலும் அழைக்கப்படும் 'தேக்கா' வட்டாரத்திலிருந்து ஆங்கிலேயர்களும் ஆங்கிலோ இந்தியர்களும் சட்டைக்காரார்களும் வெவ்வேறு இடங்களுக்கு மாறிச் சென்று விட்டனர் என்பதைப் பற்றி முன்பே இந்நூலில் கூறியுள்ளேன். அவர்கள் அவ்விடத்தை விட்டு மாறிச் சென்றபின், அவ்விடத்தில் அதிகமான இந்தியர்கள் குறிப்பாகத் தமிழர்கள் குடியேறினர் என்பதை அறிகிறோம். இந்த மாற்றத்தைக்கொண்டு வந்தவர் இராஃபிள்ஸ் அவர்களுடன் பினாங்குத் தீவிலிருந்து ஒரே கப்பலில் பயணம் செய்து சிங்கைத் தீவில் வந்திறங்கிய திரு. நாராயண பிள்ளை அவர்களே என்பது இங்குக் குறிப்பிடத்தக்கது. அக்காலத்திலேயே சீன நாட்டவர்கள், மிகுதியாக வாழ்ந்து வந்த 'சைனா டவுன்' வட்டாரத்தில் சௌத்பிரிட்ஜ் சாலையை ஒட்டி தமிழர்கள் வழிபாட்டிற்கென ஒரு பெரிய இடத்தைப் பெற்று, அதனுள் மரத்தாலான மாரியம்மன் ஆலயத்தைக் கட்டித் தந்த பெருமைக்குரியவரும் அந்தப் பெருமகனே ஆவார்.

சௌத்பிரிட்ஜ் சாலை மகாமாரியம்மன் ஆலயம் கட்டப்பட்ட காலத்தில் அவ்விடத்திற்கு அருகிலிருக்கும் 'ஆண்சியாங்' (Ann Siang Hill) குன்றைத் தேர்ந்தெடுத்து அதில் செங்கல் சூளைகளை அமைத்து அக்காலத்தில் 'கலோனியல் வட்டாரம்' என்றழைக்கப்பட்ட இடத்தில் கட்டப்பட்டுள்ள பழம் பெருங்கட்டடங்களைக் கட்டுவதற்குத் தேவைப்பட்ட சுட்ட செங்கற்களை மாட்டு வண்டிகளில் ஏற்றி வந்து, விநியோகித்த பெருமைக்குரிய வரலாற்று நாயகனும் நம் நாராயணபிள்ளை அவர்களே என்பதை நினைக்கும்போது, நமக்கெல்லாம் பெருமையாக இருக்கிறது. அக்காலத்திலேயே ஒரு ஆள்வினைமிக்கத் தொழில் முனைவராக இருந்து நம் நாட்டுக்கும் தமிழ் மக்களுக்கும் வாழ வழிகாட்டிய மாமனிதரும் திரு. நாராயணப்பிள்ளை அவர்களே என்பதை நம் நாட்டு வரலாறு கூறுகிறது. அவர் காலத்தில் கட்டப்பட்ட அரசாங்கக் கட்டடங்கள் பல இன்றளவும் அவர் பெயரை நாடறிய உலகறியப் பறைசாற்றி வருகின்றன என்பதை நம்நாட்டு வரலாற்று வழி அறிய முடிகிறது.

ஆங்கிலேயர்களின் குடியிருப்பாய் முன்பு இருந்து வந்த குட்டி இந்தியா பகுதியானது பின்பு இந்தியர்கள், குறிப்பாகத் தமிழர்களின் குடியிருப்பாய் மாறியது எவ்வாறு என்பதை இனிப் பார்க்கலாம்.

நாராயணப்பிள்ளை அவர்கள் செய்து வந்த செங்கல் வியாபாரம் காலப்போக்கில் தேவையை முன்னிட்டு அதிகரிக்கத் தொடங்கியது.

அந்தத் தேவையைச் சமாளிக்க எண்ணிய நாராயணப்பிள்ளை அவர்கள் குட்டி இந்தியாப் பகுதியைத் தேர்ந்தெடுத்து, அவ்விடத்தில் செங்கல் சூளைகளையும் சுண்ணாம்புக் காளவாய்களையும் கட்டித் தம் தொழிலை தொடர்ந்து நடத்தி வந்தார். அதனால் சுண்ணாம்புக் காளவாய்கள் இருந்த இடம் 'சுண்ணாம்புக் கம்பம்' என்ற பெயரை பெற்றது. தண்ணீர் விநியோகம் செய்யப்பட்ட இடம் 'தண்ணீர்க் கம்பம்' என்ற காரணப் பெயரைப் பெற்றது என்பதை அறிகிறோம். இன்றுகூட சுண்ணாம்புக் கம்பத்தின் அருகே உள்ள காளிகோவில் சுண்ணாம்புக் கம்பம் காளிகோவில் என்றும் தண்ணீர்க்கம்பத்தின் அருகே உள்ள காளி கோவில் தண்ணீர்க்கம்பம் காளி கோவில் என்றும் தமிழ் மக்களால் அழைக்கப்பட்டு வருவது கண்கூடு.

நாராயணப்பிள்ளை அவ்விடங்களில் தொழில் தொடங்கிய காலத்தில் காளவாய்களில் வேலை செய்வதற்கு ஆட்கள் தேவைப்பட்டது. அதை முன்னிட்டு, அவர் தமிழ் நாட்டுப் பகுதியிலிருந்து தொழிலாளர்கள் பலரை இங்கு வரவழைத்தார். அவர்களுள் பலர் காளவாய்களில் வேலை செய்தனர். வேறு சிலர் அங்கிருந்த சாலைகளில் கட்டப்பட்டிருந்த மாட்டுக் கொட்டில்களில் எருமை மாடுகளைக் கட்டி வைத்து, பராமரிப்பதற்கும் அவற்றிலிருந்து கரந்த பாலை மக்களிடம் கொண்டு போய் விற்பனை செய்வதற்கும் வேலையாட்களாக அமர்த்தப்பட்டனர். இவ்விதமாகப் பலவித வேலைகளுக்கும் தேவைப்பட்ட தொழிலாளர்கள் இங்குப் பெருமளவில் குடியேறத் தொடங்கிய காரணத்தால், அங்கு மக்களின் எண்ணிக்கை பெருகலாயிற்று. எருமை மாடுகள் கட்டி வைக்கப்பட்டு, பராமரிக்கப்பட்ட சாலைகள் (Kerbau Road) 'கெர்பாவ் சாலை' என்று மலாய் மொழியிலும் (Buffalo Road)'பஃபலோ சாலை' என்று ஆங்கில மொழியிலும் எழுதப்பட்டு இன்றும் அப்பெயராலேயே அழைக்கப்பட்டு வருவது கண்கூடு. மேற்கண்ட சாலைகளின் பெயர்களை நான் இங்கு குறிப்பிட விரும்பியதற்கு நல்ல காரணம் உண்டு. 'கெர்பாவ்' என்னும் மலாய்ச் சொல்லையோ 'பஃபலோ' என்னும் ஆங்கிலச் சொல்லையோ அவற்றின் பொருளையோ இக்காலத்துத் தலைமுறையினர் அறியாமலிருக்க மாட்டார்கள். நம் நகரின் நடுப்பகுதியில் இப்பெயர்கள் இருப்பதற்கான காரணத்தையோ அவை நினைவுப்படுத்தும் காலச் சூழலையோ நம்மில் பலர் அறிந்திருப்பர் என்று கூற இயலாது. அதைத் தெளிவாக அறியச் செய்வதே இங்கு என் நோக்கமாகும். மேலே குறிப்பிடப்பட்டவை ஒரு சில சாலைகளின் பெயர்களே. இவற்றைப் போன்றே எண்ணற்ற சாலைப் பெயர்களையும் இடப்

பெயர்களையும் நாம் இந்நாட்டில் பல இடங்களில் காண முடியும். அவை தம்முள் புதைத்து வைத்திருக்கும் வரலாற்று நிகழ்வுகளை ஆராய்ந்து அறியும் ஆர்வமிக்கோருக்கு நம் நாட்டு வரலாறு பற்றிய தெளிவு பிறக்கும் என்பதில் சற்றும் ஐயமில்லை.

நாராயணப்பிள்ளையின் வருகையால் ஏற்பட்ட மாற்றங்கள்

நாராயணப்பிள்ளை அவர்களின் வருகையால் 'தேக்கா' வட்டாரம் இந்தியர்களின் குடியிருப்புப் பகுதியாக மாற்றம் பெற்றது பற்றி விளக்கினேன். 'தேக்கா' வட்டாரத்தின் 'முதுகெலும்பு' என்று கூறத்தக்க வகையில் சிராங்கூன் சாலை அமைந்துள்ளதை நாம் கண்கூடாகக் காணலாம். நம் காலத்தில் 'டோபிகாட்' எம். ஆர். டி. நிலையத்திலிருந்து சிராங்கூன் எம். ஆ. டி. நிலையம்வரையே அதிகமாக இந்தியர்களின் நடமாட்டத்தைக் காண முடிகிறது. அதுவே அன்றும் இன்றும் இந்தியர்கள் வாழ்ந்த, வாழுகின்ற பகுதியென நம்மில் பலர் தவறாக எண்ணக்கூடும். தஞ்சோங் பகார் பகுதியிலிருந்து பொங்கோல் பகுதிவரை இந்தியர்களும் குறிப்பாகத் தமிழர்களும் பரவலாகக் குடியிருந்தனர் என்பதை நினைக்கும்போது, நமக்கெல்லாம் வியப்பாகவே உள்ளது. எனக்குத் தெரிந்தவரை சிலிகி சாலையிலிருந்து லவெண்டர் சாலைவரை ஆண்டு 50களிலிருந்து 70களின் தொடக்கம்வரை தமிழர்களின் ஆதிக்கமே காணப்பட்டது. இங்குக் குடியேறிய இந்தியர்களில் வடநாட்டவர்களின் நடமாட்டத்தையோ பிறநாட்டவர்களின் நடமாட்டத்தையோ அப்பகுதியில் அக்காலக்கட்டத்தில் காண்பது அரிதான காட்சியாகவே இருந்தது. இன்றோ அங்கு நிலைமை வியக்கத்தக்க வகையில் முற்றிலும் மாறியுள்ளது என்பதையே என் நினைவலைகள் மூலம் இக்காலத் தலைமுறையினர்களுக்கு உணர்த்த விரும்புகிறேன்.

நம்நாட்டிற்குக் குடியேறிகளாய் வந்த பழந்தமிழர்களின் பங்களிப்பு.

நம் நாட்டிற்கு இந்தியா, அந்தமான் தீவு போன்ற இடங்களிலிருந்து சங்கிலிகளால் பிணைக்கப்பட்டு, இங்குக்கொண்டு வரப்பட்ட ஆயுள் கைதிகளின் கடும் உழைப்பு ஒருபுறமிருக்க, பிறந்த மண்ணை விட்டு, தங்கள் உறவுகளை விட்டு, பிழைப்புத் தேடி இங்குக் குடியேறிகளாக வந்த பல நாடுகளையும் சேர்ந்த பாட்டாளி மக்களைப் போன்றே நம் முன்னோடித் தலைமுறையினரான தமிழர்கள் தங்கள் உடல் உழைப்பையே கொடையாக வழங்கி, நம் நாட்டு வளர்ச்சிக்கும் வளப்பத்திற்கும் ஆற்றியிருக்கும்

செ.பாலசுப்ரமணியன்

பங்கு அளவிட முடியாத ஒன்றாகும் என்பதோடு அவர்களின் அர்ப்பணிப்பு என்றென்றும் மறக்க முடியாதது; பொன்னேடுகளில் பொறித்து வைக்கக்கூடியது என்றால் அது மிகையன்று. இனி அவர்களின் மதிப்பு மிக்க பங்களிப்புப் பற்றி விரிவாகக் காண்போம்.

பிரிட்டிஷாரின் வருகையின்போது நம்நாடு மண் மேடுகளாகவும் சிறுசிறு குன்றுகளாகவும் மனித நடமாற்றமற்ற சதுப்பு நிலங்களாகவும் பள்ளத்தாக்குகளாகவும் காட்சியளித்தன. அத்தகைய இடங்களைத் திருத்தியமைக்கும் பணியில் நம் தமிழர்களே பெருமளவில் ஈடுபடுத்தப்பட்டனர். அதன் பயனாக நாட்டில் சாலைகள் பல அமைக்கப்பட்டன. முதலில் மலாயா தீபகற்பத்தின் தென்பகுதியில் இருக்கும் சிங்கப்பூரிலிருந்து வடபகுதியிலுள்ள பெர்லிஸ் மாநிலம்வரையும் பின்னர், மலாயா தீபகற்பத்தின் கிழக்கு மேற்குப் பகுதிகளையும் இரயில் போக்குவரத்தின் மூலம் இணைக்கும் பணியில் வெயில் என்றும் மழையென்றும் பாராது, இரவு பகலாக தொடர்வண்டிச் சேவைக்கான தண்டவாளங்கள் அமைக்கும் வேலையில், தொழிலாளர்கள் ஈடுபடுத்தப்பட்டனர். அப்போது அங்கு காடுகளினுள் பதுங்கிக் கிடந்த கொடிய புலிகளின் கோரப்பசிக்கு ஆளாகியும் மலைப்பாம்புகளின் பிடிகளில் சிக்கியும் அவர்களுக்கு தக்க மருத்துவம் கிட்டாத சூழ்நிலையில் மலேரியாக் காய்ச்சலுக்கு ஆளாகி, உயிர்த்தியாகம் புரிந்த எண்ணற்ற ஏழைத் தொழிலாளர்களின் சொல்லொணா அவலநிலைகளை எண்ணிப் பார்க்கும் மனிதநேயமிக்க நன்மக்களின் கண்களிலிருந்து கண்ணீருக்குப் பதில் செந்நீரே அருவியெனப் பெருக்கெடுத்து ஓடும். நம் இளந்தலைமுறையினர்கள் இதை வெறும் வருணனை என்று கருதாமல் இதுவே அன்றைய உண்மை நிலை என்று உணர வேண்டும். இந்த உண்மையை நன்கு உணர்ந்த நம் அரசு இக்கால மூத்த தலைமுறையினருக்கு இயன்றவரை ஆவன செய்ய வேண்டும் என்ற நல்ல எண்ணத்தில் பல மருத்துவ சலுகைகள் நன்கொடை வழங்குதல் போன்ற நல்ல காரியங்களைச் செய்து வருவது நன்றிக்குரிய செயலென்றே கூற வேண்டும்.

இதுவரை ஃபேரர்பார்க் (Farer Park) திடலைப் பற்றிய விரிவான தகவல்களை அறிந்துகொண்டீர்கள். இனி, அதன் அருகில் உள்ள (Balestier Field) பாலஸ்தியர் திடல் பற்றி ஒரு சில கூற விரும்புகிறேன். 'ஃபேரர்பார்க்' திடலைப் போன்றே பாலஸ்தியர் திடலும் ஒரு மிகப் பெரிய திடலாகும். இத்திடல் பாலஸ்தியர் சாலையை ஒட்டி அமைந்துள்ளது. இத்திடலைப் பற்றி அறியாதார் வெகு சிலராகவே இருப்பர். நகரை ஒட்டி அமைந்துள்ள பசுமை மிக்க இப்பெருந்திடலில் பொழுது போக்கிற்குரிய பலவித

விளையாட்டுகளை விளையாடும் வண்ணம் பல விளையாட்டுக் கழகங்கள் அத்திடலில் இடம் பெற்றுள்ளன. (Indian Association) இந்தியர் சங்கம் (Ceylon sports Club) இலங்கையர் விளையாட்டு அமைப்புகள் அதில் உள்ளன. இவற்றின் உறுப்பினர்கள் இத்திடலில் காற்பந்து, 'டென்னிஸ்' எனப்படும் வரிப்பந்து, 'கிரிக்கெட்' எனப்படும் மரப்பந்து முதலிய விளையாட்டுகளை விளையாடி மகிழ்கின்றனர்.

இவற்றைத் தவிர, அத்திடலை ஒட்டி (Kalsa Association) கல்சா சங்கம் என்னும் பெரிய கட்டடம் கட்டப்பட்டுள்ளது. அது இங்கு வசித்து வரும் பஞ்சாபியர்களான சீக்கிய மக்களுக்குச் சொந்தமானது. அதில் அடிக்கடி பல இனத்தவர்களின் திருமண நிகழ்ச்சிகளும் இடம் பெறுகின்றன. (Kamala club) கமலா கிளப் என்ற பெயரில் ஒரு சிறு கட்டடம் முன்பு பாலஸ்தியர் திடலில் இருந்தது. மாதர் சங்கமாகப் பயன்பட்டு வந்த அந்தக் கட்டடம் ரங்கூன் சாலை மோல்மேன் சாலையின் அருகே மேஞ்சாலைஅமைக்கும் திட்டம் செயல்படுத்தப்பட்டபோது, அக்கட்டடம் அங்கிருந்து நீக்கப்பட்டுவிட்டது. இந்தியர் சங்கம் கட்டுவதற்கு அடிக்கல் நாட்டிச் சென்றவர் இந்திய நாட்டின் முன்னாள் பிரதமர் ஜவஹர்லால் நேரு என்று கூறக் கேள்விப்பட்டிருக்கிறேன். முன்னாள் இந்தியப் பிரதமர் அவர்கள் இந்த நாட்டிற்கு வந்தபோது, அவருடைய ஒரே மகளான இந்திரா காந்தி என்பவரையும் உடன் அழைத்து வந்தார் என்றும், ஜவஹர்லால் நேரு அவர்களின் அன்பு மனைவி கமலா நேருவின் பெயரை நினைவு கூரும் வகையில் 'கமலா கிளப்' கட்டிப் பெயரிடப்பட்டது என்றும் அறிந்தேன்.

இத்தகைய சிறப்புமிக்க பாலஸ்தியர் திடலின் முந்திய வரலாறு பற்றிச் சற்று பார்ப்போம். 1834ல் (Joseph Balestier) ஜோஸஃப் பாலஸ்தியர், இந்தோனேசியாவைச் சேர்ந்த (Riau) ரியாவ் எனப்படும் தீவிலிருந்து இங்கு வந்து குடியேறினார் என்றும் அவர் அமெரிக்க நாட்டைச் சேர்ந்த தூதுவர் என்றும் கூறப்படுகிறது. ஆண்டு 1830களின் நடுப்பகுதியில் தற்போது பாலஸ்தியர் திடல் இருக்குமிடத்தில் அவருக்குச் சொந்தமான ஒரு பெரிய கரும்புத் தோட்டம் இருந்தது என்றும் அதில் பயிரிடப்பட்ட கரும்புகள் அங்கிருந்து சீனிதயாரிக்கும் பொருட்டு வெளிநாடுகளுக்கு அனுப்பப்பட்டதென்றும் ஒரு வரலாற்றுக் குறிப்பு உள்ளது. அதனாலேயே அந்தத் தோட்டம் இருந்த இடத்தை ஒட்டி அமைந்துள்ள சாலைக்கு பாலஸ்தியர் சாலை என்ற பெயர் ஏற்பட்டது என்பர்.

பாலஸ்தியர் சாலைக்கு மற்றுமொரு சிறப்பும் உள்ளது. அது

யாதெனில் முற்காலத்தில் கட்டடம் கட்டுவதற்கும் குடிநீராய் மக்கள் பயன்படுத்துவதற்கும் பாலஸ்தியர் திடலிலிருந்து மாட்டு வண்டிகளில் நீர் நிரப்பப்பட்ட தோம்புகள் பல ஏற்றிச் செல்லப்பட்டு, நீர் விநியோகிக்கப்பட்டனவாம். அதன் காரணமாகவே அவ்விடம் 'தண்ணீர்க்கம்பம்' என்று இன்றும் மக்களால் அழைக்கப்பட்டு வருவது பற்றி நீங்களும் கேள்விப்பட்டிருக்கலாம். சுண்ணாம்பு குழைக்கப்பட்ட இடம் 'சுண்ணாம்புக் கம்பம்' என்றும் தண்ணீர் விநியோகம் செய்யப்பட்ட இடம் தண்ணீர்க் கம்பம் என்றும் மக்களால் இன்றும் அழைக்கப்பட்டு வருவது இந்நாட்டில் நம் தமிழர்கள் வாழ்ந்த வாழ்வும் புரிந்த தொண்டும் இந்நாட்டு வரலாற்றின் ஒரு பகுதியாக இடம் பெற்றுள்ளதானது நமக்கெல்லாம் பெருமை அளிக்கும் செயலாகும்.

நான் அறிந்த தழிழவேள் அவர்கள்

நான் ஆங்கிலப் பள்ளி மாணவனாக கல்விகற்று வந்த காலத்தில் தமிழ் மொழியை வளர்த்துக் கொள்வதிலும் ஈடுபாடுகொண்டிருந்தேன். எனக்கு நேரம் கிடைத்தபோதெல்லாம் தமிழ் நூல்களை வாசிப்பதிலும் அறிஞர்களின் சொற்பொழிவுகளைக் கேட்பதிலும் மிகுந்த ஆர்வங்கொண்டிருந்தது பற்றி இந்நூலில் முன்பும் குறிப்பிட்டுள்ளேன். இதற்கு ஓர் எடுத்துக் காட்டாக தமிழவேள் கோ. சா. அவர்கள் சிரான்கூன் வட்டாரத்திலுள்ள நோரிஸ் சாலையில் அமைந்திருந்த ராமகிருஷ்ணா மண்டபத்தில் ஒருமுறை சொற்பொழிவு ஆற்ற வந்திருந்தார். சொற்பொழிவு நடைபெற்ற தேதி எனக்கு அவ்வளவாக நினைவில் இல்லை. ஆனால், நடந்த சம்பவம் எனக்கு இப்பொழுதும் நன்றாக நினைவில் உள்ளது.

அந்தச் சொற்பொழிவுக்குப் பெரும்பாலும் மாணவர்கள் வந்திருந்தார்கள். மாணவர்களும் மற்றும் தமிழ்மக்களும் வந்திருந்த கூட்டத்தில் திரு. சாரங்கபாணி அவர்கள் பேசினார். அது ஓர் அரிய சொற்பொழிவு. பொன்நிற மேனியையும் நெளி நெளியாகக் காணப்பட்ட நீண்ட தலைமுடியையும் புன்முறுவல் பூத்த முகத்தையும் பெற்று, கம்பீரமாக மேடையில் தோன்றிய திரு. கோ. சா. அவர்கள் என்னைப் போன்றே தமிழ் நாட்டிலிருந்து வந்தவர் என்பதை அறிந்தேன். தந்தை பெரியாரின் சீர்திருத்தக் கொள்கைகளில் மிகுந்த ஈடுபாடுகொண்டவர். தமிழ் மொழிக்கும் தமிழ் மக்களின் உரிமைக்கும் போராடத் தயங்காத தணியா வேட்கை கொண்ட தன்னிகரற்ற தானைத் தளபதி என்பதை அவரின் அன்றைய உரை என் மனத்தில் பசுமரத்தாணிபோல் பதியச் செய்துவிட்டது என்பேன்.

ஆரம்ப காலத்தில் திரு. கோ. சா. அவர்கள் பத்திரிகை நடத்தும் பொருட்டு மேற்கொண்ட முயற்சிகள் பற்றியும் அதற்காக அவர் பட்ட துன்பங்களும் இடையூறுகளும் வார்த்தைகளால் வருணிக்க முடியாதவை என்பதைப் பற்றியும் அங்குக் குழுமியிருந்த மாணவமணிகளுக்கு அவர் தெள்ளத் தெளிவாக விளக்கினார். அவரின் அந்தச் சோகம் தோய்ந்த ஒளிவு மறைவற்ற வார்த்தைகள் அங்கிருந்தோரின் உள்ளங்களை நெகிழச் செய்தது. அந்த உரையில் "நீங்கள் இன்று காணும் 'தமிழ் முரசு' பத்திரிகையை நான் தொடங்கிய காலத்தில் நீங்கள் வாரந்தோறும் விரும்பிப் படிக்கும் 'மாணவர் மணிமன்றம்' எனப்படும் பத்திரிகையின் அளவினதே ஆகும். அதுவும் மாதம் இருமுறை வெளிவரக்கூடியதாகவே அன்று இருந்தது. அதையும் நான் ஒருவனாகப் பல சிரமங்களுக்கிடையே வெளியிடும் நிலை இருந்தது. பொருளாதாரப் பற்றாக் குறையே அதற்கு முக்கியக் காரணம். நான் இரவு பகலாகப் பாடுபட்டு வெளியிடப்பட்ட அந்த இரண்டுபக்கப் பத்திரிகைகளையும் வாங்குவார் இல்லாத நிலையில் நானே தலையில் சுமந்து சென்று, வீடுவீடாகப் போய் வாங்கும்படி கெஞ்சிய காலமும் ஒன்று உண்டு" என்று திரு. கோ. சா. அவர்கள் கூறியபோது, அங்கிருந்த அனைவரும் கண்கலங்கினர். நானும் கண்கலங்கினேன். அத்தகு உணர்ச்சிமிக்க அவரின் பேச்சைக் கேட்கும் பேறு எனக்கு அன்று கிட்டியதை இன்றும் நினைத்துப் பார்க்கிறேன்.

திரு. கோ. சா. அவர்கள் பேசும்போது, 'மாணவர் மன்றம்' என்ற பத்திரிகைப்பற்றிக் குறிப்பிட்டார். அது வெளிவந்த காலத்தில், இன்று மாணவர்களுக்கென திங்கட்கிழமைதோறும் வெளியிடப்படும் 'மாணவர்முரசு' போன்ற அமைப்பையே பெற்றிருந்தது. ஆனால், நான்கு பக்கங்களுக்குப் பதிலாக இன்று வெளிவரும் 'மாணவர் முரசு' பன்னிரண்டு பக்கங்களையும் வண்ணப்படங்களையும் உள்ளடக்கியதாய் வியக்கத்தக்க புதிய பரிமாணத்தைப் பெற்றுத் திகழ்கிறது என்பதை நான் இங்குக் குறிப்பிட்டே ஆக வேண்டும்.

அத்துடன் நான் இன்னொன்றையும் உங்களுக்குக் குறிப்பிட விரும்புகிறேன். திரு. கோ. சா. அவர்களின் தலைமையில் "தமிழ் எங்கள் உயிர்" நிதி இங்குள்ள தமிழ் மக்களின் ஒத்துழைப்புடன் நாள் முழுதும் அலைந்து திரிந்து திரட்டப்பட்டது. அந்த நிதி திரட்டும் புனிதப் பணியில் மாணவர்களும் மும்முரமாக ஈடுபட்டனர். அதில் நானும் கலந்து உண்டியல் ஏந்தி, நிதி திரட்டும் பணியில் என்னால் இயன்ற சிறு பங்கினை ஆற்ற முடிந்ததை எண்ணிப் பெருமிதம் கொள்கிறேன். கிளம்பிய பல எதிர்ப்புகளையும் முறியடித்து, சிங்கை நாட்டைப் பொருத்தவரை நான்கு 'அதிகாரபூர்வ மொழிகளுள்'

தமிழ்மொழிக்கும் அரியாசனத்தில் சரியாசனம் பெற்றுத்தர, சிங்கமென முழக்கமிட்டு, சிலிர்த்தெழுந்து, மார்தட்டி, நின்று சாதனை புரிந்த நம் வீரத்திருமகன், கோ. சா. அவர்களைத் தமிழ்மக்கள் என்றென்றும் போற்றக் கடமைப்பட்டவர்கள் ஆவர். அன்று திரு. கோ. சா. அவர்கள் மட்டும் தமிழை இங்கு நிலைநாட்டும் பிரச்சினையைக் கண்டு வாளாயிருந்திருந்தால், தமிழின் நிலை என்னவாயிருக்கும் என்று நாம் சிந்தித்துப் பார்க்க வேண்டும். 'தமிழ் முரசை' ஆயுதமாகப் பயன்படுத்தி, முரசு கொட்டி, சோர்ந்து கிடந்த தமிழர் சமூகத்தைத் தட்டியெழுப்பி, தலைநிமிர்ந்து நிற்கச் செய்த பெருமகனைத் 'தமிழவேள்' என்று அழைப்பது பொருத்தமான செயலே ஆகும்.

அன்னார் விட்டுச் சென்ற அரும்பணியை நம் நாட்டின் இளைய தலைமுறையினர் தலைமேற்கொண்டு, தொடர்ந்து பணியாற்றி, நம் தாய்தமிழ் உலகு உள்ளளவும் வாழும் மொழியாக, வளரும் மொழியாகத் திகழச் செய்தல் வேண்டும் என்பதே என் அன்பான வேண்டுகோளாகும்.

தமிழ் காத்த தானைத் தலைவர் திரு. கோ. சா. அவர்களைப் பற்றி இயன்றவரை விரிவாகக் கூறினேன். அவரைத் தமிழர்கள் என்றும் மறக்கலாகாது என்று கூறும்வேளையில் பத்திரிகை தொழிலில் அவருக்குப் பக்கபலமாக இருந்து, தமிழ்ப்பணி ஆற்றிய திரு. வி. டி. அரசு போன்ற தமிழ்ப் பற்று மிக்க நல்லவர்களையும் மற்ற பணியாளர்களையும் நாம் மறந்துவிடக்கூடாது என்று கூறிக்கொள்ள விரும்புகிறேன். இதை இந்தளவில் நிறுத்திக்கொண்டு, நான் கூற வந்த வேறு தலைப்புகளைப் பார்ப்போம்.

அன்று சிங்கையில் வழக்கிலிருந்த பேச்சுத்தமிழ்

இரண்டாம் உலகப்போர் முடிவுக்கு வந்தபின் இங்கிருந்த தமிழர்கள் பெரும்பாலார் கூலித் தமிழர்களே என்பதில் எவருக்கும் மாற்றுக் கருத்து இருக்க முடியாது. தமிழர்கள் என்றால், கூலிக்காரர்கள் என்ற அளவில்தான் மற்றவர்களால் மதிக்கப்பட்டனர். 'மற்றவர்கள்' என்று நான் இங்குக் குறிப்பிடுவது அன்றைய நிலையில் வசதிபடைத்த மேட்டுக்குடி மக்களையே குறிக்கும். அவர்களுள்ளும் தமிழைத் தாய்மொழியாகக்கொண்டவர்கள் பலரும் அடங்குவர். இதை நான் கூறுவதன் மூலம் எவரையும் இழிவுப்படுத்தவோ புண்படுத்தவோ நினைக்கவில்லை. நான் அறிந்தவரை, ஆண்டு 50களிலிருந்து பல பத்தாண்டு காலங்கள்வரை அந்நிலையே இங்குத் தொடர்ந்தது என்பதை அன்று நம் நாட்டில் வாழ்ந்த, இன்னும் வாழ்ந்துகொண்டிருக்கிற தமிழர்கள் நன்கு உணர்ந்திருப்பர்.

ஆண்டு 1965ல் நம்நாடு குடியரசாகப் பிரகடனப்படுத்தப்பட்டு, நம் அரசால் தமிழ் அதிகாரபூர்வ மொழிகளில் ஒன்று என ஏற்றுக்கொள்ளப்பட்ட பின்னர், தமிழே இங்குப் பள்ளிகளில் தமிழர்க்குரிய இரண்டாம் மொழி என வலியுறுத்தப்பட்டது. அதுவே இங்கு தமிழ் ஆசிரியர்கள், மாணவர்கள் வாழ்க்கையில் பெரும் மாற்றத்திற்கு வித்திட்டது. அது அனைத்துப் பிரிவுத் தமிழர்களையும் ஒன்றுபடுத்தும் மாபெரும் சக்தியாக விளங்கி நம் நாட்டில் தமிழ்ப் பற்றுக்கும் தமிழ் வளர்ச்சிக்கும் அடிகோலியது என்பதே உண்மை ஆகும்.

நம்நாட்டின் தமிழாசிரியர்களின் மொழிப் பற்றாலும் அயரா உழைப்பாலும் மக்கள் நல்ல தமிழில் பேச வேண்டும், எழுதவேண்டும் என்னும் குறிக்கோளை மனத்தில் இருத்தி அன்றாடம் பாடுபட்டு வரும் இங்குள்ள எழுத்தாளர்களும் கவிஞர்களும், வானொலி, தொலைக்காட்சி மற்றும் ஊடகங்களில் பணியாற்றும் பணியாளர்களும் மொழி பெயர்ப்புப் பணியை மேற்கொள்வோரும் நாட்டின் நாளிதழ்களும் சஞ்சிகைகளும், கணினிகளைப் பயன்படுத்துவோரும் இன்னும் இது போன்ற தமிழ்ப் பற்றாளர்களும் உண்மையில் பாராட்டப்பட வேண்டியவர்கள் ஆவர். இன்று நம்நாட்டில் பேசப்படும் தமிழ்மொழி பற்றி வெளிநாடுகளிலிருந்து இங்கு வந்து செல்லும் தமிழறிந்த மக்கள் வெகுவாகப் பாராட்டிச் செல்வதை நாம் நன்கு அறிவோம்.

இன்று தமிழ் மொழியின் துரித வளர்ச்சி பற்றிப் பேசும் அதே வேளையில் இரண்டாம் உலகப் போர் முடிவடைந்த பின்னர், இந்நாட்டில் தமிழ் மொழிப் புழக்கம் எவ்வாறு இருந்தது என்பது பற்றியும் இளந் தலைமுறையினருக்குக் கூறக் கடமைப்பட்டுள்ளேன்.

அக்காலக்கட்டத்தில் இங்கு வாழ்ந்த தமிழர்கள் பெரும்பாலும் கொச்சைத் தமிழிலேயே உரையாடினர். எடுத்துக்காட்டுக்குச் சிலவற்றை மட்டும் கூறுகிறேன். ஒருவர் கழிவறைக்குச் செல்கிறேன் என்று கூறும்போது, “நான் ஜம்பான் கூட்டுக்குச் செல்கிறேன்” என்பார். அன்று சாக்கடைகளைச் சுத்தம் செய்யும் வேலை செய்தவர் அல்லூரைச் சுத்தம் செய்வதாகக் கூறுவார். ‘அல்லூர்’ என்னும் சொல், சாக்கடையைக் குறிக்கும் பழந்தமிழ்ச் சொல் என்பதை அவர் அறிந்து பேசியதாகத் தெரியவில்லை. “நான் பஸ் ஏறித்தான் இங்கு வந்தேன்” என்பார் ஒருவர். இன்று நாம் ‘பஸ்’ என்னும் சொல்லைப் ‘பேருந்து’ எனப் பரவலாக பேசி வரும் நிலை அன்று இல்லை. இவை சில எடுத்துக்காட்டுகளே என்பேன். நம் நாட்டில் இது போன்ற வேறு பல பிறமொழிச் சொற்களையும் நல்ல தமிழில் பேசும் நிலை இன்று உருவாகியுள்ளது, நாமெல்லாம்

பெருமைப்படக்கூடிய ஒன்றே என்பதைத் துணிந்து கூறுவேன். இனி, அடுத்த தலைப்புக்கு வருவோம்.

சிங்கையில் தமிழாசிரியர்களின் நிலை (அன்றும் இன்றும்)

1964ம் ஆண்டின் தொடக்கத்தில் நான் தமிழாசிரியராகப் பணியாற்றத் தொடங்கிய காலத்திலும் மூன்று ஆண்டு கால பகுதிநேரப் பயிற்சி முடிந்த பின்னரும் என் போன்ற தமிழாசிரியர்களும், தமிழாசிரியைகளும் பெரும்பாலும் ஆங்கிலத் தொடக்கப்பள்ளிகளுக்கே தமிழை இரண்டாம் மொழியாகக் கற்பிக்கும்படி பணிக்கப்பட்டோம்.

அன்று தொடக்க நிலை ஒன்று முதல் ஆறுவரை ஒவ்வொரு வகுப்பிலும் இரண்டாம் மொழி கற்க வந்த தமிழ் மாணவர்களின் எண்ணிக்கை குறைவாகவே இருந்தது. நாம் இங்குச் சிறுபான்மையினராக விளங்கி வருகிறோம் என்பது யாவரும் அறிந்த ஒன்றே. அதனால், வகுப்புகளில் தமிழ் மாணவர்களின் எண்ணிக்கை குறைவாக இருந்ததில் வியப்பில்லை. ஆனால், அன்றைய நிலையில் பள்ளி முதல்வர்கள் அதையே காரணமாகக் காட்டி, தமிழ் மாணவர்களுக்குத் தனி வகுப்பறை வசதிகள் செய்து தரப்படவில்லை என்பதே இங்கு நான் குறிப்பிட விரும்பும் ஒன்றாகும்.

தமிழாசிரியர்கள், தமிழ் கற்கும் மாணவர்களும் மற்ற ஆங்கில வகுப்பு மாணவர்களைப்போல் வசதியாக அமர்ந்து கல்வி கற்க வகுப்பறைகள் கொடுக்கப்பட வேண்டும் என்ற கருத்தைத் தமிழாசிரியர் சங்கம் கல்வி அமைச்சில் இருந்த அதிகாரிகளிடமும் பள்ளி முதல்வர்களிடமும் அவ்வப்போது தெளிவுப்படுத்தத் தவறவில்லை. இருப்பினும் அக்காலக் கட்டத்தில் அது, 'செவிடன் காதில் ஊதிய சங்கு'போல் ஆயிற்று. இந்நிலை விரைவில் மாறும் என்ற நம்பிக்கையும் அப்போது ஆசிரியர்களுக்கு இல்லை எனலாம். என்னைப் பொருத்தவரை அதுவே அன்றைய உண்மை நிலை என்றும் கூறுவேன். ஆரம்பத்தில் நான் சிக்லாப் பகுதியில் (Fidelio Street) ஃபிடலியோ தெருவில் இருந்து வரும் ஓப்ரா எஸ்டேட் (Opera Estate) ஆண்கள் தொடக்கப் பள்ளியில் சேர்ந்து பணியாற்றி வந்தேன். அப்போது என் பள்ளியின் அருகில் இருந்த ஓபரா எஸ்டேட் பெண்கள் தொடக்கப் பள்ளியின் மாணவியர்க்கும் சேர்த்தே தமிழ் கற்பிக்கும் பொறுப்பு எனக்கு வழங்கப்பட்டது. நானும் அவ்வாறே என் பணியை ஆற்றி வந்தேன். அப்போது சில நாட்களில் ஆண்கள் பள்ளியிலும் வேறு சில நாட்களில்

பெண்கள் பள்ளியிலும் பாடங்களைக் கற்பித்து வந்தேன். நான் பணியாற்றிய காலக்கட்டத்தில் திரு. டான் மோ ஹா என்பவர் ஆண்கள் பள்ளித் தலைமையாசிரியராகவும் திருமதி முத்து என்பவர் பெண்கள் பள்ளி தலைமையாசிரியராகவும் இருந்து வந்தனர். அவர்கள் இருவருமே நல்லவர்கள். என்னிடம் அன்புடனும் கனிவுடனும் பேசினர், எனக்கு முடிந்தவரை பல வகையில் உதவியும் செய்து, அனுபவக் குறைவுடன் கற்பித்தல் பணியில் ஈடுபட்ட எனக்குத் தேவையான ஆக்கமும் ஊக்கமும் அளித்து மனந்தளராது பணியாற்றுமாறு அறிவுரைகள் பல கூறி ஊக்குவித்தனர். அதற்கு நான் அவர்களுக்கு என்றும் நன்றி கூறக் கடமைப் பட்டுள்ளேன். எனினும், தமிழ் மாணாக்கருக்குத் தேவையான வகுப்பறை வசதிகள் கிட்டவில்லையே என்ற மனக்குறை தமிழாசிரியர் என்ற முறையில் எனக்கும் இருக்கவே செய்தது. அதற்கான காரணங்களையும் இவ்விடத்தில் நான் தெளிவுபடுத்தக் கடமைப் பட்டுள்ளேன்.

பள்ளியில் வகுப்பறைகள் பற்றாக்குறை என்ற காரணத்தை முன் வைத்து எண்ணிக்கையில் குறைவாயிருந்த தமிழ் மாணாக்கர்க்குப் பள்ளி முதல்வர்கள் தனி வகுப்பறை அளிப்பது என்ற பேச்சுக்கே இடமில்லை என்று உறுதியாகக் கூறி விட்டனர். இத்தகைய நிலையே பெரும்பாலும் எல்லாத் தொடக்கப் பள்ளிகளிலும் இருந்து வந்தது எனலாம். ‘காலம் மாறும் காத்திருப்போம்’ என்று எண்ணித் தமிழாசிரியர்கள் தொடர்ந்து கடமையாற்றி வரலாயினர்.

நான் பணியாற்றி வந்த பள்ளிகளில் சில வேளைகளில் அவ்வப்போது காலியாய்க் கிடந்த வகுப்பறையில் தமிழ் வகுப்பை நடத்துமாறு கூறப்பட்டேன். வேறு சில வேளைகளில் பள்ளி ஆசிரியர்களுக்கான தனி அறையின் ஒரு பகுதியில் வகுப்பு நடத்தும் நிலையும் ஏற்பட்டது. இன்னும் சில வேளைகளில் பள்ளி உணவகத்தில் இடைவேளை நேரம் தவிர்த்த, மற்ற நேரங்களில் வகுப்பு நடத்தவும் வேண்டியிருந்தது.

தமிழாசிரியர் சங்கத்தின் இடையறாத முயற்சியாலும், என். டி. யு. சி. போன்ற தொழிற்சங்கங்களின் நெருக்குதல்களாலும் வகுப்பறைகளில் தமிழாசிரியர்களின் கற்பித்தல் முறைகளை மேற்பார்வையிட வந்த, பயிற்சிக் கல்லூரியைச் சேர்ந்த விரிவுரையாளர்களின் பரிந்துரைகளாலும் கல்வி அமைச்சின் உதவியாலும் ஆசிரியர்கள் ஆவலுடன் எதிர்பார்த்த அந்த ‘விடிவுகாலம்’ பிறந்தது. நான் பணியாற்றத் தொடங்கிய சில ஆண்டுகளுக்குப் பிறகே அந்நிலையில் மாற்றம் ஏற்பட்டது என்பதை இங்குக் குறிப்பிட விரும்புகிறேன்.

இதுவே ஆண்டு 60களில் நிலவி வந்த அந்த அவலநிலை. இதற்கு மேலும் நான் அது பற்றி விவரித்துக் கூற வேண்டிய அவசியமில்லை எனக் கருதுகிறேன்.

4

சிங்கையில் நான் கண்ட முக்கிய இடங்கள்

நம் நாட்டின் முக்கிய இடங்கள்

நம் நாட்டின் முக்கிய இடங்கள் என்னும் தலைப்பில் குட்டி இந்தியா, சைனா டவுன், 'டோபி காட்' வட்டாரம் (fort Canning Hill) கொடி மலைப் பகுதி, 'கம்போங் கிளாம்' வட்டாரம், தஞ்சோங் பகார் வட்டாரம், பொத்தோங் பாசிர் வட்டாரம், (Botanical Garden) 'பூமலை' எனப்படும் 'பொட்டானிக்கல் பூங்கா' முதலிய முக்கிய இடங்கள் சிலவற்றைப் பற்றி எழுதுவது பயனுள்ளது என்று கருதுகிறேன். எனவே முதலில் மேலே குறிப்பிட்டபடி நம் நாட்டின் வரலாற்று முக்கியத்துவம் வாய்ந்த இடங்களைப் பற்றிப் பார்ப்போம்.

முக்கிய இடங்கள் எனப்படும் வரிசையில் இந்நூலில் ஏற்கனவே 'குட்டி இந்தியா' பற்றிக் கூடுமானவரை விவரமாக எழுதியுள்ளேன் என்பதால் 'சைனா டவுன்' எனப்படும் இடத்தைப் பற்றி அடுத்து எழுதவுள்ளேன். அனைவரும் படித்துப் பயனுறுங்கள்.

சைனா டவுன் வட்டாரம் (China Town Area)

இந்தியர்களைப்போலவே சீனர்களும் பெரும்பாலும் பிழைப்புத் தேடி இங்குக் குடியேறிகளாய் வந்தவர்களே என்பதை உங்களுக்கு நினைவுப்படுத்த விரும்புகிறேன். சுமார் நானூறு ஆண்டுகள் தேடுவாரற்றுக் கிடந்த நம் சிறு மீன் பிடி கிராமம் ஸர் ஸ்டாம்

ஃபோர்டு ராஃபிள்ஸ் அவர்கள் சிங்கைக்கு வந்த பின்னரே, பல நாடுகளிலிருந்தும் வேலை தேடி மக்கள் பலர் இங்குக் குடியேறத் தொடங்கினர் என்பதையே வரலாறு நமக்குத் தெளிவுபடுத்துகிறது. அதன் வழி சீனர்கள், சீனநாட்டின் பல பகுதிகளிலிருந்து மரக்கலங்கள் மூலம் வரத் தொடங்கினர் என்பதை அறியமுடிகிறது. அவர்கள் பெரும்பாலும் Fujian(ஃபூஜியன்), Hokkien (ஹோக்கியன்) Guandong (Canton) குவாங்டோங் பகுதிகளிலிருந்தும் சிலர் Hainau Island (ஹைனான் தீவு) எனப்படும் இடத்திலிருந்தும் இங்கு வந்து குடியேறினர். ஆரம்பத்தில் இங்கு வந்து (Kongsi) கூட்டுக் கோங்ஸி' (Clan Association) குலச்சங்கத்தினரின் உதவியை பெற்றே இங்கு வரலாயினர். நாட்டுப்பற்றும் இனப்பற்றும் மிக்க அச்சங்கத்தினர் தாய் நாட்டிலிருந்து ஆதரவின்றி இங்கு வந்த குடியேறிகளுக்கு அப்போது 'Bullock Cart Water (மாட்டு வண்டி நீர்) என்று அவர்களால் அழைக்கப்பட்ட சைனா டவுனில் தங்கியிருக்க ஏற்ற இடங்களையும், கூலிகளாய் வந்தவர்களுக்குப் பிழைக்க வழிகாட்டும் வகையில் அவர்களுக்கு ஏற்ற வேலைகளையும் உரிய நேரத்தில் தேடித்தந்து உதவினர். அது திக்கற்ற அவர்களுக்குப் பேருதவியாய் இருந்தது எனலாம்.

இங்கு வந்த குடியேறிகளை எவ்விடத்தில் குடியிருக்கச் செய்யலாம் என்ற கேள்வி எழவே அதற்கு விடைகாணும் வகையில் காலனி ஆதிக்கக் காலத்தில் ஆங்கிலேயர்களுக்கே உரிய 'பிரித்தாளும் கொள்கையைத்' தவறாமல் செயல்படுத்தத் தொடங்கினார். 1819ல் இங்கு வந்த ஆங்கிலேயே அதிகாரி அவர்கள். எதிர்காலத்தில் பல இனத்தவர்களும் கலந்து, ஒன்றுபட்டு வாழ்வதால், தங்களுக்கு ஆபத்து விளையலாம் என்பதை முன்கூட்டியே உணர்ந்த மதிநுட்பமிக்க ஸர் ராஃபிள்ஸ் பெருமகன் அவர்கள் இங்குக் குடியேறிகளாய் வந்த மக்களைக் காலந்தாழ்த்தாது, இனவாரியாக சீனர்கள், இந்தியர்கள், அராபியர்கள், புகிஸ் இனத்தவர்கள் மலாய்க்காரர்கள் என்று பிரித்து, ஒவ்வொரு இனத்தையும் ஒவ்வொரு பகுதியில் தங்கி வாழும்படி குடியமர்த்தினார்.

அந்த முறையில் சீன நாட்டவர்களைச் சௌத் பிரிட்ஜ் சாலைக்கும், நியுபிரிட்ஜ் சாலைக்கும் இடைப்பட்டப் பகுதியில் குடியிருக்கும்படி ஏற்பாடு செய்தார். சீனர்கள் மிகுதியாகக் குடியிருந்த இடமே 'சைனா டவுன்' எனப் பெயர் பெற்றது. அக்காலத்தில் சைனா டவுன் வட்டாரத்தில் உயரம் அதிகமில்லாதபடி கட்டப்பட்ட (Shop Houses) கடை வீடுகளே அதிகம் இருந்தன. அத்தகு சிறுசிறு வீடுகளில் அதிகமான சீனர்கள் ஒரே இடத்தில் குடியிருக்க வேண்டிய சூழ்நிலை ஏற்பட்டது. அதனால், ஒரு வீட்டில் பலர் குடியிருக்கும்

நெருக்கடி நிலை ஏற்பட்டது. நல்ல காற்றோட்டமில்லாத வீடுகளுக்குள் நாற்பது, நாற்பத்தைந்து என்ற எண்ணிக்கையில் சேர்ந்து குடியிருந்தவர்கள் ஆரோக்கியக் குறைவால் காசநோய் போன்ற பலவித கொடிய தொற்று நோய்களுக்கு ஆளாகித் துன்புற நேர்ந்தது. இங்குக் கூலிகளாய்ப் பணியாற்றிய அவர்களுக்குத் தக்க மருத்துவ வசதியும் அப்போது கிட்டவில்லை.

அத்தகைய சூழல் அங்கும், பல தீயபழக்கங்கள், தீய சக்திகள் முதலியன பெருகுவதற்கும் குண்டர்களின்கூடாரமாய் விளங்குவதற்கும் அவர்களின் அத்தகு செயல்கள் செழித்து வளரத்தக்க நாற்றங்கால்களாகவும் பயன்பட இடமளித்தது எனலாம். வெவ்வேறு பிரிவைச் சேர்ந்த குண்டர்களுக்கிடையே மோதல்கள் ஏற்பட்டு அடிக்கடி சண்டை சச்சரவுகள், கொலைச் சம்பவங்கள் முதலியன ஏற்படவும் மக்கள் சதா அச்சத்தில் வாழவும் காரணமாயிருந்தது.

நாள்முழுதும் கடினமாக உழைத்துவிட்டு வீடு திரும்பிய கூலித் தொழிலாளிகள் பலர் உடல் வலியைப் போக்க 'கஞ்சா' (opium) எனப்படும் போதைப் பொருள்களைப் பயன்படுத்தி அதற்கு அடிமையாகி மன அமைதி காண்பதையே தங்கள் பொழுது போக்காகக்கொண்டனர். அத்தகைய கொடிய போதைப் பொருளுக்கு அடிமையாகி, சிலசமயங்களில் மரணத்திற்கு ஆளானவர்களும் பலர் ஆவர்.

'சைனா டவுன்' வட்டார வாழ்க்கை முறை பற்றி என் தந்தையார் வாயிலாகவும் அவர் காலத்தில் வாழ்ந்த நம் முன்னோடி மூதாதையர்கள் வாயிலாகவும் பல சுவையான தகவல்களை நேரடியாகக் கேட்டறியும் வாய்ப்பினை நான் பெற்றிருக்கிறேன். அவற்றில் சிலவற்றை என் நினைவுக்கு எட்டியவரை உங்களோடு பகிர்ந்துகொள்ள விரும்புகிளேன்.

சைனா டவுன் வட்டாரத்தில் குண்டர்களின் அட்டகாசம் மட்டுமின்றி, அங்கு அடிக்கடி வழிப்பறித் திருட்டுகளும் நடைபெறுவதுண்டாம். அருள்மிகு மாரியம்மன் ஆலயத்திற்குத் தெய்வ வழிபாடு செய்யச் சென்ற நம் பெண்மணிகள் பலர் தாங்கள் அணிந்து சென்ற மதிப்பு மிக்கத் தாலி மற்றும் அணிகலன்களைத் திருடர்களிடம் பறி கொடுத்து விட்டு கண்ணீரும் கம்பலையுமாக வீடு சேர்ந்தவர்களும் அவர்களுள் அடங்குவர் என்றனர். ஆலயத்தின் அருகிலுள்ள சிறு சிறு சாலைகளில் இத்தகைய நிகழ்வுகள் நடப்பது வழக்கமான ஒன்றாம். அதனால் அவ்விடங்களில் குறிப்பிட்ட நேரங்களைத் தவிர மக்கள் நடமாட்டம் குறைவு என்றனர். முன்னோடித் தலைமுறையினர்

செ.பாலசுப்ரமணியன் | 85

காலத்தில் சீன தேசத்திலிருந்து கூலிகளாய் இங்கு வந்த சீனர்களில் ஆண்கள் பெரும்பாலோர் பெண்களைப்போலவே அவர்களின் நீண்ட தலைமயிரைச் சடையாகப் பின்னிப் போட்டிருப்பார்களாம். அந்தக் காரணத்தினால் நம்மவர்கள் அக்காலத்தில் அவர்களைச் 'சடையர்கள்' என்ற பெயராலேயே குறிப்பிட்டனராம். சீன மக்களிடையே இருந்து வந்த, அந்தப் பரம்பரைப் பழக்கம் இன்று முற்றிலும் மாறியுள்ளது என்பதைக் காணும்போது நமக்கு ஆச்சரியமாக இல்லையா! இன்றைய நிலையில் உலகெங்கிலும் பரவலாக நாம் காணுகின்ற சீனமக்கள் நடையுடை பாவனைகளில் மேற்கத்திய நாகரிகத்தையும் மிஞ்சும் நிலையை அடைந்துள்ளனர் என்பது இக்காலத்தில் அவர்கள் அடைந்துள்ள சமுதாய முன்னேற்றத்தின் துரித வளர்ச்சிக்குத் தக்கதோர் எடுத்துக்காட்டாய் உள்ளது. இவ்வாறு நான் கூறுவதை எவரும் எவ்விதத்திலும் மிகையெனக்கொள்ளலாகாது என்று அன்புடன் வேண்டிக் கொள்கிறேன். ஸர். இராஃபிள்ஸ் அவர்கள் ஆரம்ப காலத்தில் சைனாடவுன் வாழ் மக்களுக்கு அவ்வட்டாரத்தில் ஏராளமான கடைவீடுகளைக் கட்டிக் கொடுத்து, அவற்றில் வாழ்ந்து வருமாறு ஏற்பாடுகள் செய்து கொடுத்திருந்தார் என்று அறிகிறோம். அதிகமான சீன நாட்டுக் குடியேறிகள் அவ்விடத்தில் வாழ நேர்ந்த காரணத்தால், ஒரே வீட்டில் பலர் குடியிருக்க வேண்டிய நெருக்கடியான சூழ்நிலை ஏற்பட்டதில் வியப்பில்லை.

நம் நாடு 1965ல் குடியரசானபின், நாட்டின் பலபகுதிகளில் 'redevelopment' என்ற மறுநிர்மாணப் பணி தொடங்கியது. அது தொடர்பாக 60களில் சைனா டவுன் வட்டாரம் நம் நாட்டு நிறுவனரான பிரதமர் திரு. லீ குவான் இயூ அவர்களின் கவனத்திற்கு வந்தது. அவரின் ஆணைப்படி அங்கிருந்த பல 'கடைவீடுகள்' இடித்துத் தரைமட்டமாக்கப்பட்டன. அவ்வாறு செய்தது தவறான ஒன்று என்று பின்னர் உணர்ந்த அரசு அத்தகைய செயலை அந்தளவோடு நிறுத்திக்கொண்டது. எஞ்சியவை தக்க சமயத்தில் காப்பாற்றப்பட்டன. அங்கிருந்த கட்டடங்களை இடிப்பதால் இங்கு வரும் வெளிநாட்டுச் சுற்றுலா பயணிகளைக் கவரும் செயல் பாதிக்கப்படுவதோடு மட்டுமின்றி, நம்நாட்டு வருவாயையும் பாதிக்கும் என்பதை உணரச் செய்தது. அதனால், எஞ்சிய கட்டடங்களையாவது பாதுகாக்க வேண்டும் என்று அரசு முடிவு செய்தபின் 1980ல் இடிக்கும் செயல் நிறுத்தப்பட்டு, அவை பாதுகாக்கப்பட்டன என்பதையே அறிய முடிகிறது.

சைனாடவுன், நெருக்கடி மிக்க ஒரு வட்டாரமாக இருந்து வருகின்ற போதிலும், அது சீன மக்களின் வாழ்க்கை முறை, கலை, கலாசாரம்,

பண்பாடு முதலியவற்றைக் கட்டிக்காக்குமிடமாகவும் சுற்றுலாப் பயணிகளின் வருகையால் நாட்டுப் பொருளாதாரத்துக்குப் பெரிதும் உதவும் ஒன்றாகவும் விளங்கி வருகிறது என்று கூறலாம். ஆண்டு தோறும் சீனப் புத்தாண்டு விழாகொண்டாடப்படும் காலங்களில் அப்பகுதி வண்ண விளக்குகளாலும் சீனப் பாரம்பரியப் பொருள்களான (Lanterns) எனப்படும் விளக்குக் கூண்டுகளாலான தோரணங்களாலும் அலங்கரிக்கப்பட்டு, ஒளியூட்டப்பட்டிருக்கும் கவின்மிகு காட்சியும் அங்குச் சாலையோரங்களில் விற்பனை செய்யப்படும் பலவிதமான சீன தேசத்துப் பொருள்களும் பட்டாலான ஆடையணிகளும் எந்நாட்டவரையும் காந்தம்போல் கவர்ந்து இழுக்கக்கூடியது என்பதில் ஐயமில்லை. 'குட்டி இந்தியா' பகுதியில் தீபாவளிப் பண்டிகைக்காலத்தில் கட்டுக்கடங்காத மக்கள் கூட்டம் திரள்வதுபோல் சைனா டவுன் வட்டாரத்திலும் மக்கள் திரளாகக்கூடிப் பொருள்கள் வாங்குவதையும் உறவினர்கள் நண்பர்கள் முதலியோரைச் சந்தித்து, அளவளாவுவதையும் பலமுறை நான் நேரில் கண்டு மகிழ்ந்திருக்கிறேன். இன்றளவும் விழாக்காலங்களில் அவ்விதக் காட்சிகளுக்கு அங்குப் பஞ்சமில்லை எனலாம்.

முற்காலத்தில் அவ்வட்டாரத்தில் (Prostitutes) வேசியர்களின் (பாலியல் சேவையாற்றிய இளநங்கையர்களின்) நடமாட்டம் அதிகமிருந்தது. அச்செயலானது அரசாங்கக் கட்டுப்பாட்டை முன்னிட்டு இப்பொழுது பெரிதும் குறைந்துள்ளது. திரு. லீ குவான் இயூ அவர்களின் ஆட்சிக்கு முன் சைனா டவுன் வட்டாரம், விழாக்காலங்களில் பலவித பட்டாசு வெடிகளுக்கும் வாணவேடிக்கைகளுக்கும் பெயர் பெற்ற இடமாகவே திகழ்ந்தது. இன்றோ அந்த நிலை அங்கு இல்லை. பட்டாசு வெடிக்கும் ஆபத்தான செயல்களால் ஏற்படும் பேராபத்தை முன்னிட்டு நம் அரசால் அவை தடை செய்யப்பட்டு விட்டன. ஓசைத் தூய்மைக் கேட்டிற்கும் பேரழிவை ஏற்படுத்தவல்ல தீச்சம்பவங்களுக்கும் காரணமாயிருந்த அச்செயல்கள் சைனாடவுன் வட்டாரத்தில் மட்டுமின்றி நம்நாடு முழுவதுமே அரசின் கடுமையான சட்ட நடவடிக்கையால் முற்றிலும் தடை செய்யப்பட்டு விட்டது. அது பலவகையில் நம் நாட்டு மக்களுக்கு ஏற்படக்கூடிய அவலத்தையும் ஆபத்தையும் தடுத்து, மக்களின் அமைதியான நல்வாழ்வுக்கு வழிவகுத்ததுடன் காலத்தால் நம் அரசு எடுத்த பயன்மிக்க நடவடிக்கையானது நம் நாட்டு மக்களிடம் நல்ல வரவேற்பையும் பெற்றது. காதைத் துளைத்த வெடிச் சத்தங்களை தாங்கவொண்ணாத குழந்தைகள் முதல் முதியவர்கள்வரை நோயாளிகள் முதல் பள்ளி மாணாக்கர்கள்வரை இன்னலை

விளைவித்த செயல்களுக்கு முற்றுப்புள்ளி வைத்த நம் நாட்டின் நிறுவனரும் முன்னாள் பிரதமருமான திரு. லீ குவான் இயூ அவர்களின் அறிவார்ந்த செயலை எண்ணி, நிம்மதிப் பெருமூச்சு விட்டனர் என்றே சொல்ல வேண்டும்.

இன்று கூட அந்தச் சட்டம் அமலாக்கப்பட்ட அந்த நாளை என்னால் மறக்க இயலவில்லை.

'சைனாடவுன்' எனப்படுவது பல சிறு சிறு சாலைகளை உள்ளடக்கிய ஒரு பெரும் வட்டாரம் ஆகும். அது இன்றைய (Neil Road) நீல் சாலை நியு பிரிட்ஜ் சாலை, 'சைனாடவுன் பாயிண்ட்' சௌத் பிரிட்ஜ் சாலை ஆகியவற்றை எல்லையாகக்கொண்ட வரலாற்றுச் சிறப்புமிக்க ஒரு வட்டாரம் எனலாம். நாம் நீல் சாலை வழியே நம் பயணத்தைத் தொடங்கினோமானால், அக்காலத்தில் பரவலாக மக்களின் போக்குவரத்துக்கு மிகவும் பயன்பட்ட எண்ணற்ற 'ரிக்ஷா' வண்டிகளின் அணிகளை நம் கற்பனைக் கண்கொண்டு அறியலாம். அன்றைய 'ரிக்ஷா' வண்டிகள் இன்று நாம் காணும் 'ரிக்ஷா' வண்டிகள்போல் காட்சியளிக்கவில்லை. மாறாக அவை சொற்ப வருவாய்க்காக மனிதர்களை மனிதர்களே அடிமைகள் போன்று இழுத்துக்கொண்டு வெயில் என்றும் மழை என்றும் பாராமல் நெற்றி வியர்வை நிலத்தில் சிந்த நெஞ்செலும்பை வெளிக் காட்டியபடி சாலைகளில் ஓட்டமும் நடையுமாக மாடுகள் வண்டிகளை இழுப்பதுபோல் இழுத்துச் சென்ற நம் முன்னோடிகளின் துயர்மிக்க, வறுமைமிக்க வாழ்க்கை முறையைச் சற்றே உங்கள் மனத்திரையில் விரியவிட்டுப் பாருங்கள். அப்பொழுது புரியும் இன்று நாம் வாழுகின்ற இந்த வசதியான வாழ்க்கை முறைக்கும் அவர்களின் ஏழ்மை நிறைந்த அடிமை வாழ்க்கை முறைக்கும் மலைக்கும் மடுவுக்கும் உள்ள வேறுபாடு.

அத்தகு இழிவான மனிதனை மனிதனே இழுத்துச் சென்ற அடிமை வாழ்வுக்கு எடுத்துக்காட்டாய் இருந்து வந்த, அந்த இழி செயலுக்கு முற்றுப்புள்ளி வைக்கப்பட்டது, இரண்டாம் உலகப்போர் முடிந்து, நம்நாடு ஜப்பானியர்களின் ஆட்சிக்கு உட்பட்டிருந்த காலமே என்பதை நம் முன்னோடி மூதாதையர் வாயிலாக நான் கேட்டறிந்தேன். ஜப்பானியர்கள் பலவகையில் கொடூரமானவர்கள் என்றாலும் அவர்கள் செய்த ஒரு சில நற்செயல்களையும் நாம் எண்ணிப் பார்த்தல் வேண்டும் என்பதே என் கருத்து. இங்கு ஒன்றை நான் உங்களுக்கு நினைவுப்படுத்த விரும்புகிறேன். அன்று நம் நாட்டில் பயன்படுத்தப்பட்ட 'ரிக்ஷாக்கள்' அனைத்தும் (Gin Rickshaws) 'ஜின் ரிக்ஷாக்கள்' என அழைக்கப்பட்டன. அவற்றிற்கான அடையாளமாக விளங்கும்

அந்த ஜின் ரிக்ஷாக்களின் புடைப்புச் சிற்பங்களை ஓரளவு வெளிக்காட்டும் காட்சியை இன்றளவும் நீல் சாலை முகப்பில் அமைந்துள்ள ஒரு கட்டடத்தின் மேற்பகுதியில் காணலாம்.

(Neil) நீல் சாலையில் வலப்புறம் அமைந்துள்ள (Pagoda Street) பகோடா தெரு, (Sago Street) சாகோ தெரு ஆகிய இடங்களில் அங்காடி வியாபாரிகள், கஞ்சா குடிப்பவர்களுக்கான மறைவிடங்கள், வேசியர்கள் பாலியல் சேவை அளித்தற்கான மறைவிடங்கள் முதலியன அனைத்துமே அங்கிருந்த கடை வீடுகளில்தான் நடைபெற்றன என்று அறியமுடிகிறது. அதுமட்டுமின்றி, கடின உழைப்பாளிகளான 'கூலிகள்' கஞ்சா குடிக்கும் பழக்கத்திற்கு அடிமையாகி நடமாடும் எலும்புக் கூடுகளாய்க் காட்சியளித்தனர். அவர்கள் மரணமுற்றால், அவர்களின் இறுதியாத்திரைக்கான இடமாக ஒதுக்கப்பட்டிருந்த 'மரண இல்லங்கள்' என அழைக்கப்பட்ட வீடுகளும் (Sago Street) சாகோ தெருவில் இருந்த விவரத்தையும் வரலாற்றுக் குறிப்புகள் வழி அறிய முடிகிறது. அடுத்து, நியூபிரிட்ஜ் சாலையை ஒட்டியுள்ள (Keang Saik Road) கியோங் சாய்க் சாலை (Bukit Pasah Road) புக்கிட் பாசோ சாலை ஆகியவை இருக்கும் இடங்களின் அருகே இன்று நாம் அனைவரும் சென்று வழிபாடு செய்யும் அருள்மிகு சித்தி விநாயகர் ஆலயம் அமைந்திருப்பதைக் காணலாம். முற்காலத்தில் அவ்விடங்கள் 'சிவப்பு விளக்கு' வட்டாரமாக விளங்கின என்றால் வியப்பாக இல்லையா! அவ்விடத்திலிருந்து நாம் (China Town Point) சைனா டவுன் பாயிண்ட் இருக்குமிடத்தை நோக்கி நடப்போமானால் நம் வலப்புறம் அமைந்துள்ள (Temple Street) டெம்பிள் தெரு, (Smith street) ஸ்மித் தெரு ஆகிய சிறு சாலைகளின் இருமருங்கிலும் பலவகை வேலைப்பாடுகளுடன்கூடிய கண்ணைக்கவரும் கலைப் பொருள்கள் சீனதேசத்துப் பட்டாடைகள், வகைவகையான கைக்கடிகாரங்கள் போன்ற கண்ணைக் கவரும் நவநாகரிகப் பொருள்கள், சீன தேசத்து மருந்துப் பொருள்கள், மருத்துவர்களின் சேவை, சுவை மிகு உணவகங்கள், அலங்காரப் பொருள்கள் முதலியவை நம் நாட்டினரையும் நம் நாட்டுக்கு வரும் சுற்றுலாப்பயணிகளையும் எளிதில் கவருவன என்பேன். அங்கிருக்கும் சைனா டவுன் (MRT) நிலையத்தின் எதிரேயுள்ள (Eu Tongsen Street) இயு தோங்சென் தெருவைக் கண்ணோட்டமிட்டோமானால், ஆண்டு 1927ல் இயு தோங்சென் என்ற பெருமைக்குரிய செல்வந்தரால் கட்டப்பட்டு, இன்றளவும் கம்பீரமாகக் காட்சியளித்துக்கொண்டிருக்கும் (Mejsestic Theatre) 'மேஜஸ்டிக் தியேட்டர்' எனப்படும் கலையரங்கைக் கண்கூடாகக் காணலாம். சீனநாட்டு மக்களின் கலை, கலாசாரம், பண்பாடு ஆகியவற்றின் சிறப்புக் கூறுகளை இன்றும் பேணிக்

காத்து வரும் ஓர் இடமாக சைனாடவுன் வட்டாரம் திகழ்ந்து வருகிறது. சில காலத்திற்கு முன்பு சீனப் புத்தாண்டு போன்ற விழாக்காலங்களில் அங்குப் பட்டாசு விற்பனைக்கும் பஞ் சமில்லை. இத்துணை சிறப்புக் கூறுகளையும் உள்ளடக்கியுள்ள சைனாடவுன் வட்டாரத்தின் முக்கியப்பகுதியில் நம் முன்னோடி மூதாதையரான, மாண்பு மிகு நாராயணப்பிள்ளை அவர்கள் அக்காலத்திலேயே எழுப்பியுள்ள அருள்மிகு மாரியம்மன் ஆலயம் அவ்வட்டாரத்தின் பெருமைக்கு மேலும் பெருமை சேர்ப்பதாய் உள்ளது என்பதுடன் உலகெங்கிலுமிருந்து நம் நாட்டிற்கு வரும் சுற்றுலாப்பயணிகள் அன்றாடம் ஆலயத்தைச் சுற்றி வந்து மொய்க்கும் இனிய தேன்கூடாகவும் காட்சியளிக்கிறது என்று கூறினால் மிகையாகாது. அதனால், சைனா டவுன் வட்டாரம் ஒவ்வொருவரும் கண்டு களிக்கத்தக்க ஓர் இடம் என்பதே நான் இங்கு வலியுறுத்த விரும்பும் கருத்து ஆகும். எனவே, நீங்களும் தவறாது அங்குச் சென்று கண்டு களியுங்கள் என்பதே என் வேண்டுகோள்.

கம்போங் கிளாம் (Kampong Glam/ glam)

குட்டி இந்தியா, சைனாடவுன் ஆகிய வட்டாரங்களைப் பற்றி ஓரளவு அறிந்துகொண்ட நாம் இனி, "கம்போங் கிளாம்" என்று நம் நாட்டு மக்களால் இன்றளவும் அழைக்கப்பட்டு வரும் வரலாற்றுச் சிறப்பு மிக்க வட்டாரத்தைப் பற்றியும் அறிந்து கொள்வது பயன்மிக்கது.

ஒருகாலத்தில் 'துமாசிக்' எனப்பட்ட நம் சிங்கப்பூர் ஒரு சிறு மீன்பிடி கிராமமாக (Pirates) கடற்கொள்ளைக்காரர்களின் வசிப்பிடமாக இருந்து வந்தது என்பதாக வரலாறு கூறுகிறது. நம்நாட்டின் கடற்கரைகளில் பரவலாகக் காணப்பட்ட மனித மண்டையோடுகளின் கோரக்காட்சியே அதற்குத்தக்க சாட்சியாக விளங்கியது.

முற்காலத்தில் 'Kallang Gas Works' என்றழைக்கப்பட்ட காலாங் எரிவாயு ஆலை கம்போங்பூகிஸ் வட்டாரத்தில் அமைந்திருந்தது. அதன் அருகே இருந்த நடைபாதை வழியே ஒருவர் தொடர்ந்து சென்றார் எனில், அங்கே காலாங் ஆறு கடலுடன் கலக்குமிடத்தைக் காணமுடியும். அவ்விடத்தில்தான் 'Glam' கிளாம் என்றழைக்கப்பட்ட (Sea Gypsies) அதாவது கடல் வாழ் பழங்குடியினர் முன்பு வாழ்ந்தனராம். அந்தக் கிளாம் இன மக்கள் தங்களின் இனப் பெயராலேயே அங்கு மிகுதியாக வளர்ந்திருந்த மரங்களையும் 'கிளாம்' மரங்கள் என்றே அழைத்து வந்தனர். அதே இடத்தில்

வாழ்ந்த மலாய்க்காரர்கள் அவ்விடத்தைக் 'கம்போங் கிளாம்' என்ற பெயரால் அழைக்கலாயினர். அங்கு வாழ்ந்த மலாய் இன மக்கள் 'கிளாம்' மரங்களைக் 'காயு பூத்தே' (Kayu Puteh) என்ற பெயரால் அழைத்தனர். அந்த மரங்களிலிருந்து ஒருவகைத் தைலத்தைத் தயாரித்து அதை மருந்துப் பொருளாகப் பயன்படுத்தினர். மேலும் அம் மரங்களிலிருந்து செதுக்கி எடுக்கப்பட்ட பட்டைகள் மூலம் கிடைத்த மஞ்சி போன்ற நார்களைக்கொண்டு படகுகளில் ஏற்பட்ட ஓட்டைகளை (கள்ளப்பத்துகளை) நீர் புகாதபடி அடைத்தனர். அதன் காரணமாக அத்தொழில் புரிந்தவர்கள் "கள்ளப்பத்துக்காரர்கள்" என அழைக்கப்பட்டனர். அத்தகைய பயன்மிக பழுதுபார்ப்புத் தொழில்புரிந்தோர் பெரும்பாலும் தமிழ்நாட்டைச் சேர்ந்தவர்களே ஆவர் என்பதை நான் அறிவேன்.

ஒரு காலத்தில் கம்போங்கிளாம் பகுதி வெளிநாட்டு வணிகர்கள் அடிக்கடி வந்து செல்லத் தக்க துறைமுகமாக விளங்கியதாகவும் வரலாறு கூறுகிறது.

காலாங் சாலையில் அமைந்துள்ள 'மன்மத காருணீஸ்வரர் என்று அழைக்கப்படும் சிவன் கோவில் 'கள்ளப்பத்துக்காரர்கள் உபயம்'. ஆண்டுதோறும் நடைபெற்று வந்ததை அதற்குச் சான்றாகக் கூறலாம்.

காலாங் சாலையில் அமைந்துள்ள நம் நாட்டின் பழமை மிக்க ஆலயம் ஒரு சிவன் கோவிலே ஆகும். அது பிற்காலத்தில் 'மன்மத காருணீஸ்வரர் ஆலயம்' என்னும் பெயரால் அழைக்கப்பட்டு வருகிறது. அதற்கு அவ்வாறு பெயர் வந்த காரணம் பற்றி மூத்த தலைமுறையினர் ஒருவரிடம் விளக்கம் கேட்டேன். அதற்கு அப்பெரியவர் கூறிய விளக்கம் இதுதான்: இந்துக்களின் புராணத்தில் உள்ள வரலாற்றுப் படி ஒரு சமயம் சிவபெருமான் ஆழ்ந்த தவம் செய்துகொண்டிருந்தபோது, காமத்தைத் தூண்ட வல்ல மன்மதன் அவரின் தவத்தைக் கலைக்க முயன்றான் என்றும் அதனால், கடுஞ்சீற்றங்கொண்ட ஈசன் சிவபெருமான் தம் நெற்றிக் கண்ணைத் திறந்து மன்மதனைத் தீக்கிரையாக்கினார் என்றும் அறிகிறோம். அந்த நிகழ்ச்சியை மக்கள் நினைவு கூறும் வகையில் கள்ளப்பத்துக்காரர்கள் நடத்திய உபயத்தன்று கோயிலின் உள்ளே சிவன் சன்னதிக்கு நேராக தென்னங்கிடுகுகளை, அதாவது பின்னிய ஓலைக் கீற்றுகளைக்கொண்டு வேயப்பட்ட ஒரு சிறு குடிசையைத் தீயிட்டுக் கொளுத்தி வந்த காரணத்தால், சிவன் கோயிலானது பின்னர் மன்மத காருணீஸ்வரர் ஆலயம் என்னும் பெயரால் அழைக்கப்பட்டு வருகிறது என்று நான் குறிப்பிட்ட அந்த மூத்த தலைமுறைப் பெரியவர் என்னிடம் விளக்கினார். மன்மதனை

(காமனை) உபயக்காரர்கள் தங்களின் உபயத்தன்று தீயிட்டு கொளுத்திய காட்சியை நானும் பலமுறை நேரில் கண்டதுண்டு.

இனி, கள்ளப்பத்துக்காரர்கள் படகுகளைப் பழுதுபார்த்த இடங்களில் நீண்டகாலம் வாழ்ந்து வந்த 'கிளாம்' இனமக்களும் மலாய்க்காரர்களும் என்ன ஆனார்கள் என்பதைப் பற்றிப் பார்ப்போம்.

காலப்போக்கில் அப்பகுதியில் வாழ்ந்த மக்களின் எண்ணிக்கை பெருகத் தொடங்கியதால், அங்கு இடநெருக்கடி ஏற்பட்டது. இடநெருக்கடி காரணமாக 1920ம் ஆண்டு அவ்விடத்தில் வசித்தவர்களை அங்கிருந்து கம்போங் யூனோஸ், கேலாங் சிராய் ஆகிய வட்டாரங்களுக்கு இடமாற்றப்பட்டதாக வரலாற்றுக் குறிப்பு மூலம் அறிய முடிகிறது.

அடுத்து, கிளாம் மக்கள் வாழ்ந்த கடலோரப் பகுதியும் பெரும் மாற்றத்திற்குள்ளானது. நம் நாட்டிற்கு வருகை புரிந்த ஆங்கிலேயர்கள் கடலோரப் பகுதியை (Beach Road) அதாவது, கடற்கரைச் சாலை என்று பெயரிட்டு அழைத்தனர்.

நான் 50களில் அந்தக் கடற்கரைச் சாலை வழியாகப் பலமுறை பயணித்திருக்கிறேன். அப்போதெல்லாம் அங்கிருந்த கடலோரப் பகுதியில் சிறிதும் பெரிதுமான எண்ணற்ற படகுகள் அங்கே நிறுத்தி வைக்கப்பட்டிருந்த காட்சியை நானே கண்கூடாகக் கண்டிருக்கிறேன். அவற்றில் பல பழுது பார்க்கவே இயலாத நிலையில் சிதைவுற்றுக் கிடந்தன.

நம் நாடு குடியரசான பின்னர் நகர நிர்மாணப் பணியை முன்னிட்டு நம் அரசு எடுத்த தீவிர நடவடிக்கை காரணமாக அங்குக் கிடந்த படகுகள் அனைத்தும் வேறு இடங்களுக்கு மாற்றப்பட்டுவிட்டன. அதன் பயனாகக் கடலோரத்தில் அருவருப்பை ஏற்படுத்திய, பழுதுபட்ட படகுகளின் காட்சியும் அங்கிருந்து மறைந்து போயிற்று.

இத்தகைய மாற்றம் பிற்காலத்தில் ஏற்பட்ட ஒன்று என்பதை நாம் அறிவோம். ஆங்கிலேயர்களின் வருகைக்குப் பின், கம்போங் கிளாம் வட்டாரம் பெரும் மாற்றத்திற்கு உள்ளான வரலாறு பற்றி இனிப் பார்க்கலாம்.

ஆண்டு 1819ல் பிரிட்டிஷ் அதிகாரியான ஸர் ஸ்டாம்ஃபோர்டு ராஃபிள்ஸ் அவர்கள் பினாங்குத் தீவிலிருந்து இங்கு வந்தது பற்றி அவர் ஜோகூர் சுல்தான் உசேன் அவர்களின் ஒத்துழைப்பைப் பெற்று, நம் சிங்கைத் தீவை பிரிட்டிஷ் அரசியாருக்குச்

சொந்தமாக்கினார் என்பது பற்றியும் முன்னர் கட்டுரையில் குறிப்பிடப்பட்டுள்ளது உங்களுக்கு நினைவிருக்கலாம்.

ஜோகூர் சுல்தானின் ஒத்துழைப்பைப் பெறுவதற்குப் பெரிதும் துணைபுரிந்தவர் அவரின் மகன், சுல்தான் அலிஸ்கந்தர் ஷா ஆவார். காலத்தால் அவர் செய்த பேருதவிக்குக் கைம்மாறு (பதிலுதவி) செய்யக் கருதிய இராஃபிள்ஸ் பெருமகனார் கம்போங் கிளாம் வட்டாரத்தில் ஜோகூர் சுல்தான் உசேன் அவர்களின் அரச குடும்பத்திற்கான ஓர் இடத்தை ஒதுக்கித்தந்து, அதில் ஓர் (இஸ்தானாவை) அரண்மனையைக் கட்டிக்கொள்ள அனுமதித்தார். அவ்விடத்தை அரச குடும்பத்தினருக்கே உரிமையாக்கினார். அத்துடன் அவ்வட்டாரத்தை மலாய்க்காரர்களின் 'குடியிருப்பு வட்டாரம்' எனவும் அறிவித்தார்.

கம்போங் கிளாம் வட்டாரத்தில் அரச குடும்பம் வாழத் தொடங்கியது முதல் அவ்விடம் சிறப்புக்குரியதாயிற்று. அதனால், ஏற்கனவே அங்கிருந்த மலாய்க் குடும்பங்களுடன் மலாயாவிலிருந்தும் சுமத்திரா, ஜாவா பகுதியிலிருந்தும் ஏராளமான இஸ்லாமியக் குடும்பங்கள் அங்குக் குடியேறத் தொடங்கின. பின்னர், அரபு நாட்டின் 'ஏமன்' பகுதியிலிருந்தும் வந்த இஸ்லாமிய வர்த்தகர்களின் குடும்பங்கள் இங்கு வந்து குடியேறத் தொடங்கின. அதன் பயனாக நார்த் பிரிட்ஜ் சாலையை ஒட்டியுள்ள சுல்தான் பள்ளிவாசல் (Arab Street) அரபுத் தெரு அமைந்துள்ள இடம் முஸ்லிம் மக்களின் வர்த்தக மையமாக விளங்கத் தொடங்கியது. அவ்விடம் நம்நாட்டு வரலாற்றுச் சிறப்புமிக்க இடமாகத் திகழ்கிறது.

ஜோகூர் சுல்தான் உசேன் அவர்களுக்குப் பிறகு அவருடைய சந்ததியினர் அங்குப் பலகாலம் வாழ்ந்து வந்தனர். பின்னர், அப்பகுதியில் வாழ்ந்த அரச குடும்பம் படிப்படியாக அதன் செல்வாக்கை இழந்தது. அதன் விளைவாக அங்கிருந்த (இஸ்தானா) அரண்மனை சிலகாலம் கவனிப்பாரற்ற நிலையில் சிதைவுற்றுக் கிடந்தது. அதை அறிந்த நம் அரசு அவ்விடத்தைக் கையகப்படுத்தியதோடு அதில் சிறிய அளவில் அரண்மனை ஒன்று இருந்து வருமாறு செய்து அதனை 'மலாய் மரபுரிமை நிலையம்' எனவும் அறிவித்தது. அந்த மரபுரிமை நிலையம் தற்போது மலாய் மக்களும் அரச குடும்பத்தினரும் பயன்படுத்திய பொருள்களை நினைவுப் படுத்தும் ஒரு கண்காட்சியகமாகப் பயன்பட்டு வருகிறது என்பது சிறப்பிற்குரியது.

'கம்போங் கிளாம்' பகுதியில் ஜோகூர் சுல்தானும் அவருடைய சந்ததியினரும் வாழ்ந்து வந்தனர் என்பதை அறிகிறோம். அந்த அரச குடும்பத்தைச் சேர்ந்தவர்கள் மரணமுற்றபோது அவர்களின்

சடலங்கள் (Victoria Street) விக்டோரியா தெருவில் (Jalan kubor) ஜாலன் குபோர் எனப்படும் சிறு சாலையின் எதிரே அமைந்துள்ள இடுகாட்டில் அடக்கம் செய்யப்பட்டிருப்பது பற்றிய தகவல்களை அறிய முடிகிறது. அவ்வழியாக வாகனங்களிலோ நடந்தோ செல்பவர்கள் அந்த இடுகாட்டைத் தாண்டியே செல்ல முடியும் என்பதை இங்குத் தெரிவித்துக்கொள்ள ஆசைப்படுகிறேன்.

'கம்போங் கிளாம்' வட்டாரம் பற்றி இந்தளவில் நிறுத்திக்கொண்டு, அடுத்தபடியாக (Fort Canning Hill) ஃபோர்ட் கேனிங் குன்று அமைந்துள்ள பகுதியைப் பார்க்கலாம்.

ஃபோர்ட் கேனிங் குன்று (Fort Canning Hill)

நம் சிங்கை நாட்டின் வரலாற்றில் முக்கியமாகப் பேசப்படும் இடங்களுள் (Flag Hill) கொடி மலை என்று இன்றளவும் தமிழர்களால் அழைக்கப்பட்டு வரும் குன்றை நாம் மறந்துவிட முடியாது.

நம் நாட்டிற்கு 1819ம் ஆண்டில் ராஃபிள்ஸ் பெருமகனார் வந்து சிங்கப்பூரின் ஆற்றங்கரையில் கால் பதித்த காலத்திற்கு ஏறக்குறைய அறுநூறு ஆண்டுகளுக்கு முன்னரே இந்தக் குன்று மக்களின் வசிப்பிடமாக இருந்து வந்ததற்கான ஆதாரங்கள் காணக் கிடக்கின்றன.

ஆசிய நாடுகளில் பெரும்பாலும் நாட்டு வரலாறுகள் முறையாக எழுதப்படாத குறையை நாம் ஒருவாறு அறிய முடிகிறது. சான்றாக பண்டைக்காலத்தில் தமிழ் நாட்டை எடுத்துக்கொண்டாலும் தமிழ் இலக்கியங்களில் காணப்படும் குறிப்புகளையும் கல்வெட்டுகளில் பொறிக்கப்பட்டுள்ள குறிப்புகளையுமே வரலாற்று ஆசிரியர்கள் ஆதாரங்களாக எடுத்துக்கொள்ள வேண்டிய நிலை இன்று உள்ளது. அதைப் போன்றே நம் சிங்கை நாட்டின் வரலாறாக நாம் முன்பு இங்கு வாழ்ந்த மலாய் பழங்குடியினரான இன மக்கள் எழுதிவைத்துள்ள (Malay Annals) எனப்படும் 'பரம்பரைக் கதைகளான குறிப்புகளையே ஆதாரமாக எடுத்துக்கொள்ள வேண்டிய நிலை உள்ளது. மலாய் மக்கள் விட்டுச் சென்ற குறிப்புகளின் படி இன்று நாம் 'கொடிமலை' என்று அழைக்கும் குன்று முற்காலத்தில் மலாய் இனத்தவரின் ஆட்சிபீடமாக விளங்கியது என்பதை அறிய முடிகிறது. மேலை நாட்டவரின் வருகைக்கு முன் ஐந்து மலாய் அரசர்கள் அக்குன்றிலிருந்து ஆட்சி புரிந்தனர் எனும் வரலாறும் காணக் கிடக்கின்றது. நீண்ட காலமாக இறந்த அரசக் குடும்பத்தினரின் உடல்கள் அங்குப்

புதைக்கப்பட்டதற்கான ஆதாரமாக விளங்குவது இன்றும் அங்குள்ள (Keramats) 'கிராமாட்' எனப்படும் கல்லறைகளே ஆகும். அவற்றில் ஒன்று இந்நாட்டின் கடைசி அரசரான (Sultan Iskandar Shah) சுல்தான் இஸ்கந்தர் ஷா என்பவரின் கல்லறை ஆகும்.

நீண்டகாலம் மலாய் மக்களின் ஆட்சிபீடமாக விளங்கிய அக்குன்றுக்கு வேறு சில பெயர்களும் உண்டு என்பதாக அறிகிறோம். (Bukit Tuan Bonham) புக்கிட் துவான் போன்ஹாம் என்பது அதற்கு இருந்த முதற்பெயராகும். அது 1836—48வரை இந்நாட்டின் கவர்னராக (ஆளுநராகப்) பதவி வகித்த (Sir Samuel George Bonham) சர் சாமுவேல் ஜியார்ஜ் போன்ஹாம் என்பவரின் பெயரால் அழைக்கப்பட்டது.

அடுத்து, ராஃபிள்ஸ் இந்நாட்டுக்கு வந்த காலத்தில் அக்குன்று (Bukit Larangan) 'புக்கிட் லராங்கான்' என்ற பெயரால் அழைக்கப்பட்டு வந்தது. 'புக்கிட் லராங்கான்' என்றால், மலாய் மொழியில் பாதுகாப்பு மிக்க இடம், பாமர மக்கள் நடமாட்டத்திற்குத் தடை விதிக்கப்பட்ட இடம்' என்று பொருள்படும். அது ஏன் அரச குடும்பத்தினரைத் தவிர மற்றவர்கள் அனுமதிக்கப்படாத இடமாக இருந்தது என்பதற்கு ஒரு காரணமும் உண்டு. அது என்னவென்றால், அரண்மனையின் உள்ளே நடைபெற்ற எவ்வித செயல்கள் பற்றியும் பாமர மக்கள் அறிந்துகொள்ளக்கூடாது என்பதற்காகவே எனலாம்.

பின்பு அது (Fort Canning Hill) 'ஃபோர்ட் கேனிங் குன்று' என்ற பெயராலும் அழைக்கப்பட்டது. ஆண்டு 1861ல் (Viscount George Canning) 'வைக்கவுண்ட் ஜியார்ஜ் கேனிங்' என்பவர் இந்தியாவின் முதல் (Viceroy) 'அரசப்பகர ஆள்' என்ற உயர்பதவிக்குத் தேர்ந்தெடுக்கப்பட்டார். அதை முன்னிட்டு அவரைக் கௌரவிக்கும் பொருட்டு அக்குன்றானது 'ஃபோர்ட் கேனிங் குன்று' என்ற பெயரால் அழைக்கப்பட்டு வந்தது என்பதும் அறியக் கிடக்கின்றது.

அதே குன்று பத்தொன்பதாம் நூற்றாண்டின் பிற்பகுதியில் (Flag Hill) 'கொடி மலை' என்று பெயர் பெற்றது. அதற்கும் தக்க காரணம் உள்ளது கொடி மலையில் அக்காலத்தில் (Flag Staff) கொடிமரம் ஒன்று நாட்டப்பட்டிருந்தது. அக்கொடிமரத்தில் சிவப்பு, மஞ்சள், நீலம், வெள்ளை ஆகிய வண்ணக் கொடிகளை ஏற்றி, கடலில் காத்து நின்ற வெளிநாட்டுக் கப்பல்களுக்கு வெவ்வேறு பொருள்படும் வகையில் (Signals) சைகைச் செய்திகள் உடனுக்குடன் அறிவிக்கப்பட்டதாக அறிய முடிகிறது.

அதைத் தவிர, அங்குக் கலங்கரை விளக்கம் (Light house) ஒன்றும்

இருந்ததற்கான ஆதாரம் உள்ளது. ஏறக்குறைய கடந்த நூற்றாண்டின் நடுப்பகுதிவரை செயல்பட்ட அது தேவையை முன்னிட்டு பின்னர் நம் நாட்டின் தலைமை அஞ்சலகமாக விளங்கிய ஃபுல்லர்ட்டன் கட்டடத்திற்கு மாற்றப்பட்டது, என்பதை வரலாற்றுக் குறிப்பில் காணலாம். கொடிமரமும் கலங்கரை விளக்கமும் இருந்ததற்கான மாதிரி நினைவுச் சின்னங்கள் இன்றுவரை (Hill Street) ஹில் தெருவின் எதிரேயுள்ள Raffles Terrace என்னும் இடத்தில் பாதுகாக்கப்பட்டு வருவதைக் காணலாம்.

சர் ஸ்டாம் ஃபோர்டு ராஃபிள்ஸ் அவர்களின் வருகைக்குப் பின் கொடி மலையில் ஏற்பட்ட முக்கிய மாற்றங்கள்:

அம்மாற்றங்களாவன:

இராஃபிள்ஸ் பெருமகன் நம் நாட்டிற்கு பினாங்கு தீவிலிருந்து வந்தார், என்பதை அறிவோம். அதே கப்பலில் நம் நாட்டில் சௌத்பிரிட்ஜ் சாலையில் மாரியம்மன் கோவிலை நமக்குக் கட்டித் தந்த பெருமகனான நாராயணப் பிள்ளை அவர்களும் நம் நாட்டின் முதல் அயல்நாட்டு நிலவரத்தூதராகப் (First Resident) பதவி வகித்த (William Farquhar) வில்லியம் ஃபார்க்குஹார் அவர்களும் இங்கு வந்தனர் என்பதை வரலாறு கூறுகிறது. அப்போது இராஃபிள்ஸ் அவர்கள் சிங்கை நாட்டின் நிர்வாகப் பொறுப்பை வில்லியம் ஃபார்க்குஹார் அவர்களிடம் ஒப்படைத்துவிட்டு, சில காலம் வெளிநாடு சென்றிருந்தார். நம் நாட்டின் நிர்வாகப் பொறுப்பை ஏற்ற வில்லியம் ஃபார்க்குஹார் அவர்கள் இந்நாட்டில் தீவிர மாற்றங்களைச் செயல்படுத்த எண்ணினார். அதன் தொடர்பாக (Fort Canning Hill) ஃபோர்ட் கேனிங் குன்றில் அவர் சில மாற்றங்களைக்கொண்டு வந்தார். முதலில் Bukit Larangan, (Forbidden Hill) அதாவது 'பொதுமக்களின் நடமாட்டத்திற்கு அனுமதி மறுக்கப்பட்ட குன்று' என்ற பெயரை உடனடியாக மாற்றி (Government Hill) 'அரசின் குன்று' என்று பெயரிட்டார். அத்துடன் நில்லாது அக்குன்றின் சிகரத்தில் (Govnernment House) 'அரசு இல்லம்' என்ற கட்டடத்தையும் கட்டச் செய்தார். அது மலாய் மொழியில் (Istana) இஸ்தானா என அழைக்கப்பட்டது. இச்செயலை அவர் துணிகரமாகவும் பிரிட்டிஷாருக்கே உரிய அரசியல் சாதுரியத்துடனும் விரைந்து செயல்படுத்தினார்.

(Istana) 'இஸ்தானா என்று அழைக்கப்பட்ட 'அரச மாளிகை' 1859ம் ஆண்டுவரை நம் கொடிமலையில் இருந்து வந்தது. பின்னர், அம் மாளிகை அங்கிருந்து தற்சமயம் (Orchard Road) ஆர்ச்சர்டு சாலையை ஒட்டிக் கட்டப்பட்டுள்ளது. 'இஸ்தானா' என்ற மலாய்ப் பெயரிலேயே விளங்கி வரும் அக்கட்டடம் முதலில் பிரிட்டிஷ்

ஆளுநர் மாளிகையாகப் பயன்படுத்தப்பட்டது. தற்சமயம் அது நம் நாட்டு அதிபர்களுக்கான மாளிகையாகப் பயன்படுத்தப்பட்டு வருகிறது. 1859ம் ஆண்டுக்குப் பின் கொடிமலையில் 'இஸ்தானா' இருந்த இடத்தில் அதை இடித்து விட்டு (Fort) கோட்டை (அரண்) ஒன்று கட்டப்பட்டது.

கொடிமலையில் (fort) கோட்டை (அரண்) கட்டப்பட்டதற்கு நம் நாட்டில் 1857ல் ஏற்பட்ட 'Indian Mutiny' என்று வரலாற்றில் காணப்படும் சிப்பாய்க் கலகமும் ஒரு காரணம் என்பதாகக் குறிப்பிடப்படுகிறது. (சிப்பாய்க் கலகம் பற்றி அறிய விரும்புவோர் அது பற்றி வரலாற்று நூலில் விரிவாக அறியலாம்)

1860ல் ஜியார்ஜ் காலியர் (George Collyer) என்பவரால் அக்கோட்டை நம் கொடிமலையில் கட்டி முடிக்கப்பட்டது என்பதை அறிகிறோம். அதுமட்டுமின்றி சர் ஸ்டாம் ஃபோர்டு இராஃபிள்ஸ் அவர்கள் கொடிமலையில் தங்கி வசிக்கும் பொருட்டு மாளிகை ஒன்றும் கட்டப்பட்டிருந்தது. நம்நாட்டுப் பாதுகாப்பை முன்னிட்டு அவ்விடத்தில் (fort) கோட்டை (அரண்) ஒன்று கட்டப்பட வேண்டிய உடனடித் தேவை ஏற்பட்ட காரணத்தால் அம்மாளிகை இடிக்கப்பட்டு விட்டதாக வரலாற்றுக் குறிப்பு ஒன்றும் உள்ளது. கொடி மலையில் (Reservoir) 'நீர்த்தேக்கம்' ஒன்றும் கட்டப்பட்டது என்ற தகவலும் உண்டு. அங்கு நீர்த்தேகம் கட்டும் முயற்சியில் மக்கள் ஈடுபடும்போது, பூமியிலிருந்து ஜாவா, சுமத்திரா, சீனா, முதலிய நாடுகளைக் குறிக்கும் பலவிதத் தொல்பொருள்கள் கண்டெடுக்கப்பட்டனவென்றும் அவை யாவும் நம் நாட்டுத் தேசிய அரும்பொருளகத்தில் காட்சிக்கு வைக்கப்பட்டுள்ளதாகவும் அறிய முடிகிறது. அக்குன்றில், முன்பு கிறித்தவர்களின் புதைகுழி ஒன்றும் இருந்தது என்பதைப் பற்றியும் வரலாற்றுக் குறிப்பு ஒன்று சுட்டுகின்றது.

இரண்டாம் உலகப் போரின்போது பிரிட்டிஷாரால் இனி, கொடிமலையில் கட்டப்பட்டிருந்த போர்க்கால பாதுகாப்பறைகளையும் (Bunkers) பதுங்கு குழிகளையும் (Trenches) பற்றிப் பார்ப்போம்.

1951ம் ஆண்டு நான் சிங்கைக்கு வந்தபின் என் தகப்பனார் என்னை இந்நாட்டில் எப்போதும் மக்கள் பலரும் பார்த்து மகிழக்கூடிய இடங்கள் சிலவற்றிற்கு அழைத்துச் சென்று காட்டினார். அவ்வாறு அவர் எனக்குக் காட்டிய இடங்களுள் என் நினைவில் இன்றும் பசுமையாக இருந்து வருவது கொடிமலை எனப்படும் இடமே ஆகும்.

நான் இந்நாட்டுக்கு வந்தபோது, இரண்டாம் உலகப்போர் முடிவடைந்து ஏறக்குறைய எட்டு ஆண்டுகள் கடந்து விட்டன. அக்காலக்கட்டத்தில் நம் சிங்கை நாடு ஜப்பானியர்களின் கோரக் குண்டு வீச்சுக்கு இலக்காகிப் பல இடங்கள் சீர் குலைந்த நிலையில் காட்சி அளித்தன. அத்தகைய சூழ்நிலையில் அழகுமிக்க பல இடங்களை இந்நாட்டில் காண்பது என்பது அரிது.

என் தந்தையாரைப் போன்றே இந்நாட்டு மக்கள் ஜப்பானியர்களின் போர்க் கொடுமைகளிலிருந்து தப்பிப் பிழைத்து, நிம்மதிப் பெருமூச்சு விட்டுக்கொண்டிருந்த சமயம் அது. அன்றைய மக்கள் பெரும்பாலார் அழகைக் காட்டிலும் மன அமைதிக்கே முதலிடம் அளித்தனர் என்பதே என் கருத்து. எனவே, போர்க் காலத்தில் இங்கிருந்த பல இடங்களும் கட்டடங்களும் சிதைவுற்ற நிலையில் காணப்பட்டபோதும் அவற்றை எல்லாம் பொருட்படுத்தாது என் தந்தையார் என்னைச் சில முக்கிய இடங்களுக்குக் கூட்டிச் சென்று காட்டியது என்னைப் பெருமிதம் கொள்ளச் செய்கிறது. அத்தகைய இடங்களுள் நம் நாட்டின் வரலாற்றில் முக்கிய இடம் பெறும் 'கொடிமலையும்' ஒன்றாகும். அம்மலைப் பகுதியில் நாங்கள் இருவரும் சளைக்காமல் ஏறிச் சென்று, இடங்கள் பலவற்றைக் கண்டு மகிழ்ந்தோம். மலையின் உச்சிப் பகுதியைக் காண நான் மிகவும் ஆவலாய் இருந்தேன். வயதான என் தகப்பனார் என் விருப்பத்தை நிறைவேற்றும் பொருட்டு களைப்பையும் பொருட்படுத்தாது என்னை அம்மலையின் உச்சிப் பகுதிவரை அழைத்துச் சென்று காட்டினார். மலையின் உச்சியிலிருந்து பார்த்தபோது, நம்நாட்டின், அழகுக்கு அழகு செய்யும் நீலத்திரை கடலின் பேரழகைக் கண்ட மாத்திரத்தில் நான் அடைந்த மகிழ்ச்சிக்கு எல்லையே இல்லை. அது மட்டுமின்றி, அம்மலைக்குக் 'கொடிமலை' என்று பெயர் வரக் காரணமாயிருந்த அந்தக் 'கொடிமரம்' இருந்த இடத்தையும் கடலில் சென்ற எண்ணற்ற கப்பல்களுக்கு வழிகாட்டியாக விளங்கிய 'கலங்கரை விளக்கம்' (Light house) இருந்த இடத்தையும் காணும் வாய்ப்பினைப் பெற்றேன்.

அழகிய அக்காட்சிகளைக் கண்டு இரசித்த பின், ஜப்பானியர் நம் நாட்டின்மீது போர்தொடுத்த காலத்தில் பாதுகாப்பைக் கருதி, பிரிட்டிஷ் இராணுவத்தினர் அம்மலையின் ஒரு பகுதியில் வலுவான அரணாகப் பயன்படத்தக்க Bunkers (பாதுகாப்பறைகளை) அமைத்து, மறைவாக இருந்து போர் நடவடிக்கைகளைத் திட்டமிட்டுச் செயல்படுத்திய இடத்தையும் காணச் சென்றோம். அவ்விடத்தை அடைந்ததும் முதலில் பிரிட்டிஷ் இராணுவத்தினர் எதிரிகளிடமிருந்து தம் நாட்டு மக்களைப் பாதுகாக்கத்

தேவைப்பட்ட பெரிய பெரிய பீரங்கிகள் சிலவற்றையும் நான் அங்குக் காண முடிந்தது. அந்த நினைவு என்னுள் இன்றுவரை பசுமையாகவே உள்ளது. ஜப்பானியரின் குண்டு வீச்சின்போது, பிரிட்டிஷ் இராணுவ வீரர்கள் பூமிக்குள் பாதுகாப்பாக இருந்த படியே போரிடக்கூடிய 'Trenches' எனப்படும் பதுங்குக்குழிகள் சிலவற்றை அங்குப் பார்வையிட்டதுடன் அவற்றின் உள்ளே செல்லத்தக்க சுரங்க வழிகளையும் சிறிது தூரம்வரை உள்ளே சென்று கண்டு வந்தோம். அந்தக் காட்சி என்னை மிகவும் வியப்பில் ஆழ்த்தியது. சில காலத்திற்குப் பின் மக்கள் அவ்விடங்களுக்குச் செல்வது தடுக்கப்பட்டது என்பதாகக் கேள்விப்பட்டேன். அதற்கான காரணம் ஏதும் எனக்குத் தெரியவில்லை. மக்களின் பாதுகாப்புக் கருதி அவ்வாறு செய்திருக்கலாம் என்று நானே ஊகித்துக்கொண்டேன்.

ஏறத்தாழ அறுநூறு ஆண்டுகாலம்வரை மலாய் அரசர்களின் ஆட்சி பீடமாக இருந்து வந்ததாகக் கூறப்படும் 'கொடிமலை' அதன் கடைசி அரசராக ஆட்சி புரிந்த சுல்தான் இஸ்கந்தர் ஷா அவர்களின் மரணத்திற்குப் பின், கவனிப்பாரில்லா நிலையில் சீரும் சிறப்புமின்றி, காடும் புதர்களும் நிறைந்த ஒரு குன்றாகக் காட்சியளித்தது என்பதில் வியப்பு ஏதுமில்லை.

நம் நாட்டிற்கு சர் ஸ்டாம்ஃபோர்டு ராஃபிள்ஸ் அவர்களின் வருகைக்குப் பின்னர், 'கொடிமலை' பெரும் மாற்றத்திற்குள்ளானது என்பதை நாம் அறிய முடிகிறது. ராஃபிள்ஸ் அவர்களுடனும் அவருக்குப் பின் இங்கு வந்த பிரிட்டிஷ் அதிகாரிகள் சிலரும் ஃபோர்ட் கேனிங் குன்றில் தங்கள் இல்லங்களையும் அலுவலகங்களையும் அமைத்துக்கொள்ளத் தொடங்கிய காலத்தில் அக்குன்றின் பெரும்பாலான பகுதிகளில் எண்ணிலடங்கா எலிகள் நடமாடின என்றும் முன்னர் அரசர்கள் ஆட்சிபுரிந்த குன்றில் எலிகள் ஆட்சிபுரியலாயின என்றும் வரலாற்றுக் குறிப்புகள் மூலம் நம்மால் அறிய முடிகிறது. ஆங்கிலேய அதிகாரிகளுக்கான வீடுகளைக் கட்டும் பணியில் ஈடுபட்டவர்கள் தேவையான இடங்களைத் தேர்ந்தெடுத்து பூமியைத் தோண்டியபோது பலரும் அதிர்ச்சிக்குள்ளாக நேர்ந்தது. அது ஏனெனில், ஒவ்வொரு இடத்தைத் தோண்டியபோதும் எண்ணற்ற எலிகள் பூமிக்குள்ளிருந்து வெளிவந்தனவாம். அதுமட்டுமின்றி, புற்றீசல்கள்போல் வெளியேறிய எலிகள் கூட்டமாகச் சேர்ந்து அருகில் நின்ற மனிதர்களையும், அங்கு நடமாடியவர்களையும் அங்குச் சுற்றித் திரிந்த பூனைகளையும் பாய்ந்து பாய்ந்து கடித்துத் துன்புறுத்திய தகவல்கள் பற்றி நாம் அறியும்போது, அது நம்மையும் நிச்சயம்

அதிர்ச்சியில் உறையச் செய்யும் என்பதில் சிறிதும் ஐயமில்லை.

எலிகள் கொடுத்த தொல்லைகளைப் பொறுக்க முடியாத அங்கிருந்த ஆங்கிலேயே அதிகாரிகள் அப்பொழுது நாட்டின் பொறுப்பதிகாரியாக இருந்து வந்த (William Farquhar) வில்லியம் ஃபார்க்குஹார் என்பவரிடம் உடனே புகார் செய்தனர். எலிகளால் ஏற்பட்ட தொல்லைகளை நேரில் கண்டறிந்த வில்லியம் ஃபார்க்குஹார் அவர்கள் எலிகளை ஒழிப்பதற்கான தீவிர நடிவடிக்கையில் இறங்கினார். மக்கள் பிடித்துக்கொண்டு வந்து ஒப்படைக்கும் ஒவ்வொரு எலிக்கும் பணம் வெகுமதியாகக் கொடுக்கப்படும் என்றும் அறிவிக்கச் செய்தார்.

அந்த அறிவிப்பைக் கேட்டவர்கள் தீவிரமாக எலிவேட்டையில் ஈடுபட்டனர். எலிப் பொறிகளையும் (Rat traps) வேறு பல வழிகளையும் கையாண்டு தினந்தோறும் நூற்றுக்கணக்கான எலிகளைப் பிடித்து வந்து ஒப்படைத்து அதற்குரிய தொகையைப் பெற்றுச் சென்றனர் என்ற தகவல் நம்மை வியப்பில் ஆழ்த்துகிறது அல்லவா. ! அதைப் போன்றே அக்குன்றை ஒட்டிய இடங்களிலும் பரவலாக நம்நாட்டின் பல பகுதிகளிலும், சுற்றித்திரிந்த எண்ணற்ற நாய்களும் வெறிநாய்களும் மக்களுக்குப் பெருந்தொல்லை கொடுத்ததுடன் நாட்டில் நடமாடிய மனிதர்களைத் துரத்திச் சென்று கடித்துத் துன்புறுத்திய நிகழ்ச்சிகள் பற்றி நம் நாட்டிற்கு வந்து சென்ற சுற்றுலாப் பயணிகளும் விரிவாகத் தங்கள் நூல்களில் கூறியுள்ளனர். சிலகாலத்திற்குப் பிறகு கடும் நடவடிக்கை எடுக்கப்பட்ட காரணத்தால் இத்தகு தொல்லைகள் பெருமளவில் குறைக்கப்பட்டு விட்டன. அதற்கு முக்கிய காரணமாயிருந்த திரு. வில்லியம் ஃபார்க்குஹார் என்ற ஆங்கிலேய அதிகாரி நம் அனைவரின் நன்றிக்கும் பெருமதிப்புக்கும் உரியவராவார் என்பதைக் குறிப்பிடாமல் இருக்க முடியாது.

கொடிமலை பற்றிய தகவல்களை இத்துடன் நிறுத்திக்கொண்டு அதன் அடிவாரத்தில் உள்ள (Dhobi Ghaut) 'டோபி காட்' என்று அழைக்கப்படும் இடத்தைப் பற்றிய விவரங்கள் பற்றி இனிப்பார்ப்போம்

(Dhobi) என்னும் இந்திமொழிச் சொல் துணிகளைத் துவைக்கும் (வண்ணான்) எனப்படும் சலவைத் தொழில் புரிபவரைக் குறிப்பதாகும். (Ghat) என்னும் சொல் சலவைத் தொழிலாளர்கள் ஆற்று நீரிலோ குளத்து நீரிலோ துணிகளைத் துவைக்கும் துறையில் போடப்பட்டிருக்கும் ஒரு (கல்லை) பாறையைக் குறிப்பதாகும். ஆற்றின் கரை ஓரமாக, துணி துவைப்பதற்காக அமைக்கப்பட்டிருக்கும் படிகளையும் அது குறிக்கும்.

(Dhobi Ghaut) ‘டோபி காட்’ என்னும் இடப் பெயரைப் பொருத்தவரை நம் நாட்டில், முன்பு (Sungai Bras Basah) ‘சுங்கை பிராஸ்பாஸா’ என்றும் பின்பு ஸ்டாம் ஃபோர்டு கால்வாய் (Stamford canal) என்றும் அழைக்கப்பட்ட ஆற்று நீரில் சலவைத் தொழில் நடைபெற்றதையே சுட்டுகிறது. முற்காலத்தில் சலவைத் தொழில் புரிந்தோர் அவ்விடத்தில் மக்களின் அழுக்குத் துணிகளை அன்றாடம் ஆற்றின் ஓரம் இருந்த படித்துறையில் துவைத்து, அவற்றை எல்லாம் தற்சமயம் நம் நாட்டில் (YMCA) (ஒய். எம். சி. ஏ) எனப்படும் கட்டடம் இருக்குமிடத்தில் வழக்கமாகக் காயவைத்து (உலர்த்தி) வந்தனர். அவ்வாறு உலர்த்திய துணிகளை சுடுபெட்டிகளைக்கொண்டு சுருக்கமின்றித் தேய்த்து, நேர்த்தியாக மடித்து, சிறுசிறு மூட்டைகளாகக்கட்டி, சலவைத் தொழிலாளர்கள் தங்கள் முதுகில் சுமந்து வீடுவீடாகச் சென்று வாடிக்கையாளர்களிடம் ஒப்படைத்து வந்தனர் என்னும் குறிப்பு உள்ளது.

சலவைத் தொழிலில் ஈடுபட்டவர்கள் வசித்த இடம் ‘வண்ணான்தெரு’ என்று அழைக்கப்பட்டதாகவும் வரலாற்றுக் குறிப்புகள் குறிப்பிடுகின்றன.

அக்காலத்தில் துணி துவைக்கப்பயன்பட்ட ஸ்டாம் ஃபோர்டு கால்வாயை இன்று நாம் காண முடியவில்லை. அது ஏன் என்றால், அக்கால்வாய் மூடப்பட்டு இன்று அவ்விடத்தில் சாலைகளும் Dhobi Ghaut (MRT) டோபிகாட் பெருவிரைவு நிலையமும் அமைக்கப்பட்டுள்ளன. பெருவிரைவு நிலையம் உள்ள இடத்தில்தான் தற்போது கேலாங் ஈஸ்டில் உள்ள சிவன் கோவில் இருந்தது. முன்பு ஆர்ச்சர்டு சாலை சிவன் கோவில் என்று அது அழைக்கப்பட்டது. அங்கு நான் பலமுறை சென்று இறைவழிபாடு செய்ததுண்டு. அது இன்னும் என் நினைவில் பசுமையாக இருந்து வருகிறது. அதுமட்டுமின்றி நான் சிங்கை வந்த காலத்தில் ஆர்ச்சர்டு சாலை நெடுகிலும் இருந்த ஆழமான கால்வாயில் எந்நேரமும் தெளிந்த நீர் சலசலவென்று ஓடிக்கொண்டிருந்த அழகிய காட்சியை நான் நேரில் கண்டு மகிழ்ந்ததுண்டு. அது பற்றிய தகவலை நம் இளைய தலைமுறையினரும் தெரிந்து கொள்வது பயனுள்ளது என்று நான் கருதுகிறேன். அதன் மூலம் நம்நாடு அடைந்துள்ள துரித வளர்ச்சி பற்றி அவர்கள் எண்ணிப் பார்க்க வேண்டும் என்பதே என் நோக்கமாகும். நான் கண்ட அந்த அரியகாட்சியை இன்று பலர் காண வாய்ப்பில்லை. அது ஏனென்றால் அந்தக் கால்வாயும் பல ஆண்டுகளுக்கு முன்னரே நகர சீரமைப்பு காரணமாக மூடப்பட்டுவிட்டது. மூடப்பட்ட அந்தக் கால்வாயின்

இரு பக்கங்களிலும் இன்றைய நிலையில் வானளாவிய பல கட்டடங்களும் காந்தம்போல் மக்களைக் கவர்ந்து இழுக்கும் அழகு மிக்க பல பேரங்காடிகளும் இடம் பெற்றுள்ளன. நீண்ட கடைத்தொகுதி அமைந்துள்ள அக்கட்டடங்கள் நம் நாட்டின் ஆர்ச்சர்ட் சாலையின் அழகுக்கு அழகு செய்வதாய் உள்ளன என்பதை இன்றைய மக்கள் பலரும் அறிந்திருப்பர் என்பதில் ஐயமில்லை.

இதுவரை கொடிமலையைப் பற்றி அறிந்துகொண்ட நீங்கள் பூமலையைப் பற்றியும் தெரிந்துகொள்ள வேண்டியது அவசியமாகும்

BOTANIC GARDENS

Botanic Gardens எனப்படும் பூமலை (அதாவது தாவர ஆராய்ச்சி நிலையம்). (Fort Canning) ஃபோர்ட் கேனிங் குன்றைக் கொடிமலை என்று அழைத்த நம் தமிழ் மக்கள் (Botanic Gardens) தாவர ஆராய்ச்சி நிலையத்தை 'பூமலை' என்ற பெயராலேயே அழைத்து வந்துள்ளனர். 'பூமலை' என்னும் காரணப் பெயரால் அவ்விடத்தைத் தமிழர்கள் அழைத்தது மிகப் பொருத்தமானதே எனலாம். பூக்கள் பூத்துக் குலுங்கும் தாவரங்கள் நிறைந்த தோட்டமாக அது விளங்கி வருவதே அதற்குத் தக்க காரணமாகும்.

ஆண்டு 1859ல் ஹாலந்து சாலையையும் புக்கிட் தீமா சாலையையும் இணைக்கும் (Cluny Road) குலூனி சாலையின் அருகே அப்பூமலை எனப்படும் தோட்டமானது நிறுவப்பட்டுள்ளது. Henry Ridley ஹென்றி ரிட்லி என்ற பெருமகனார் அப்போது அதன் பொறுப்பாளராக இருந்து வந்தார். 1877ம்ஆண்டில் அத்தாவர ஆராய்ச்சித் தோட்டத்தில் முதன் முதலில் (Brazil) பிரேசில் நாட்டிலிருந்துகொண்டு வரப்பட்ட 'ரப்பர்' விதைகளைப் பயிரிட்டு வளர்த்து வந்தார். ரிட்லி அவர்கள் ரப்பர் கன்றுகளை வளர்த்து, அவை மலாயா, சிங்கப்பூர் ஆகிய நாடுகளில் செழித்து வளர்ந்து நல்ல பலன் தரக்கூடியவையா என்ற ஆராய்ச்சியில் தீவிரமாக ஈடுபட்டார். அவர் அதில் காட்டிய தீவிரமும் ஈடுபாடும் ஆரம்பத்தில் அவருக்குப் 'பைத்தியம்' என்ற பெயரையே ஈட்டித் தந்தது என்றால் வியப்பாக இல்லையா ! 'கருமமே கண்ணாயினார்' என்று கூறத் தக்க ரிட்லி பெருமகன் அவர்கள் தம் ஆராய்ச்சியில் மனம் தளராது தொடர்ந்து ஈடுபட்டு இறுதியில் வெற்றியும் கண்டார். ரிட்லி பெருமகன் அவர்களே மலாயா, சிங்கப்பூர் வட்டாரங்களில் ரப்பர் மரங்களை முதன் முதலில் அறிமுகப்படுத்திய பெருமைக்கு உரியவராவார். அப்பெருமகனின் தூர நோக்கும் விடாமுயற்சியுமே சிங்கை, மலாயா உள்பட தென்கிழக்கு ஆசிய வட்டாரங்களின்

செழுமைக்கும் பொருளாதார வளர்ச்சிக்கும் வித்திட்டது என்று கூறின், சற்றும் மிகையாகாது. இத்தகவலை நான் உங்களுக்குக் கூறும் இவ்வேளையில் இன்னொன்றையும் உங்களுக்குக் கூறிக்கொள்ள விரும்புகிறேன். ஆண்டு 1859ல் முறையாக குலூனி சாலையை அடுத்துள்ள இடத்தில் 'பொட்டானிக்கல் பூங்கா', 'பூமலை' நிறுவப்படுவதற்கு முன்னரே, அதே பெயரில் Fort Canning (கொடிமலை) பகுதியில் பூங்கா ஒன்று நிறுவப்பட்டது என்ற குறிப்பு உள்ளது. ஆண்டு 1819ல் சிங்கை வந்த இராஃபிள்ஸ் பெருமகன் கொடி மலையில் பழமரங்கள் செழித்து வளர்ந்திருந்த கவின்மிக காட்சியைக் கண்டு அங்கு வண்ணமலர்கள் பூத்துக்குலுங்கும் பூங்கா ஒன்றும் நிறுவப்படவேண்டும் என்று கேட்டுக்கொண்டதற்கு இணங்க சிறு அளவில் 'பொட்டானிக்கல் பூங்கா' ஒன்றும் நிறுவப்பட்டது என்ற அரிய தகவல் இன்றைய தலைமுறையினருக்கு நிச்சயம் வியப்பளிக்கும் என்றே கருதுகிறேன்.

இளமையில் இங்கு பள்ளியில் கற்ற வரலாற்றுப் பாடங்களே மேற்கண்ட தகவல்களை நான் ஓரளவு நினைவு கூர்ந்து உங்களுக்குக் கூற பெரிதும் துணைபுரிந்தது எனலாம்.

அடுத்து, 'பொட்டானிக்கல் பூங்கா' எனப்படும் நம் தாவர ஆராய்ச்சித் தோட்டத்தின் விவரங்களையும் உங்களுடன் பகிர்ந்துகொள்ள ஆசைப்படுகிறேன்.

நான் இங்குப் பள்ளியில் கல்விகற்று வந்த காலத்திலும் அதற்குப் பிறகும் பலமுறை பூமலைக்குச் சென்று அங்கிருந்த அழகிய காட்சிகளை நேரில் கண்டு களித்திருக்கிறேன். உண்மையைச் சொல்லவேண்டுமெனில், முற்காலத்தில் பூமலை இன்று இருப்பது போன்று அவ்வளவு பெரிதாகவும் அழகாகவும் காட்சியளிக்கவில்லை என்றே சொல்ல வேண்டும்.

இன்றளவும் நாம் காண்கின்ற நீர்நிறைந்த குளம் ஒன்று பூமலையில் அன்றும் இருந்தது. அதில் அன்னங்கள் பல அழகாக நீந்தித் திரிந்த காட்சியையும் கரையோரத்தில் மீன்கள் பல துள்ளிக் குதித்த காட்சியையும் நான் கண்கூடாகக் கண்டு பரவசப்பட்டதுண்டு. கண்ணுக்கெட்டும் தூரம்வரை பரந்து விரிந்து கிடக்கும் அந்தப் பூங்காவில் ஓங்கி உயர்ந்து நிற்கும் எண்ணற்ற மரங்களையும் குடைபோல் விரிந்து நிற்கும் பழமை மிக்க மரங்களையும் அவை தரும் பசுமைத் தோற்றத்தையும் பலமுறை நான் கண்கொட்டாது கண்டு, வியந்து நின்றதுண்டு அந்தச் செயலானது இன்றும் என் நினைவைவிட்டு நீங்காது நிலைத்துள்ளது.

நீலவானின் கீழ் பரந்து கிடக்கும் புல்வெளியில் அடர்ந்து

வளர்ந்திருக்கும் பலவகைத் தாவரங்களின் எழில் தோற்றமானது அவ்விடம் தாவர ஆராய்ச்சிக்கு மிகப் பொருத்தமானதே ஆகும். இத்தகைய சீரிய சிந்தனையை ஏறக்குறைய 150 ஆண்டுகளுக்கு முன்னரே திட்டமிட்டுச் செயல்படுத்திய ரிட்லி பெருமகனின் தூர நோக்கும் மனவுறுதியும் எண்ணி வியக்கத்தக்கதாகும்.

ஒவ்வொரு முறையும் நான் பூமலைக்குச் சென்றபோது, அங்குச் செழித்து வளர்ந்து காற்றில் அசைந்தாடிய வண்ண வண்ண மலர்களின் அழகிய காட்சி என் கண்களுக்கு நல்விருந்து அளித்தது என்று கூறுவது மிகையாகாது. ஆனாலும் இன்று நாம் சென்று, அங்குக் கண்குளிரக் காணும் (Orchid Gardens) ஆர்க்கிட் மலர்தோட்டம் அக்காலத்தில் இந்தளவு விரிவாக இருந்தது பற்றியோ அது வழங்கும் எழில்மிகு காட்சி பற்றியோ நான் அப்போது கேள்விப்பட்டது இல்லை. அத்தோட்டம் பிற்காலத்தில் நிறுவப்பட்டிருக்கலாம் என்றே சொல்லத் தோன்றுகிறது. இக்காலத்தில் ஆர்கிட் மலர்த்தோட்டத்தைப் பார்க்கச் செல்வோரிடம் மட்டுமே நுழைவுக் கட்டணம் வசூலிக்கப்படுகிறது; பூமலையின் இதர பகுதிகளைச் சுற்றிப் பார்க்கச் செல்வோரிடம் கட்டணம் ஏதும் வசூலிக்கப்படுவதில்லை என்று கூற விரும்புகிறேன்.

அழகிற்கு அழகு செய்யும் நம் சிங்கையின் ஆர்க்கிட் மலர்த்தோட்டத்தில் தனித்தனியாகவும் கொத்துக் கொத்தாகவும் பல வண்ணங்களில் பூத்துக் குலுங்கும் அழகிய மலர்களைக் காணக் கண்கோடி வேண்டும்! எனவே, கவின்மிகு அக்காட்சியைக் காண வருவோர் கட்டணம் செலுத்த ஒருபோதும் தயங்க மாட்டார்கள் என்பது என் கருத்து.

ஏறக்குறைய பத்து ஆண்டுகளுக்கு முன்பு நான் சென்று கண்டு களித்த பூமலை, அண்மைக் காலத்தில் அதன் பல பக்கங்களிலும் விரிவுப்படுத்தப்பட்டுள்ளது.

நம் நாட்டின் புகழ் பரப்பும் பூமலையைக் காண ஆவலுடன் அன்றாடம் எண்ணற்ற சுற்றுலாப் பயணிகள் இங்கு வந்த வண்ணமுள்ளனர். உலக நாடுகளிலிருந்து வரும் பெருவாரியான சுற்றுலாப் பயணிகளின் உள்ளங்களைச் சுண்டியிழுக்கும் பூமலையும் அதனுள் இடம் பெற்றுள்ள ஆர்க்கிட் மலர்த் தோட்டமும் ‘பூலோக சொர்க்கம்’ என்றே கூறத் தோன்றுகிறது. அந்த அளவுக்கு நம் பூமலையும் ஆர்க்கிட் மலர்த் தோட்டமும் பராமரிக்கப்பட்டு வருவது நம் நாட்டிற்குப் பெருமை சேர்க்கும் ஒன்று என்று நிச்சயம் கூறலாம்.

நம் நாட்டின் சிறந்த அடையாளமாகவும் பலரும் போற்றும் அழகின் சின்னமாகவும் திகழ்ந்து வரும் அருமைமிகு நம் பூமலைக்கு நம் நாட்டினர் அனைவரும் தவறாது சென்று, கண்டு அது வாரி வழங்கும் அழகினைப் பருகி இன்புற வேண்டும் என்பதே என் நெடுநாள் அவாவும் அன்பு வேண்டுகோளும் ஆகும். அது மட்டுமன்றி, நம் பூமலை உலக மரபுடமைத் தகுதியைப் பெற்றுள்ளது என்பதை எண்ணி எண்ணி நாம் பெருமிதம் கொள்ளவும் வேண்டும்.

ஆவ் பார் வில்லா (HAW PAR VILLA)

'விழித்திருக்கும் நினைவலைகள்' என்னும் என் நூலில் இதற்கு முன் இடம்பெற்றுள்ள இடங்களைப் போன்றே நம் நாட்டு மக்களின் மனத்தில் ஆழப் பதிந்து விட்ட மற்றொரு வரலாற்றுச் சிறப்புமிக்க இடம் 'ஆவ் பார் வில்லா' என்றும் 'Tiger Balm Gardens' (டைகர் பாம் தோட்டம்) என்றும் இன்றுவரை நம் நாட்டு மக்களால் அழைக்கப்பட்டுவரும் ஓர் இடம் ஆகும்.

பத்தொன்பதாம் நூற்றாண்டின் தொடக்கம் முதல் இன்றுவரை ஏறத்தாழ 78 ஆண்டு காலமாகத் 'தலைவலி' என்னும் சொல்லைக் கேட்டவுடன் மக்கள் நினைவிற்கு வருவது 'டைகர் பாம்' எனப்படும் தலைவலித் தைலமே ஆகும். அந்தச் 'சர்வரோக சஞ்சீவி' என மக்களால் கருதப்படும் அருமருந்தைத் தயாரித்து மக்களின் பயன்பாட்டிற்கு வழங்கிய சிறப்பு மதிப்பிற்குரிய ஆவ் பார் குடும்பத்தினரையே சாரும் என்று கூறினால், அதில் சற்றும் வியப்பில்லை.

ஆவ்பார் குன்றில் அரிய காட்சிகள் பலவற்றை இடம்பெறச் செய்த பெருமக்கள்:

ஆவ் பார் வில்லா அல்லது ஆவ் பார் மாளிகை எனப்படும் இடத்தைப் பற்றி நான் இதுகாறும் கேள்விப்பட்ட, மற்றும் நேரில் கண்டறிந்த பலவிவரங்களைப் பற்றி என்னால் இயன்ற மட்டும் உங்களிடம் விரித்துக் கூற விரும்புகிறேன்.

இன்றளவும் உலகறிந்த பெயராக விளங்கி வரும் ஒப்பற்ற அந்தத் தலைவலித் தைலத்தை நம் நாட்டில் முதன் முதலாக மிகுந்த தொலைநோக்குடன் திட்டமிட்டுத் தயாரித்து அளித்த பெருமை நம் நாட்டின் 'ஆவ்' குடும்பத்தினருக்கே உரியதாகும்.

'ஆவ்' குடும்பத்தலைவரும் முன்னோடித் தொழில் முனைவருமான திருவாளர் (Aw Chu kin)'ஆவ் சு கின்' என்ற அந்தப் பெருமைக்குரிய

மனிதரால் நம் நாட்டில் முதன் முதலில் தொடங்கப்பட்ட அந்தச் சிறு தொழிலானது பின்னர், படிப்படியாக வளர்ச்சிப் பெற்று, இன்று உலகின் பல பாகங்களிலும் பரவிப் பயனளித்து வருகிறது என்பதை அறியும்போது, நமக்கெல்லாம் மிகவும் பெருமையாக உள்ளது அல்லவா!

'டைகர் பாம்' எனும் அருமருந்தாம் அந்தத் தலைவலித் தைலத்தின் துரித வளர்ச்சியால் 'ஆவ்' குடும்பத்தினர் வெகு விரைவிலேயே பெருஞ்செல்வ நிலையை அடைந்து, சீரும் சிறப்பும் பெற்று விளங்கினர். தாம் பெற்ற செல்வச் செழிப்பின் அடையாளமாக, குடும்பத்தலைவர் திருவாளர், ஆவ் சு கின் அவர்களின் அருமை மகன்களான (ஆவ் பூன் ஹாவ்) (ஆவ் பூன் பார்) Aw boon Haw, Aw Boon Par ஆகிய இருவரும் நம் நாட்டின் தென் மேற்குக் கடற்கரைப் பகுதியில் அமைந்துள்ள (Pasir Panjang Road) 'பாசிர் பாஞ்சாங் சாலையோரமாக இருக்கும் ஒரு சிறு குன்றில் அக்காலதில் தங்களுக்குச் சொந்தமாக இருந்த ஓர் இடத்ததைத் தேர்ந்தெடுத்து அதன் ஒரு பகுதியில் ஆவ் பார் சகோதரர்கள் அழகிய மாளிகை (Villa) ஒன்றைக் கட்டி அதில் தம் குடும்பத்தினருடன் இன்புற்று வாழ்ந்து வந்தனர்.

குன்றின் உச்சியில், ஆவ் பார் சகோதரர்கள் கட்டிய அம்மாளிகையின் எதிரே நீலத் திரைகடலின் அழகைக் காணலாம். அவ்வாறு கடலை நோக்கி அமைந்திருந்த அந்த அழகு மாளிகைக்கு 'ஆவ் பார் வில்லா' என்று தம் குடும்பப் பெயரையே சூட்டி மகிழ்ந்தனர்.

தந்தையின் மறைவிற்குப் பிறகுங்கூட தம் குடும்பப் பெயரையே பறைசாற்றி வந்த அச்சிறு குன்று 'ஆவ் பார் வில்லா' என்ற பெயராலேயே விளங்கலாயிற்று.

நீலத்திரைக்கடலோரத்தில் கம்பீரமாக நிமிர்ந்து நிற்கும் அக்குன்றின் அழகே அழகு! கவின்மிகு அக்குன்றின் உச்சியில் அமைந்திருந்த அந்த அழகு மாளிகையைக் கண் குளிரக் கண்டு மகிழ முற்காலத்தில் மக்கள் அனுதினமும் அலை அலையாக வந்து சென்றனர் என்றும் கேள்விப்பட்டேன். அதன் மூலம் அவ்விடத்தின் சிறப்பினைப் பற்றி என்னால் ஓரளவு உணர முடிந்தது.

நாட்டு மக்களின் நலம் கருதி அக்குன்றில் வடிவமைக்கப்பட்டுள்ள பலவிதக் காட்சிகளையும் அங்கிருந்த அழகிய ஆவ் பார் மாளிகையையும் காண வந்தோரிடம் அன்று கட்டணம் ஏதும் வசூலிக்கப்படவில்லை. அத்துடன் மக்களின் வருகைக்கு எவ்விதத் தடையும் விதிக்கப்படவில்லை. அது ஒன்றே ஆவ் பார்

குடும்பத்தினரின் தயாள குணத்திற்கும் மனிதாபிமானத்திற்கும் சிறந்த எடுத்துக்காட்டாய் விளங்குகிறது எனலாம். முன்பு நானும் பலமுறை அங்குச் சென்று வந்ததுண்டு. ஒருமுறைகூட என்னிடம் கட்டணம் வசூலிக்கப்படவில்லை என்று உறுதியாகக் கூறுவேன். இரண்டாம் உலகப்போர் முடிவுற்ற பின்பும்கூட சில காலம்வரை அந்நிலையே நீடித்தது. ஆனால் 1986க்குப் பின் அத்தகைய நிலை முற்றிலும் மாறிவிட்டது என்பதாக செய்தித்தாள் வழி அறிந்து வருந்தினேன். நான் மட்டும் அதுபற்றி வருந்தவில்லை. நம் நாட்டின் ஏழை எளியவர்களும் வருந்தவே செய்தனர். அதற்கான காரணம் என்னவென்றால், ஆண்டு 1986ல் சிங்கப்பூரின் சுற்றுலாப்பயணத்துறையும் (F&N) என்று அழைக்கப்பட்ட சுவைநீர் தயாரிப்பு நிறுவனமும் இணைந்து, ஆவ் பார் வில்லாவின் சில பகுதிகளைப் புதுப்பித்து, புதுவகையான விளையாட்டுகளை அறிமுகப்படுத்தி, அங்குச் சென்றோரிடம் நுழைவுக் கட்டணம் வசூலிக்கத் தொடங்கின எனக் கேள்விப்பட்டேன். கட்டணம் அதிகம் என்ற காரணத்தால், பொதுமக்கள் முன்புபோல் அங்குச் செல்வது குறைந்து விட்டது என்பதே உண்மை நிலை எனலாம். இதை இந்தளவில் நிறுத்திக்கொண்டு இனி, என் இளமைக் காலத்தில் ஆவ் பார் குன்றில் நான் கண்டு மகிழ்ந்த காட்சிகள் பற்றிக் கூற விழைகிறேன்.

ஆவ் பார் குன்றின் சிறப்புகள்:

ஆவ் பார் குன்றைப் பற்றி நான் அறிந்த மட்டில் ஆண்டு 1950 முதல் 1980வரை நம் நாட்டு மக்களையும் வெளிநாட்டினரையும் மிகவும் கவர்ந்த ஓர் இடமாகவே விளங்கி வந்தது என்பதில் எள்ளளவும் ஐயமில்லை.

ஆவ் பார் குன்றின் அருங்காட்சிகளைக் காணும் பொருட்டு சாதாரண நாட்களிலும் விழாக்காலங்களிலும் பலாச்சுளைகளை நாடி வரும் ஈக்களைப் போன்று அலை அலையாக வந்து சென்ற மக்களுக்கு அக்குன்று ஒரு சிறந்த பொழுதுபோக்கு இடமாகவும், மக்கள் தங்கள் பாபச் செயல்களின் பின்விளைவுகளை உணர்ந்து மனமாற்றம் பெறக்கூடிய ஓர் இடமாகவும் அது அமைக்கப்பட்டிருப்பது அக்குன்றின் முக்கியச் சிறப்பெனலாம்.

சீன நாட்டினரின் பண்டைக்கால நம்பிக்கைகளையும் புராணக் கருத்துகளையும் நவீன காலத்தில் ஏற்பட்டுள்ள அறிவியல் வளர்ச்சிகள் குறித்த செய்திகளையும் பற்றி மக்கள் நன்கு அறிந்துகொள்ளத் துணைபுரியும் ஓரே இடம் ஆவ் பார் குன்றுக் காட்சிகள் என்றால், அது மிகையில்லை. அந்த நல்ல நோக்கத்தை மனத்தில்கொண்டு அக்குன்றில் எண்ணற்ற சிறுசிறு சிலைகளை

அழகுற வடித்துத்தந்துள்ள ஆவ் பார் சகோதரர்களை நாம் எவ்வளவு புகழ்ந்தாலும் தகும் என்பேன். செல்வத்தின் பயன் மக்களை நல்வழிப்படுத்துதல் என்னும் சீரிய சிந்தனையே அக்காட்சிகளை அமைக்கப் பெரிதும் தூண்டுகோலாய் இருந்திருக்க வேண்டும் என்பதே என் தாழ்வான கருத்து ஆகும்.

குன்றிலுள்ள சிலைகள் வலியுறுத்தும் பயன்மிகு செய்திகள்

மக்கள் என்றென்றும் இன்புற்றிருக்க வேண்டும். அவர்கள் மறந்தும் பாபச் செயல்களில் ஈடுபடலாகாது என்பன போன்றவையே அங்குள்ள சிலைகள் வலியுறுத்தும் செய்திகள் என்பதை நாம் மேலே கண்டோம்.

மக்கள் மனத்தில் இத்தகைய பயன்மிக்க செய்திகள் என்றும் நிலைத்திருக்க வேண்டும் என்ற தங்கள் நீண்டகாலக் குறிக்கோளை நிறைவேற்ற, ஆவ் பார் சகோதரர்கள் கையாண்டுள்ள விதமே என்றும் பாராட்டுக்குரியது என்பேன்.

'ஊழ்வினை உருத்துவந்து ஊட்டும்' என்பதுபோல் 'செய்யும் பாபச் செயல்கள் ஒருவரை நிழல்போல் என்றும் தொடர்ந்து வந்து வாட்டும்' என்று எச்சரிக்கின்றன. அத்துடன் பாபச் செயல்கள் புரிய நினைப்போரின் மனத்தில் ஆரம்பத்திலேயே அச்சவுணர்வை ஏற்படுத்தி, அவர்களை நன்னெறிப்படுத்த அவர்கள் கையாண்டுள்ள முறை சாலச் சிறந்தது என்பேன்.

ஆவ் பார் சகோதரர்கள் தங்கள் குறிக்கோளை நிறைவேற்றும் பொருட்டு அப்படி என்னதான் செய்துள்ளனர் என்பதைப் பற்றி அடியில் விளக்கமாகக் காண்போம்.

ஆவ் பார் குன்றின் ஒரு பகுதியில் சிறுகுகை போன்ற ஓர் இடம் அமைக்கப்பட்டுள்ளது. அக்குகையினுள்ளே பல சிறுசிறு சிற்பங்கள் இடம்பெற்றுள்ளன. அச்சிற்பங்கள் நினைவூட்டும் காட்சிகளுக்கு ஏற்ப அவை வண்ணந்தீட்டப்பட்டுள்ளன. அவை அனைத்தும் மேலுலகில் நடைபெறும் நரகலோகக் காட்சிகளை இவ்வுலகில் நமக்குத் தத்ரூபமாக வெளிக்காட்டும் வகையில் அமைக்கப்பட்டுள்ளன. பாபச் செயல்கள் புரிவோர் மரணத்திற்குப் பின் தங்களுக்குரிய தண்டனையிலிருந்து ஒருபோதும் தப்பவே முடியாது என்னும் வலுவான கருத்தை அச்சிலைகள் மக்களுக்கு நன்கு நினைவுப்படுத்துகின்றன. செய்த பாபத்திற்கு ஏற்ப, பாவிகளை கொதிக்கும் எண்ணெய்க் கொப்பறையில் போட்டு, மீன்களை அதில் பொரித்து எடுப்பதுபோலவும் பொய் சொன்னோரின் நாக்குகளை இழுத்துப் பிடித்து கூரிய கத்தியைக்கொண்டு இரத்தம் சொட்டச் சொட்ட அறுப்பதுபோலவும் காட்டும், அருவருக்கத்தக்க

கோரக் காட்சிகளை சித்தரிக்கும் விதம் காண்போரை நிச்சயம் சிந்திக்க வைக்கும் என்பதோடு மனந்திருந்தவும் வைக்கும் எனலாம்.

'ஒரு பானை சோற்றுக்கு ஒரு சோறு பதம்' என்பார்கள். அதற்கு ஏற்ப இவை போன்ற கொடிய, அருவருக்கத்தக்க கோரக்காட்சிகளை இதற்கு மேலும் விரித்துக் கூறாமல் இத்துடன் விட்டுவிடுவதே நல்லது என்று கருதி இனி, மக்களை மகிழ்விக்க ஆவ் பார் சகோதரர்கள் அக்குன்றில் என்னென்ன செய்துள்ளனர் என்பது பற்றியும் பார்க்கலாம்.

புராணகாலத் தண்டனைகள் பற்றி நினைவுப்படுத்தும் காட்சிகளுக்கு முக்கியத்துவம் அளித்துள்ள ஆவ் பார் சகோதரர்கள் நவீன கால அறிவியல் வளர்ச்சிப் பற்றியும் மக்கள் அறிந்து கொள்ளும் வகையில் சிலபல பயனுள்ள காட்சிகளை அக்குன்றில் இடம் பெறச் செய்யவும் தவறவில்லை.

உலகில் தொலைபேசியின் பயன்பாடு எவ்வளவு பரவியுள்ளது என்பதை உலகோர்க்குக் காட்டும் வகையில் அக்காலத்திலேயே ஓர் ஆடும் புள்ளி மான் ஒன்றும் தொலைபேசியை லாவகமாகக் கையில் பிடித்த வண்ணம் உரையாடும் காட்சியானது பார்ப்போரை நிச்சயம் வயிறு குலுங்கச் சிரிக்க வைக்கும் என்பேன். அதுமட்டுமா! இருபிரிவைச் சேர்ந்த எலிகள் தத்தம் பிரிவினருடன் ஒன்று சேர்ந்து சூலம், ஈட்டி, வேல், வாள், கத்தி போன்ற பயங்கரமான ஆயுதங்களைக் கையிலேந்தி மூர்க்கமாகப் போரிடும் காட்சியும் அப்போரில் கடுமையாகக் காயமுற்ற எலிகளும் வீரமரணமுற்ற எலிகளும் இரத்த வெள்ளத்தில் குற்றுயிரும் கொலையுயிருமாய்க் கிடக்கும் காட்சியானது மறக்க முடியாத ஒன்று. போர் செய்யும் குணமானது உலகில் விலங்குகளையுங்கூட விட்டு வைக்கவில்லையே என்று எண்ணும்போது மக்களை அது சிரிக்கவும் சிந்திக்கவும் வைக்கிறது என்று கூறலாம்.

அடுத்து, அங்கு அமைக்கப்பட்டுள்ள குளம் போன்ற ஒரு நீர்நிலையில் அழகிய மீனின் உடலும் பெண்ணின் தலையும் இணைந்த நிலையில் காணப்படும் 'மர்மேய்டு' (Mermaid) என அழைக்கப்படும் அழகிய மச்சக் கன்னிகள் சிலர் நீரில் நீந்தும் காட்சியும், அங்கிருக்கும் சிறுபாறை ஒன்றின்மீது அமர்ந்து ஓய்வெடுக்கும் அழகிய காட்சியும் காண்போரை எளிதில் கவரும் தன்மை உடையது என்பதில் ஐயமில்லை.

நீலநிறக் கடல்நீருக்கு அடியில் அழகுற அமைக்கப்பட்டுள்ள கடல்நாக அரசரின் கடலடி மாளிகைக் காட்சியானது காண்போரை பெரிதும் வியக்க வைக்கும் என்பதில் சிறிதும் ஐயமில்லை. மேலும்,

இவை போன்ற எழில் காட்சிகளுக்கு அங்குப் பஞ்சமே இல்லை எனலாம்.

நம்நாட்டில் ஏற்பட்ட இரண்டாம் உலகப்போரின் தாக்கமும் அதனால் விளைந்த பாதிப்பும்.

இரண்டாம் உலகப் போருக்கு முந்தைய காலத்தில் ‘டைகர்பாம்’ தலைவலித் தைலத் தயாரிப்பின் மூலம் பெருஞ்செல்வந்தர்களாக, நாடறிந்த நல்ல குடும்பத்தினராக வாழ்ந்து வந்த ஆவ்பாரின் குடும்பத்திற்கே நீங்காத் தலைவலியைக் கொடுத்து விட்டது அந்த இரண்டாம் உலகப் போர் என்று நினைக்கும்போது அதை எண்ணி வருந்தவே செய்கிறேன்.

போருக்குப் பின் சிங்கையின் தென் மேற்குக் கரையை ஒட்டியுள்ள ஒருசிறு குன்றின் உச்சியில் அழகிய மாளிகையைக் கட்டிக்கொண்டு அதில் அமைதி பொங்க வாழ்ந்து வந்த ஆவ்பார் குடும்பத்திலும் கொடிய துன்பப் புயல் வீசத் தொடங்கிவிட்டது. அதைக் ‘காலம் செய்த கோலம்’ என்றுதானே சொல்லத் தோன்றுகிறது. ஆவ் பார் சகோதரர்களின் இன்ப வாழ்வுக்குச் சற்றும் எதிர்பாராத முடிவை ஏற்படுத்தியது சிங்கப்பூருக்கு ஜப்பானியர்களின் வருகை. நான் அவ்வாறு கூறுவதற்கு நல்ல காரணமும் உள்ளது என்பேன்.

இரண்டாம் உலகப் போருக்கு முன்னரே சீனாவுக்கும் ஜப்பானுக்கும் முன்விரோதம் இருந்து வந்தது என்பதை வரலாறு காட்டுகிறது. இரண்டாம் உலகப் போரில் பிரிட்டிஷ்காரர்கள் படு தோல்வியுற்றனர். ஜப்பானியர்கள் பெரு வெற்றி பெற்றனர் என்பதை நாம் நன்கு அறிவோம். சிங்கை நாட்டை ஜப்பானியர்கள் மின்னல் வேகத்தில் கைப்பற்றியவுடன் அந்தப் பழைய பகை மீண்டும் தலையெடுக்கத் தொடங்கிற்று. இங்குப் பெரும்பான்மை சமூகத்தினராக வாழ்ந்து வந்த சீன மக்களின்மீது ஜப்பானியர்களின் கோபப் பார்வை திரும்பியதில், விஸ்வரூபமெடுத்ததில் வியப்பேதுமில்லை எனலாம்.

ஜப்பானியர்களிடம் தலைசிறந்த, சிறப்பான ஒற்றர்படை இருந்தது என்பது எதிரிகளும் உணர்ந்திருந்த உண்மைகளே. ஜப்பானியரின் உளவாளிகள் அவ்வப்போது சேகரித்துக் கொடுத்த ஆதாரமிக்கத் தகவல்களை அடிப்படையாகக்கொண்டு இந்நாட்டில் சீனாவுக்கு ஆதரவளித்து வந்த விசுவாசிகளை வலைவீசிப் பிடிக்கும் தீவிரப் பணியில் ஜப்பானியர்கள் ஈடுபடலாயினர். அவ்வாறான நடவடிக்கையில் தொடர்புடையவர்களைப் பிடித்து சற்றும் ஈவிரக்கமின்றி அவர்களின் தலைகளை அங்கேயே வெட்டி நம் நாட்டின் பாலங்கள் தோறும் காட்சிக்கு வைத்து வந்தக் கொடுஞ்

செயல்கள் பற்றி மக்கள் கதை கதையாகப் பேசிக்கொண்டதை நானும் பலமுறை கேட்டதுண்டு.

ஜப்பானியர்கள் செய்த சொல்லொண்ணா சித்திரவதைகளைப் பற்றியும் பலவகை மானபங்கச் செயல்களைப் பற்றியும் நன்கு அறிந்து வைத்திருந்த ஆவ்பார் சகோதரர்களில் ஒருவர் மிகுந்த அச்சம் காரணமாகத் தலைமறைவாகி விட்டதாகக் கூறப்பட்டது.

போரில் தோல்வியுற்ற பிரிட்டிஷ்காரர்கள் ஏறத்தாழ மூவாண்டுகளுக்குப் பின் நேசநாட்டுப் படைகளின் உதவியால் ஜப்பானியர்களை வென்று, சிங்கையின் ஆட்சிப் பொறுப்பை ஏற்பதற்குச் சற்று முன்பே தலைமறைவாய் இருந்து வந்த அந்த ஆவ்பார் சகோதரர் உயிர்துறந்து விட்டதாக அறிந்தேன். அதை நினைத்து நான் வருந்தவும் செய்தேன்.

ஆவ்பார் சகோதரர்களில் ஒருவரின் துயரமிகு மறைவுக்குப் பின், ஆவ் பார் மாளிகையானது இயல்பாகவே அவருடைய மற்றச் சகோதரருக்கு உரிமையாகி விட்டது.

ஜப்பானியரின் கொடுங்கோலாட்சி காரணமாக நம்நாட்டின் மக்கள் அனைவரும் மிகுந்த அச்சத்தில் வாழும் நிலை ஏற்பட்டதாம். அத்தகைய அச்சம் காரணமாக ஆவ்பார் மாளிகையில் தொடர்ந்து வாழ விருப்பமின்றி எஞ்சியிருந்தோர் அதைக் கைவிட்டு வெளியேறிவிட்டனர். அதனால், அம்மாளிகை காலப்போக்கில் கவனிப்பாரின்றிக் கிடந்து சிதைவடைந்து விட்டதோடு பின்னர், இடிக்கப்பட்டும் விட்டதாகக் கேள்வி.

மக்கள் நலனில், பெரிதும் அக்கறைகொண்டு அழகிய ஆவ் பார் குன்றில் எண்ணற்ற எழில் காட்சிகளை ஆங்காங்கே அமைத்து, அக்குன்றின் சிகரத்தில் அழகிய மாளிகை ஒன்றைக் கட்டிக்கொண்டு இன்பமாக வாழ்ந்து வந்த அந்த நல்ல குடும்பம் காலப்போக்கில் சிதறிச் சின்னாபின்னமாகிப் போய்விட்டது. ‘டைகர்பாம்’ தலைவலித் தைலைத்தைத் தயாரித்துக் கொடுத்து உலக மக்களின் தலைவலியைப் போக்கியவர்களுக்கு ஜப்பானியர்களின் வருகையால் தங்களுக்கேற்பட்ட தலைவலியைப் போக்கத்தக்க மருந்து கிட்டாமலேயே போய்விட்டது என்பது வருந்துவதற்கு உரிய ஒன்றாகும். அதுவே காலஞ்செய்த கோலம்.

தலைவலித் தைலத்தின் முன்னோடிகள் இங்கு இல்லாத நிலையிலும் அவர்களின் வாரிசுகள் இடைவிடாது முயன்று அந்தத் தொழில் தொடர்ந்து வளர்ச்சி காணப் பெரிதும் பாடுபட்டனர். அவர்களின் கடும் உழைப்பாலும் புத்தாக்கச் சிந்தனையாலும் ‘சர்வரோக சஞ் சீவி’ என பலரும் கூறத் தக்க ஆவ்பார் குடும்பத்தினர் தயாரித்து

அளித்த 'டைகர்பாம்' தலைவலித் தைலமும் அது தொடர்பான பிற தயாரிப்புகளும் உலகெங்கும் பரவி, அக்குடும்பத்தின் நற்பெயரை இன்றளவும் பறைசாற்றி வரும் செயலானது நமக்கெல்லாம் பெருமையாகவும் வியப்பாகவும் உள்ளது.

நான் என் இளமைப்பருவத்தில் என் உறவினர்களுடனும் நண்பர்களுடனும் ஆவ்பார் வில்லா குன்றுக்குப் பலமுறை சென்று நேரில் கண்டு களித்த பல காட்சிகள் பற்றிய இன்ப நினைவுகளை உங்களுடன் பகிர்ந்துகொள்ள ஆசைப்படுகிறேன்.

சிங்கையின் தென்மேற்குக் கரையில் அமைந்துள்ள அழகு கொஞ்சும் ஆவ்பார் வில்லா தோட்டத்தின் சிகரத்தில் நான் வியப்புடன் வாய்பிளந்து நின்று கண்டு மகிழ்ந்த எலிகள், புலிகள், மான்கள், முயல்கள், ஆடுகள் முதலிய விலங்குகளின் குறும்புச் செயல்களை அழகுறச் சித்தரித்துக் காட்டும் சிற்பங்களின் அழகை நான் என்னவென்று சொல்வேன்! 'வாயில்லா ஜீவன்கள்' என உலகோரால் அழைக்கப்படும் அவ்விலங்குகளும் உயிரினங்களும் அங்குப் புரியும் விநோதச் செயல்களானது அவற்றைக் காண்போரைச் சிரிக்கவும் சிந்திக்கவும் வைக்கும் என்பது திண்ணம்.

ஒவ்வொரு தடவையும் ஆவ் பார் வில்லா குன்றின் நுழைவாயிலை அடைந்தவுடன் முதலில் என் கண்களில் பட்ட ஒரு காட்சி இன்றும் என் நினைவில் பசுமை குன்றாது இருந்து வருகிறது. அது என்னவென்று நினைக்கிறீர்கள்? அதுதான் அங்கு முறுக்கான உடற்கட்டுடன் காணப்படும் ஜப்பானிய மல்யுத்த வீரர்களின் கம்பீரத் தோற்றம் ஆகும். ஜப்பானில் (Sumo Wrestlers) 'சூமோ மல்யுத்த வீரர்கள்' எனப்படுவோர் தங்களின் பாரம்பரிய தற்காப்புக் கலைகளில் ஒன்றை வெளிபடக் காட்டும் கவின்மிகு சிலைகள் ஆகும். அவர்களின் உறுதியான கட்டுடலும் கைகளை விரித்தபடி போருக்கு தயாராகும் கம்பீரத் தோற்றமும், அணிந்து நிற்கும் பாரம்பரிய ஆடையும் காண்போரைக் காந்தம்போல் கவர்ந்து இழுக்கும் தன்மை வாய்ந்தது என்பேன்.

ஜப்பானிய 'சூமோ மல்லலர்களின்' அந்த அற்புதக் காட்சியைப் பார்த்து இரசித்த வாறே அக்குன்றின் மேற்பகுதிக்கு மெதுவாக ஏறிச் சென்றேன். அக்குன்றில் வளைந்து நெளிந்து சென்ற அப்பாதையில் நான் பலவிதக் காட்சிகளைக் கண்டு மகிழ்ந்தபடி தொடர்ந்து நடந்தேன். அப்போது, அங்கு ஓரிடத்தில் ஒரு சிறு குகை இருப்பதைக் கண்டேன். மனிதர்களால் செய்து வைக்கப்பட்டிருந்த அக்குகை இயற்கையான ஒன்றுபோலவே எனக்குத் தோற்றமளித்தது. அதனுள் சென்று அங்குள்ள காட்சிகளைக் காண ஆவல் மிகக்கொண்டேன். சிறிது அச்சத்துடன் தயங்கியவாறு அக்குகையினுள் நுழைந்த

நான் அங்கே பயங்கரமான சில காட்சிகளைக் காண நேர்ந்தது. வானுலகில் உள்ளதாகக் கூறப்படும் 'நரகலோகக் காட்சிகளை' நாம் வாழும் இந்நிலவுலகில் கண்கூடாகக் காட்டும் விதமாக அவை சித்திரிக்கப்பட்டிருந்த விதம் பார்ப்போரை மெய்ம்மறக்கச் செய்யும். இப்பிறவியில் பாபச் செயல் புரிவோருக்குக் கொடுக்கப்படும் கடுந்தண்டனைகளின் கோரக் காட்சிகளைக் காண்போர் அஞ்சி நடுங்க வேண்டும் திருந்த வேண்டும், என்ற நல்ல நோக்கத்தின் அடிப்படையிலேயே அவை யாவும் செய்து வைக்கப்பட்டுள்ளன என்று தோன்றுகிறது. அத்தகு அருமையான பயன்மிகு காட்சிகள் இடம் பெறுமாறு அமைத்து வைத்துள்ள ஆவ்பார் சகோதரர்களுக்கு அச்செயல் என்றென்றும் நிலைத்த புகழைத்தரும் என்பதில் கிஞ் சிற்றும் ஐயமில்லை.

ஆவ் பார் சகோதரர்களின் புகழுக்கு முக்கிய காரணமாயிருந்த அந்த அழகிய குன்றையும் அதில் நான் கண்ட அரிய காட்சிகளையும் தவறாது நீங்களும் கண்டு மகிழ வேண்டும் என்பதே என் நீண்ட நாள் அவா.

என் இளமைக் காலத்தில் சிறப்பு மிக்க அந்த ஆவ் பார் குன்றின் காட்சிகளை இலவசமாகப் பலமுறை சென்று, கண்டு மகிழ்ந்தது உண்டு. நம் சிங்கை நாட்டில் இப்பொழுது உள்ளன போன்ற எண்ணற்ற பொழுது போக்குகள் இல்லாத அந்தக் காலத்தில் சிறந்த பொழுது போக்கிடம் அதுவே என்பதை நான் நினைவுப்படுத்த விரும்புகிறேன். அதனால், தினந்தோறும் மக்கள் அங்குத் திரளாகச் சென்று வந்ததில் வியப்பில்லை. நான் ஒருமுறை ஆவ் பார் குன்றின் சிகரத்தை அடைந்து அங்கிருந்த படியே என் கண்ணெதிரே மிகவும் பரந்து விரிந்து கிடந்த நீலத்திரை கடலைக் கூர்ந்து நோக்கினேன். ஆஹா! என்ன அழகு. என்ன அழகு! என்று எனக்குள்ளே எண்ணி எண்ணி வியந்தேன்.

மாலை வேளையில் அந்த நீலவானும் அதைப் பிரதிபலித்தாற் போன்று காட்சியளித்த நீலநிறக் கடல் நீரும் கண்ணுக்கு எட்டிய தூரம்வரை பரந்து கிடந்த கடல் அன்னையின் இயற்கை அழகும் கரையை நோக்கி விரைந்து வந்து நுரை கக்கிச் சென்ற சிறு சிறு அலைகளும் என் உள்ளத்தைக் கொள்ளை கொண்டன. அந்த அழகிய காட்சியானது தம் தாயைத் தேடி வந்து அன்பு முத்தமிட்டுச் சென்ற சேய்களையே எனக்கு நினைவுப்படுத்தியது. மறக்கவொண்ணா அந்த அரிய காட்சியே இன்றளவும் என்னுள் 'விழித்திருக்கும் நீங்கா நினைவலைகள்' என்பேன்.

எனவே, 'யாம் பெற்ற இன்பம் பெறுக இவ்வையகம்' என்னும் முதுமொழிக்கு ஏற்ப வாய்ப்புக் கிட்டும்போது, நீங்களும் நம்நாட்டு

வரலாற்றில் முக்கிய இடம் பெற்றுள்ள ஆவ் பார் குன்றுக்குத் தவறாது செல்லுங்கள் ! அங்குள்ள உயிரோட்டமிக்கச் சிலைகளின் அழகினைக் கண்டு மகிழுங்கள். ! இதுவே என் அன்பு வேண்டுகோள். ஆவ் பார் சகோதரர்கள் நாட்டு மக்களின் நலன் கருதி ஆற்றியுள்ள அருந்தொண்டையும் சற்றே எண்ணிப் பாருங்கள் ! இதுவே உங்களிடம் நான் விடுக்கும் அன்பு வேண்டுகோள் எனக் கூறி, இத்தலைப்பினை இத்துடன் நிறைவு செய்கிறேன்.

பொத்தோங் பாசிர் வட்டாரம் (Potong Pasir Area)

சிங்கை வாழ் தமிழ் மக்களால் மறக்க முடியாத ஓர் இடம் என்று நான் கருதும் மற்றொரு இடமான 'பொத்தோங் பாசிர் வட்டாரம்' நம்மவர்களால் 'மண்ணுமலை ' என்று அழைக்கப்படும் பழமைச் சிறப்பு மிக்க இடமாகும்.

மலாய் மொழியில் 'பொத்தோங் பாசிர்' என்றால் 'மண்ணை வெட்டு' எனப் பொருள்படும். ஏன் இப்பெயர் அவ்விடத்திற்கு ஏற்பட்டது என்பது பற்றி உங்களுக்குச் சற்று விரிவாகக் கூற விரும்புகிறேன்.

ஆண்டு 1819ல் சர் ஸ்டாம்ஃபோர்டு இராஃபிள்ஸ் அவர்கள் நம் நாட்டிற்கு வந்து நாட்டு நிர்மாணப்பணியில் கவனம் செலுத்தலானார். அதை முன்னிட்டு அவர் வெளி நாட்டினரைக் குடியேற்றும் முயற்சியில் தீவிரமாக ஈடுபடலானார்.

அக்காலக்கட்டத்தில் பினாங்குத் தீவிலிருந்து இராஃபிள்ஸ் அவர்கள் வந்த அதே கப்பலில் திரு.நாராயணப்பிள்ளை அவர்களும் இங்கு வந்ததாக வரலாறு கூறுகிறது. அவர் நம் நாட்டில் ஒரு சிறந்த தொழில் முனைவராகச் செயல்பட்டார். எனவே, அவரும் வெளிநாட்டினரைக் குறிப்பாக, தமிழ் நாட்டினரை இங்குக் குடியேற்றும் முயற்சியில் மும்முரமாக ஈடுபட்டார்.

நம்நாட்டில் 'சைனாடவுன்' வட்டாரத்தில் அருள்மிகு சிறீ மாரியம்மன் ஆலயத்தைக் கட்டுவித்த பெருமை அவருக்கு உரியது.

அதுமட்டுமின்றி, இங்கே கட்டடங்கள் பல கட்டத் தேவையான செங்கற்களைத் தயாரித்து அளிக்கும் பணியிலும் மக்களுக்குத் தேவையான 'Cattle' அதாவது கால்நடை வளர்ப்பிலும் அவர் பெரும்பங்கு ஆற்றியுள்ளார்.

திரு.நாராயணப்பிள்ளை அவர்கள் மேற்கொண்ட குடியேற்ற முயற்சி காரணமாகப் பெருமளவில் தமிழ் நாட்டினர் இங்குக் குடியேறத் தொடங்கினர் என்றும் காலப்போக்கில் தொடர்ந்து

தமிழகத்தின் தஞ்சைப் பகுதி மக்களும் மண்ணுமலை வட்டாரத்தில் படிப்படியாக வந்து குடியேறினர் என்றும் அவ்வட்டாரத்தில் பல்லாண்டு காலம் வாழ்ந்து வந்த மூத்த குடிமக்கள் வாயிலாகக் கேட்டறிந்தேன். தஞ்சைப் பகுதியிலிருந்து குடியேறியவர்கள் பெரும்பாலும் கள்ளர் இனத்தவர் என்றனர். இனி, 'பொத்தோங் பாசிர்' பகுதியில் குடியேறி அங்கேயே பல்லாண்டு காலம் தங்கி வாழ்க்கை நடத்திய மூதாதையர்கள், அவ்வட்டாரம் பற்றி என்னிடம் கூறிய சுவையான தகவல்களை உங்களுடன் பகிர்ந்து கொள்வது பயன்மிக்கது என நான் கருதுகிறேன்.

இன்றைய இளைய தலைமுறையினர் பொத்தோங் பாசிர் வட்டாரத்தில் கட்டப்பட்டுள்ள சில அடுக்குமாடி வீடுகளை மட்டும் பார்த்துவிட்டு, அது ஒரு சிறிய வீடமைப்புப் பேட்டை என்னும் தவறான எண்ணங்கொண்டிருக்கின்றனர். உண்மையில் முற்காலத்தில் அது (Kampongs) கம்போங்களை அதாவது கிராமங்களை உள்ளடக்கியிருந்த ஒரு மாபெரும் வட்டாரம் என்று கூறினர். அவர்கள் கூறிய தகவலானது என்னை மிகுந்த வியப்பில் ஆழ்த்திவிட்டது. அவர்கள் கூறிய தகவலின் படி இன்றைய பென்டிமியர் (Bendemeer) சாலைக்கும் சிராங்கூன் (Serangoon) சாலைக்கும் இடைப்பட்ட (Whampo South) 'வாம்போ தெற்கு' (Whampo North) 'வாம்போ வடக்கு' எனப்படும் இரு சாலைகளுக்கு இடையே செல்லும் மான்ட்கொமரி ஆற்றை (Montgomery River) அக்காலத்தில் மக்கள் தங்கள் பேச்சு வழக்கில் 'மங்கமாரி ஆறு' என்று அழைத்தனராம். அந்த ஆறு சிராங்கூன் சாலையைக் கடந்து செல்லும் இடத்தில் அதன் வடகரையில் இன்றுவரை அதாவது (2016வரை) நிலைத்து நிற்பது 'National Aerated Company Ltd' என்னும் பெயரைத் தாங்கி நிற்கும் கட்டடமாகும். அதில்தான் 'Sinalco' என்ற பெயரில் சுவை நீர் தயாரிக்கப்பட்டதாம். அந்தக் கட்டடத்தின் அருகிலேயே 'Pineapple Factory' அதாவது அன்னாசிப்பழ ஆலை ஒன்றும் இயங்கி வந்ததாகக் கூறினர். அதைத் தற்சமயம் அங்குக் காண இயலாது என்றும் அதற்குக் காரணம் அது இடம் பெயர்ந்து வேறு ஓர் இடத்திற்குச் சென்று விட்டது என்றும் கூறினர்.

'சினால்கோ' கம்பனியின் நேர் எதிரே சிராங்கூன் சாலையின் ஓரமாக இன்றுவரை நிலைத்து நிற்கும் வேறொரு கட்டடம் 'Fire Brigade' தீயணைப்புப் பிரிவைச் சேர்ந்த செங்கற்களாலான சிவப்புநிறக் கட்டடமாகும். சிராங்கூன் சாலை வழியே பயணிப்போர், பழைய பொத்தோங் பாசிர் வட்டாரத்தின் எல்லையை நினைவுப்படுத்தும் அடையாளச் சின்னங்களாக இன்றளவும் இருந்து வரும் அவ்விரு கட்டடங்களையும் நிச்சயம்

காணத் தவற மாட்டார்கள்.

'மான்ட் கொமரி' ஆறானது (Jalan Toa Payoh) ஜாலான் தோ பாயோ சாலையைத் தாண்டி அருகிலுள்ள 'St. Andrew School' இன் பள்ளிக் கட்டடங்களைச் சுற்றியபடி வளைந்தும் நெளிந்தும் சென்று, தோபாயோ வீடமைப்புப் பேட்டையின் ஓரமாக (Braddel Road) *'பிராடல் சாலையைக் கடந்து* (old Bishan) பழைய வீடமைப்புப் பேட்டையின் அருகேயுள்ள ஒரு கால்வாயுடன் இணைந்த காட்சியைக் கண்டது உண்டு. அந்த இடமும் முற்காலத்தில் பொத்தோங் பாசிர் வட்டாரத்தின் ஒரு பகுதியாகவே கருதப்பட்டதாம். அதையும் தவிர, (Woodley Park) 'உட்லிபார்க்கின் அடிவாரமாக இருந்து வரும் பிராடல் சாலையானது அதன் அருகில் செல்லும் அப்பர் சிராங்கூன் சாலையைக் கடந்து அருகிலுள்ள 'Sennet Estate' எனப்படும் தனியார் வீடமைப்புப் பேட்டையைக் கடந்து(Bidadari)'பிடாடரி' என்ற இடத்தில் நெடுங்காலமாய் இருந்து வந்த இந்து எரியூட்டு சாலை (Cremetorium)மலாய், கிறிஸ்துவ இடுகாடுகள் ஆகியவற்றைத் தாண்டி, மீண்டும் 'மான்ட் கொமரி ஆற்றின் வடகரையுடன் இணையும் பகுதிவரை பொத்தோங் பாசிர் வட்டாரமாகவே முன்னர் கருதப்பட்டதாம்.

ஒரு காலத்தில் மாபெரும் நிலப்பகுதியாகக் கருதப்பட்ட பொத்தோங் பாசிர் வட்டாரத்தில ஆண்டு 80களில் நம் குடியரசின் (H. D. B) எனப்படும் வீடமைப்பு வளர்ச்சிக் கழகம் அப்பகுதியில் அடுக்கு மாடிக் கட்டடங்கள் பலவற்றைக் கட்டத் தொடங்கிய பின்னர், அவ்வட்டாரம் மாபெரும் மாற்றத்திற்கு உள்ளானது என்பதை இன்றைய இளைய தலைமுறையினருங்கூட நன்கு அறிந்திருக்கக் கூடும்.

இதுகாறும் பொத்தோங் பாசிர் வட்டாரத்தின் பரப்பளவைப் பற்றி ஓரளவு தெரிந்துகொண்டோம். இனி, அந்த வட்டாரத்தினுள் பன்னெடுங் காலமாய் வாழ்ந்து வந்த மக்களின் வாழ்க்கை முறை பற்றியும் அக்காலத்தில் அங்கு நடைபெற்ற பல்வகைத் தொழில்கள் பற்றியும் தெளிவாகத் தெரிந்து கொள்வோம்.

பொத்தோங் பாசிர் குடியிருப்பு வட்டாரம் என்பது அங்குள்ள (Woodley Park) 'உட்லி பார்க்' என்னும் மேட்டுப்பாங்கான ஓர் இடமாகும்.

அப்பகுதியில் முதன் முதலாக தமிழகத்திலிருந்து புலம் பெயர்ந்து வந்தநாட்டுக்கோட்டைச்செட்டியார்களே பெரும் எண்ணிக்கையில் வசித்து வந்ததாகக் கேள்விப்பட்டேன். அக்காலத்தில் வலுவான,

உயரமான மரத்தூண்களின்மீது ஒரு பெரிய கொட்டகை போன்ற அமைப்பில் கட்டப்பட்டிருந்த பெரிய வீட்டில் அவர்கள் வசித்து வந்தனர். 'பங்களா' போன்ற அந்த மனையை அங்கு வசித்த மக்கள் 'காசிக் கொட்டகை' என்ற பெயரால் அழைக்கலாயினர். காசிக் கொட்டகையானது அவ்வட்டாரத்தில் நடைபெற்ற நடவடிக்கைகளையும் தொழில்துறைகளையும் ஆள்நடமாட்டத்தையும் அக்கொட்டகையின் மேலிருந்தபடியே கண்காணிக்க மிகவும் துணைபுரிந்த ஓரிடம் என்று கூறியது எனக்கு வியப்பளித்தது.

தமிழர்களால் இன்றும் 'மண்ணுமலை' என வழங்கப்படும் அவ்விடத்தில் அரியவகை வெண்மணல் பெருமளவில் கிடைத்ததை நமக்கு நினைவுப்படுத்துகின்றது. அப்பகுதியில் மிகுதியாகக் கிடைத்த அந்தத் தூய வெண்மணல் (White Sand) நம் நாட்டின் (Civic District) எனப்படும் நகர்ப்பகுதியில் அரசாங்கக் கட்டடங்கள் பல கட்டுவதற்கு மிகவும் இன்றியமையாததாய் இருந்தது. அம்மணலைக்கொண்டு (City hall) 'நகர மண்டபம், (Old supreme court) 'பழைய உச்சநீதிமன்றம்' (Fullertion Building) 'ஃபுல்லர்ட்டன் கட்டடம் (Victoria memorial hall) 'விக்டோரியா நினைவு மண்டபம்' (Old Parliament House) 'பழைய பாராளுமன்ற அவை, (St Andrews Cathedral) 'செயின்ட் ஆன்ட்ரூஸ் தேவாலயம்' முதலிய கவின்மிகு கட்டடங்கள் கட்டப்பட்டன என்றும் கூறினர்.

அத்தகைய கட்டடங்கள் கட்டுவதற்குத் தேவைப்பட்ட மணலை அரசாங்கம் விலை கொடுத்து வாங்கியது என்றும் கூறினர். அன்று நடைபெற்ற மண் விற்பனைக்குப் பொறுப்பானவர்கள் மண்ணுமலை வட்டாரத்தில் முதலில் குடியேறி நீண்ட காலம் வசித்து வந்த நாட்டுக்கோட்டை செட்டியார்களே என்பதாகவும் கேள்விப் பட்டேன்.

ஒரு காலத்தில் அங்கு மண் விற்பனை தீவிரமாய் நடைபெற்றதால், மண்வெட்டி எடுக்கப்பட்ட இடங்களில் மூன்று பெரிய குளங்களும் நான்கு சிறிய குளங்களும் ஏற்பட்டனவாம்.

காலப்போக்கில் அப்பகுதியில் பெய்த மழையால் அக்குளங்கள் யாவும் நீரால் நிரம்பின.

அதைத் தவிர மெய்யப்பச் செட்டியார் சாலையானது குளங்களைச் சுற்றி வளைத்தவாறு பொத்தோங் பாசிர் சாலையுடன் இணைந்த இடத்தின் அருகே இருந்தே வற்றாத நீர் ஊற்று ஒன்றிலிருந்து வழிந்தோடிய தூய நீரும் அங்கிருந்த குளத்து நீருடன் கலந்து நீரை நிரப்பிய தகவலையும் அவர்களிடமிருந்து அறிய முடிந்தது.

நீரூற்றிலிருந்து மிகுதியாகக் கசிந்து வந்த தூய நீர் அங்கு வசித்த மக்கள் குளிப்பதற்கும் குடிப்பதற்கும் சமையல் செய்வதற்கும் மிகவும் பயன்பட்டது என்று கூறியபோது எனக்கு வியப்பு மேலிட்டது.

நீர் நிறைந்த குளங்களில் மீன்கள் பல்கிப் பெருகலாயின. அதைக் கண்ட அங்குக் குடியிருந்த சீனர்கள் அக்குளங்களில் பலவகையான மீன்களை வளர்த்து, விற்கவும், தொடங்கினர். மண் விற்பனை முடிவுற்றதும் அங்கு மீன் விற்பனை தீவிரமாய் நடைபெறத் தொடங்கிற்று.

மீன் விற்பனைக்குப் பொறுப்பு பொத்தோங் பாசிர் பகுதியில் நெடுங்காலமாய் வசித்து வந்த (Layhar) 'லேஹார்' என்றுஅழைக்கப்பட்ட சீனர் என்றனர்.

மண்விற்பனை குறையத் தொடங்கியதும் அப்பகுதியில் வாழ்ந்து வந்த நாட்டுக் கோட்டைச் செட்டியார்கள் அவ்விடத்தைக் காலி செய்து விட்டு, நகர்ப்புறத்தின் முக்கியப் பகுதியில் இருக்கும் (Market Street) 'மார்க்கெட் தெருவிற்கு' மாறிச் சென்று, அங்குத் தங்களின் குலத் தொழிலான (லேவா தேவி) எனப்படும் வட்டித் தொழிலில் ஈடுபடலாயினர் என்ற தகவலையும் அறிய முடிந்தது.

மண்ணுமலைப் பகுதியில் அவர்கள் பெரும்பான்மையினராக வசித்து வந்த அவ்விடத்தில் படிப்படியாக சீனதேசத்திலிருந்து சீனர்கள், இந்தியாவின் பஞ்சாப் பகுதியைச் சேர்ந்த சீக்கியர்கள், இந்தியாவில் 'U. P' எனப்படும் உத்திரப்பிரதேசத்தைச் சேர்ந்த வட இந்தியர்கள், மலாய்க்காரர்கள் முதலானோர் குடியேறி, மிகுந்த ஒருமைப்பாட்டு உணர்வுடன் ஒன்றுபட்ட மக்களாய் வசிக்கலாயினர். பல இன மக்கள் வாழும் நம் நாட்டில் அவர்கள் வெளிப்படுத்திய ஒருமைப்பாட்டு உணர்வு மிகச் சிறந்த எடுத்துக்காட்டு என்றும் பாராட்டினர்.

மேற்கூறப்பட்ட தகவலைத் தவிர, வேறு சில சுவையான தகவல்களையும் அவர்கள் என்னிடம் கூறினர். அவை யாவை என்பது பற்றி இனிப் பார்ப்போம்.

ஜாலான் தோ பாயோ விரைவுச் சாலையில் பயணம் செய்வோர் அதன் ஓரமாய் அமைந்துள்ள மிகப் பழமை வாய்ந்த செயின்ட் ஆன்ட்ரூஸ் (St Andrews) உயர்நிலைப் பள்ளிக் கட்டடத்தை நிச்சயம் பார்த்திருக்கக் கூடும். அப்பள்ளி இருக்கும் இடத்திற்கும் 'Moonstone lane' எனப்படும் ஒடுக்கமான சிறு சாலை இருக்கும் இடத்திற்கும் இடைப்பட்ட நிலப்பகுதியில் 'மரைக்கார் மலை' எனப்பட்ட மேட்டுப்பகுதி ஒன்று இருந்தது என்றும் அப்பகுதியில்

தமிழகத்தைச் சேர்ந்த தென்காசி எனும் ஊரிலிருந்து குடியேறிய முஸ்லிம் இனமக்களே மிகுதியாக வசித்து வந்ததாகக் கூறினர். அந்த 'மரைக்கார் மலை'யும் தற்போது அப்பகுதியில் இல்லை. அது ஏனெனில் நம் நாட்டில் அரசாங்கம் அவ்விடத்தில் வளர்ச்சித் திட்டப்பணிகளை மேற்கொண்ட காரணத்தால், அது தரைமட்டமாக்கப்பட்டு விட்டது. அப்போது அவ்விடத்தில் தோண்டியள்ளப்பட்ட மண் முழுவதும் அப்புறப்படுத்தப்பட்டு விட்டது என்றும் மீட்கப்பட்ட நிலத்தில் குடியிருப்பு வீடுகள் பல கட்டப்பட்டன என்ற விவரங்களையும் கூறினர்.

அடுத்ததாக அப்பர் சிராங்கூன் சாலையும் பொத்தோங் பாசிர் சாலையும் சந்திக்கும் இடத்தில் முற்காலத்தில் 'மன்மதன் கோவில்' என்ற பெயரில் ஒரு சிறு கோவில் இருந்ததாம். இக்காலத்தில் காலாங் சாலையில் உள்ள கோவிலே மன்மதன் கோவில் என்று அழைக்கப்படுகிறது. பொத்தோங் பாசிர் மன்மதன் கோவிலுக்கும் காலாங் சாலை மன்மதன் கோவிலுக்கும் எவ்விதத் தொடர்பும் இல்லை. அது வேறு இது வேறு.

காலாங் சாலையில் உள்ள கோவிலை மக்கள் இன்று 'மன்மத காருணீஸ்வரர் ஆலயம்' என்னும் பெயரால் அழைத்தாலும் உண்மையில் அது சிவன் கோவில் என்பதை நாம் மறந்துவிடக்கூடாது.

பொத்தோங் பாசிர் மன்மதன் கோவிலானது அதற்கு முன் (St Georges Road) செயின்ட் ஜியார்ஜஸ் சாலையில் இடம் பெற்றிருந்தது என்றும் அது ஒரு வழிபாட்டுத் தலமாகவும் தமிழ்ப் பள்ளியாகவும் செயல்பட்டு வந்ததாகவும் நான் முன்னோர் வாயிலாகக் கேட்டறிந்தேன்.

வெவ்வேறு காலத்தில் வெவ்வேறு பெயருடன் அழைக்கப்பட்டு வந்த அந்த மன்மதன் கோவில் ஆண்டு 1983ல் பொத்தோங் பாசிர் வட்டாரத்திற்கு இடம் பெயர நேர்ந்தது.

மீண்டும் அப்பகுதியில் அமல்படுத்தப்பட்ட அரசின் வளர்ச்சிப் பணி காரணமாக அக்கோவில் முன்னர் அழைக்கப்பட்டதுபோல் 'சிறீசிவன் ஆலயம்' என்ற பெயரில் அழைக்கப்படாமல் தற்சமயம் அது பொத்தோங் பாசிர் 'சிறீ துர்கா ஆலயம்' என்னும் பெயரில் வழங்கி வருகிறது என்பதை அறியும்போது நாம் வியக்காமல் இருக்க முடியாது.

காலவோட்டத்தில் எத்தனை இடமாற்றம்! எத்தனை பெயர் மாற்றம்!

நவீன சிங்கையில் ஏற்பட்டுள்ள இது போன்ற பல மாற்றங்களுக்கு

இதுவே சிறந்ததோர் எடுத்துக் காட்டாக உள்ளது எனலாம்.

பொத்தோங் பாசிர் பகுதியில் 'H. D. B' எனும் அடுக்குமாடி வீடுகள் கட்டும் திட்டம் செயல்படுத்தப்பட்டபோது, அங்கிருந்த குளங்கள் அனைத்தும் மண்ணைக் கொட்டித் தூர்க்கப்பட்டு விட்டன என்ற அதிர்ச்சித் தகவலையும் கேட்க நேர்ந்தது.

முற்காலத்தில் அப்பர் சிராங்கூன் சாலையும் பொத்தோங் பாசிர் சாலையும் சந்திக்கும் இடத்திற்கு மிக அருகில் 'The Government Printing House' எனப்பட்ட அரசாங்க அச்சகப் பணிமனை ஒன்று செயல்பட்டு வந்தது.

சிராங்கூன் சாலை ஓரமாக இருந்த அந்த அச்சகத்திற்கும் பொத்தோங் பாசிர் சாலைக்கும் இடைப்பட்ட நிலப்பகுதியில்தான் அன்று வாழ்ந்த எண்ணற்ற குடும்பங்கள் இனவேறுபாடின்றித் தங்கள் (Kampong) கம்பத்து வீடுகளில் அமைதியாகவும் ஒற்றுமையாகவும் வாழ்ந்து வந்ததாக அங்கிருந்த முன்னோர் பெருமையுடன் கூறினர்.

கம்பத்து வீடுகள் பல சிராங்கூன் சாலையிலிருந்து நெடுந்தொலைவு பொத்தோங் பாசிரின் உட்பகுதிவரை தொடர்ச்சியாகக் கட்டப்பட்டிருந்ததாம்.

அக்காலக் கட்டத்தில் அங்கிருந்த கம்போங் வீடுகளுக்குச் செல்ல வேண்டுமாயின் வெளியாட்கள் அப்பர் சிராங்கூன் சாலையில் கட்டப்பட்டிருந்த இரண்டு பெரிய நுழைவாயில்களைக் கடந்தே செல்ல வேண்டுமாம். அங்கிருந்த நுழைவாயில்களில் எந்நேரமும் உடல் வலிமை மிக்க சீக்கியக் காவலாளிகள் பாதுகாப்புப் பணியில் ஈடுபட்டிருந்த காரணத்தால் அவர்களின் அனுமதியின்றி எவரும் உள்ளே செல்வது கடினம் என்றும் கூறக் கேட்டேன்.

முன்னாள் பொத்தோங் பாசிர் கிராம வாசிகள் வேறு ஒரு சுவையான தகவலையும் என்னிடம் கூறினர். மண்ணுமலைப் பகுதியில் குடியேறி வாழ்ந்த உத்திரப் பிரதேசத்தைச் சேர்ந்த வட இந்தியர்கள் பெரும்பாலோர் பால்விற்பனையில் ஈடுபட்டிருந்தனராம். பால் விற்பனையைத் தங்கள் வாழ்க்கைத் தொழிலாகக்கொண்டிருந்த காரணத்தால் அவர்கள் நூற்றுக்கணக்கான எருமை மாடுகளை 'மான்ட்கொமரி' ஆற்றின் ஒரு கரையோரமாக வளர்த்து வந்ததாகவும் அவை கூட்டம் கூட்டமாக நடந்து வந்து ஆற்றில் கட்டப்பட்டிருந்த மரப்பாலத்தின வழியாக ஆற்றைக் கடந்து சென்று, மண்ணுமலைக் குளங்களில் 'திமுதிமு' என்று இறங்கி நீர் அருந்திவிட்டும் குளித்து விட்டும் வழக்கம்போல் வந்த வழியே அவற்றின் தொழுவங்களை (Cattle Stalls) நோக்கிச் சென்று விடும்

என்றனர். அவை அன்றாடம் குளங்களை நோக்கி வரிசை வரிசையாக வந்து சென்ற அக்காட்சியானது பார்ப்போரை வியக்க வைக்கும் என்றும் கூறினர். அத்தகு மறக்க முடியா காட்சியை நாம் இன்று அங்கு காணவியலாது. காரணம் நம் அரசு 80களில் தொடங்கிய மண்ணுமலைப் பகுதி வளர்ச்சிப் பணியை முன்னிட்டு, அங்கிருந்த குளங்கள் அனைத்தும் தூர்க்கப்பட்டுவிட்டன; மாடுகள் நடமாடிய அக்காட்சியும் மறைந்து போய் விட்டது என்று கவலை தோய்ந்த முகத்துடன் சொன்னார்கள்.

அதற்குப் பின்னர், மேலும் ஒரு முக்கியத் தகவலையும் என்னிடம் தெரியப்படுத்தினர். அது யாதெனில், முற்காலத்தில் கடல் பெருக்கு ஏற்பட்ட சமயங்களில் எல்லாம் காலாங் பாரு, கேலாங்பாரு கொளம் அயர் பகுதிகளில் பெரும்பாலும் வெள்ளப் பெருக்கு ஏற்பட்டதால் காலாங் ஆற்றை அடுத்துள்ள நிலப்பகுதிகள் (swamps) சதுப்பு நிலங்களாகவே காட்சியளித்தன என்றனர். அவர்கள் கூறியது முற்றிலும் உண்மை என்பேன். ஏன் என்றால் அவ்வழியாகப் பயணித்த சமயங்களில் எல்லாம் நானும் அக்காட்சியைக் கண்கூடாகக் கண்டதுண்டு. நான் கண்ட வேறொரு சதுப்பு நிலக்காட்சியையும் அதற்குச் சான்றாகக் கூற முடியும். இக்காலத்தில் (Lavender Street) லவெண்டர் தெருவில் (Casket Company) 'காஸ்கெட் கம்பனி' இருக்குமிடத்தின் எதிர்ப்புறம் கடல்பெருக்கால் ஆண்டு 50களில் அடிக்கடி ஏற்பட்டு வந்த வெள்ளப் பெருக்கை முன்னிட்டு அப்பகுதி பெரும் சதுப்பு நிலமாகவே கிடந்தது. அத்தகைய பகுதிகளிலும்கூட ஏழை மக்கள் பலர் பலகைகளின்மீது தங்கள் குடிசைகளைக் கட்டிக்கொண்டு வாழ்க்கை நடத்திய அந்த அவலக் காட்சியையும் நான் நேரில் கண்டதுண்டு. அதைத் தவிர, அப்பர் சிராங்கூன் சாலை வழியே பலமுறை சென்றபோது அங்குள்ள தீயணைப்புக் கட்டடத்தின் அருகில் ஆற்றங்கரை ஓரமாக (Sawmills) மர ஆலைகள் பல இருந்த காட்சியையும் நான் கண்டிருக்கிறேன். இக்கால இளந்தலை முறையினர் அத்தகைய காட்சிகளைக் கண்டிருக்க வாய்ப்பில்லை என்பேன்.

மண்ணுமலைப் பகுதியில் அக்காலத்தில் நடைபெற்று வந்த செயல்கள் பற்றிய மேலும் ஒரு சுவையான செய்தியையும் என்னிடம் கூறினர். அப்பர் சிராங்கூன் சாலையிலிருந்து பிரிந்து செல்லும் (Meyyappa chettiar Road) மெய்யப்பச் செட்டியார் சாலையின் அருகே எண்ணெய்ச் செக்குகள் (Oil Presses) சில செயல்பட்டு வந்தனவென்றும் கூறினர். அவையாவும் மரச்செக்குகள் என்றும் அவற்றில் (Sesame seeds) 'எள்' என்னும் தானியத்தைக் கொட்டி,

நல்லெண்ணெய் தயாரித்து விற்பனை செய்து வந்ததாகக் கூறினர். செட்டியார்களுள் ஒரு பிரிவினரான வாணியச் செட்டிகள் எனப்பட்டோர் மட்டுமே அத்தொழிலை நடத்தி வந்தனராம்.

"அக்காலத்தில் நம் நாட்டில் எண்ணெய் ஆட்டுவதற்கு மரச்செக்குகள் பயன்படுத்தப்பட்டதாகக் கூறினீர்கள் அல்லவா அவை என்ன வாயின?" என்று கேட்டேன்.

அதற்கு அவர்கள், "மண்ணு மலைப் பகுதியில் 80களில் அரசாங்கம் அமல்படுத்திய துரித வளர்ச்சித் திட்டத்தால், மரச்செக்குகள் யாவும் அவ்விடத்திலிருந்து அப்புறப்படுத்தப்பட்டு விட்டன" என்று வருத்தத்துடன் பதில் அளித்தனர்.

நம் சிங்கையில் இன்று எத்தனையோ இடங்களின் தோற்றம் மாறிக் காட்சியளிக்கின்றன. ஆனால், (Woodley Park)'உட்லிபார்க்' என்னும் இடமோ முற்காலத்தில் இருந்தது போன்றே இன்றளவும் இருந்து வருகின்றது என்று பெருமையுடன் கூறினர். மேலும் 'உட்லிபார்க்' மண்ணுமலையின் மாறாத எல்லையாக இன்றும் இருந்து வருவது பற்றியும் நினைவுப்படுத்தினர்.

அதுமட்டுமின்றி, சிங்கை மக்களின் அன்றாடத் தேவைக்குப் பயன்படும் நீரையும் 'உட்லிபார்க்கின்' மேற்பகுதியில் அமைக்கப்பட்டுள்ள ஒரு நீர்த்தேக்கத்தில் தேக்கி வைத்து, அங்கிருந்து பெரிய குழாய்கள் மூலம் தற்போதுள்ள 'K. K . Hospital'எனப்படும் மகப்பேறு மருத்துவமனையின் எதிர்ப்புறத்தில் அமைக்கப்பட்டுள்ள 'Bukit Timah WaterWorks' எனப்படும் நீர்ச் சுத்திகரிப்பு ஆலைக்கு அனுப்பி வைக்கப்பட்டு, நன்கு சுத்திகரிக்கப்பட்ட பின், தூய நீரானது மீண்டும் பெரிய குழாய்கள் மூலம் நாம் 'கொடிமலை' என்று அழைக்கும் ஃபோர்ட் கேனிங் குன்றின் மேல் கட்டப்பட்டிருந்த ஒரு பெரிய நீர்த்தேக்கத்தில் பாதுகாப்பாகத் தேக்கி வைக்கப்பட்டு, உயரமான அக்குன்றிலிருந்து பொதுமக்களின் பயன்பாட்டிற்காக சிறு சிறு குழாய்கள் மூலம் தனியார் இல்லங்களுக்கும் பிற இடங்களுக்கும் அன்றாடம் விநியோகிக்கப்பட்டு வந்த தகவல் பற்றியும் அறிந்துகொள்ள முடிந்தது.

இத்துணை வியப்புமிக்க புதுப்புதுத் தகவல்களைத் தன்னகத்தே கொண்டிருந்த மண்ணுமலை வட்டாரம் இன்று பெரிதும் மாறிக் காட்சியளிப்பதை நாம் கண்கூடாகக் காண்கிறோம். மண்ணுமலை வட்டாரமானது துரித வளர்ச்சி காரணமாக நவீன சிங்கையில் ஏற்பட்டுள்ள வியத்தகு மாற்றங்களுக்குத் தக்கதோர் எடுத்துக்காட்டு என்று கூறி, இத்தலைப்பினை இங்கு நிறைவு செய்கிறேன்.

கேலாங் வட்டாரம் (Geylang Area)

இதற்கு முன் பொத்தோங் பாசிர் வட்டாரத்தைப் பற்றி ஓரளவு தெரிந்துகொண்ட நாம் இனி, கேலாங் வட்டாரத்தைப் பற்றியும் பார்க்கலாம்.

சிராங்கூன் சாலையில் உள்ள 'தேக்கா' வட்டாரத்தில் அதிகமான இந்தியர்களின் நடமாட்டத்தை நாம் காண முடிவதைப்போலவே கேலாங் வட்டாரமும் மலாய்க்காரர்களின் நடமாட்டம் மிகுதியாக உள்ள இடமாகும்.

இன்றைய தலைமுறையினருள் பலர் கேலாங் வட்டாரம்என்றாலே 'கேலாங் செராய் ('செராய்' எனப்படும் புல் வகை மிகுதியாகப் பயிரிடப்படும்இடம்) என்பதை நினைவுப்படுத்தும் இடம் என்பதாகவே நினைக்கின்றனர். உண்மையாகக் கூற வேண்டும் எனில், கேலாங் வட்டாரம் என்பது ஒரு மிகப் பெரிய இடமென்றே கூற வேண்டும்.

சொல்லப் போனால், இன்றைய காலாங் ஆற்றுப் பாலத்திலிருந்து தொடங்கும் கேலாங் சாலையானது கிழக்கே சை சீ (Chai Chee) எனப்படும் வட்டாரத்தை இணைக்கும் ஒரு சிறு குன்றுப் பகுதிவரை உள்ள இடங்களை உள்ளடக்கியதாகும். அதைப் பற்றிய விவரங்களை விளக்குவது பயனுள்ளது எனக் கருதுகிறேன்.

காலாங் ஆற்றிலிருந்து தொடங்கும் அந்த வட்டாரம் தெற்கே கேலாங் சாலைக்கும் வடக்கே (Sims Avenue) சிம்ஸ் அவின்யூ எனப்படும் நீண்ட சாலைக்கும் இடைப்பட்ட பகுதியில் இருபுறங்களிலும் எண்ணற்ற (Lorongs) 'லோரோங்கள்' எனப்படும் சிறுசிறு இணைப்புச் சாலைகள் பிரிந்து செல்வதைக் காணலாம்.

காலாங் ஆற்றுப்பகுதியிலிருந்து லோரோங் எண் 1 முதல் 40வரையுள்ள இணைப்புச் சாலைகள் 'பயாலேபார் சாலை' (Paya Lebar Road)வரை உள்ளன. அவற்றையும் தாண்டி, கேலாங் செராய் பகுதியிலிருந்து ஜாலான் யூனோஸ், (Still Road) ஸ்டில் சாலை வரையுள்ள இடங்களையும் அதற்கு அப்பால் இருபுறங்களிலும் பிரிந்து செல்லும் ஜாலான் மலாயு, ஜாலான் மஜிட் முதலிய பல்வேறு இணைப்பச் சாலைகள் கிழக்கே (Chai chee) சை சீ வீடமைப்புப் பேட்டைவரையும் ஜுசியாட் சாலை, ஸ்டில் சாலை, தெலுக்குராவ் சாலை, ஃபிராங்கல் சாலைவரையுள்ள பல இணைப்புச் சாலைகளையும் உள்ளடக்கிய மாபெரும் வட்டாரமே அக்கால முதல் கேலாங் வட்டாரமெனக் கருதப்பட்டுவரும் பகுதி என்பதை நாம் மறந்துவிடக்கூடாது.

மேற்கூறப்பட்ட இடங்களில் பெரும்பாலும் முன்புபோல்

இயற்கையில் அமைந்த மணல்பரப்பில் கட்டப்பட்ட 'அத்தாப்பு' (Attap) குடிசைகள் நிறைந்த (Kampong) 'கம்போங்' வீடுகளை இன்று நாம் காண்பது அரிதாகி விட்டது. அதற்கு மாறாக, அப்பகுதிகளில் பெரும்பாலும் அழகான 'பங்களா' வீடுகளும் வீடமைப்புக் கழக அடுக்குமாடி வீடுகளும் கட்டப்பட்டுள்ள காரணத்தால் இப்பொழுது அவை ஒரு புறநகர் பகுதிபோல் காட்சியளிக்கின்றன. எனவே, 'கேலாங் செராய்' பகுதியில் அதிகமாக நடமாடும் மலாய் இன மக்களைப் பார்ப்போர் கேலாங் வட்டாரம் ஒரு சிறு இடமெனக் கருதுகின்றனர்.

ஒரு காலத்தில் மருந்து பொருளாகப் பயன்பட்ட ஒருவகைப் 'புல் வளர்க்கப்பட்ட கேலாங் செராய்' பகுதியில் இன்று மலாய்க்காரர்களுக்குத் தேவைப்படும் துணிமணிக் கடைகள், மீன் இறைச்சி, கோழிகள் முதலியன விற்கப்படும் (Wet Market) ஈரச்சந்தையும் காய்கறிச் சந்தையும் கேலாங் செராயில் கட்டப்பட்டுள்ள புதிய மாடிக் கட்டடத்தில் உள்ளன.

அவற்றைத் தவிர, அப்பகுதியில் இந்திய முஸ்லிம்கள் நடத்தும் உணவுக்கடைகளும் மலாய்க்காரர்களால் விற்கப்படும் பலவிதப் பலகாரக் கடைகளும் அழகுசாதனப் பொருள்கள் விற்கப்படும் சிறுசிறு ஒட்டுக் கடைகளும் அரபு வமிசாவளியினர் நடத்தும் மூலிகை மருந்துக் கடைகளும் 'Hawkers Centre' எனப்படும் உணவு அங்காடிகளும் இன்னும் அன்றாடத் தேவைகளுக்கு மக்கள் வாங்கிச் செல்ல வேண்டிய பொருள்கள் விற்கப்படும் மளிகைக் கடைகளும் பல உள்ளன.

அவை மட்டுமின்றி, மலாய்க்காரர்கள் பொழுதுபோக்குவதற்குத் தேவையான திரையரங்குகளும் (Theatres) அருகருகே அமைந்துள்ளன.

அதைத்தவிர, கேலாங் செராய் பகுதி 'குட்டி இந்தியா'வைபோலவே மலாய்க்காரர்கள் தங்கள் நண்பர்கள் உறவினர்கள் முதலியோரைச் சந்திக்கும் முக்கியமான ஓர் இடமாயும் உள்ளது. மேற்கண்ட காரணங்களை முன்னிட்டு, தேனடையைத் தேடி வரும் தேனீக்களைப்போல அவ்வட்டாரத்தில் மக்கள் எந்நேரமும் திரளாக வந்து கூடுகின்றனர். இக்காலத்தில் இத்தகைய காட்சிகளை மட்டுமே காணும் வாய்ப்பினைப் பெறக்கூடிய இளந்தலைமுறையினருக்குக் 'கேலாங் வட்டாரம்' ஒரு சிறிய இடமாகத் தோன்றுவதில் வியப்பில்லை அல்லவா!

ஆண்டு 1951லிருந்து இன்றுவரை (2017வரை) அவ்வட்டாரத்தில் வசிக்கும் மலாய்ச் சமூகத்தினரின் வாழ்க்கை முறைப் பற்றி நான்

ஓரளவு தெரிந்து வைத்துள்ளேன். மலாய்க்காரர்களின் வாழ்க்கை முறைபற்றி நான் கூறவுள்ள தகவல்கள் இளைய தலைமுறையினர் பலருக்கு வியப்பாகவும் நம்ப முடியாதவையாகவும்கூட இருக்கலாம். இதோ, அதைப் பற்றிய என் நினைவலைகள்:

என் பள்ளிப் பருவத்தில் ஏறக்குறைய (1951—1961) வரை பத்தாண்டு காலம் நான் காத்தோங் வட்டாரத்தில் குடியிருந்திருக்கிறேன். அக்காலங்களில் எனக்கு ஓய்வு கிடைத்தபோதெல்லாம் பொழுதுபோக்காக வீட்டைவிட்டு வெளியே சென்று, பல இடங்களையும் சுற்றிப் பார்த்து வருவது வழக்கம். அந்த முறையில் நான் கேலாங், ஜூசியாட், முதலிய பகுதிகளிலும் அவற்றின் சுற்றுப் புறங்களிலும் பலமுறை அவ்வாறு நடந்து சென்று அங்குள்ள கடைகளில் எனக்குத் தேவையான பொருள்களை வாங்கி வந்துள்ளேன். அப்பொழுது எனக்குத் தெரிந்தவர்களைச் சந்தித்து அளவளாவி விட்டு வருவதும் உண்டு. அவ்வாறு அவ்வட்டாரங்களில் நடமாடிய சமயங்களில் எல்லாம் நான் கண்ட பல சுவையான தகவல்களைப் பற்றி உங்களுக்குக் கூற விரும்புகிறேன். அவை பெரும்பாலும் கேலாங் வட்டார வாசிகளான மலாய்க்காரர்களின் இயல்பு வாழ்க்கையைச் சித்தரித்துக் காட்டுவதாகும்.

நம் நாடு காலனி ஆதிக்கத்திற்கு உட்பட்டிருந்த காலக்கட்டத்தில் மலாய்க்காரர்களின் வாழ்வு மிகவும் ஏழ்மை நிறைந்தது. ‘உள்ளதேபோதும்’ என்ற மனப்போக்கு உள்ளது என்றும் சொல்லலாம். அதனால், அன்றைய மலாய்க்காரர்கள் பெரும்பாலும் தங்களிடம் இருப்பதைக்கொண்டு எளிமையான வாழ்க்கையையே நடத்தி வந்தனர். அதே வேளையில் அவர்கள் மகிழ்ச்சியான மக்களாகவும் வாழ்ந்து வந்தனர். மற்றவர்களைப்போல் ஆடம்பரமாக வாழ வேண்டுமே என்று வருத்தப்படக்கூடியவர்களும் இல்லை. அவர்கள் தங்கள் இல்லங்களை எப்பொழுதும் தூய்மையாகவும் அழகாகவும் வைத்துக் கொள்வதில் நாட்டமிக்கவர்கள். ஆடை அணிகள் அணிவதிலும் அவர்களின் அழகுணர்ச்சியைக் காண முடியும். சுருங்கச் சொன்னால் எளிமையிலும் எழில் காண்பது அவர்களின் வழமை எனலாம்.

இறை வழிபாட்டை எடுத்துக்கொண்டாலும் மனத்தூய்மையோடும் உடல் தூய்மையோடும் பள்ளி வாசல்களுக்குச் சென்று நாளும் ஐந்து முறை தொழுகை செய்யத் தயங்காதவர்கள்; பண்பான வாழ்வு மேற்கொள்ளப் பெரிதும் விரும்புகிறவர்கள். விழாக்காலங்களில் மட்டுமின்றி அன்றாட வாழ்க்கையிலும் எல்லா இனத்தவர்களிடமும் அன்பும் பண்பும் காட்டக்கூடியவர்கள்; விருந்தோம்பல் பண்பு

நிறைந்தவர்கள். தங்களை மதித்து நடப்பவர்களிடம் பணிவும் கனிவும் காட்டத் தவறாதவர்கள். வறுமையிலும் செம்மை என்ற கொள்கை உடையவர்கள். அவர்கள் தங்கள் கலாசாரத்தை மறவாதவர்கள். இன்னும் சொல்லப் போனால், தாங்கள் வாழ்ந்த கம்பங்களில் (கிராமங்களில்) அத்தாப்புக் குடிசைகளில் வாழ்க்கை நடத்திய போதிலும் இன ஒற்றுமையோடு வாழும் இயல்பினர். எத்தகு சூழ்நிலையிலும் அநீதியை எதிர்த்து நிற்கும் அஞ்சா நெஞ்சினர். மேற்கூறிய சிறப்புகளுக்கு உரியவர்கள் அவர்கள் என்பதே என் கருத்தாகும்.

பொழுதுபோக்கு என்று எடுத்துக்கொண்டாலும் குடும்ப சகிதமாய் சென்று பொழுது போக்குவதில் அதிக விருப்பம் கொள்பவர்கள்; இசைத் துறையிலும் மிகுந்த ஆர்வமுள்ளவர்கள். வாய்ப்பாட்டுப் பாடுவதில் மலாய்ப் பெண்களும் ஆண்களும் திறன்மிக்கவர்கள். இயற்கையிலேயே அவர்களிடம் நல்ல குரல்வளம் அமைந்து உள்ளது என்று சொல்லலாம். நளினமாக உடலை வளைத்து ஆடும் (Joget) என்னும் நடனம் ஆடுவதிலும் ஆண்களும் பெண்களும் கலந்துகொண்டு தங்கள் கலாசாரப்படி நடனம் ஆடித்தங்களின் திறனை நன்கு வெளிப்படுத்தக்கூடியவர்கள்; மொழிப் பற்று உடையவர்கள் என்றும் கூறலாம். அன்றைய சூழலில் மலாய்க்காரர்கள் ஆங்கில அறிவு அதிகம் இல்லாதவர்கள் எனலாம். அதே சமயம் அவர்கள் தம் தாய் மொழியான மலாய் மொழியில் பேசுவதையே தனிச் சிறப்பெனக் கருதுபவர்கள். தாய் மொழிப்பற்று உடையவர்கள் என்ற போதிலும் பிற மொழிகளையும் மதிப்பவர்கள். சகிப்புத் தன்மை உடையவர்கள். அதற்கு ஓர் எடுத்துக் காட்டை இங்குக் கூறலாம் என நினைக்கிறேன்.

ஆண்டு 50களிலிருந்து 70கள்வரை கேலாங் செராய் பகுதியில் இருந்த 'குயின்ஸ்' திரையரங்கு, 'கேலக்ஸி' திரையரங்குகளில் அடிக்கடி இந்தி மொழித் திரைப்படங்கள் திரையிடப்பட்டு வந்தன. அவற்றில் கேட்பதற்கு இனிமையான இந்திப் பாடல்கள் பல இடம் பெற்றன. ராஜ்கபூர், ஷம்மி கபூர், அமிதாபட்சன், திலிப்குமார் போன்ற திரையுலகப் பிரபலங்கள் நடித்து வெளிவந்த திரைப்படங்கள் பலவற்றில் இடம் பெற்ற இந்திப் பாடல்கள் கேட்கக் கேட்க தெவிட்டாத இன்னிசைப் பாடல்கள் என்று கூறினால் அது மிகை அன்று.

இயற்கையிலேயே இனிய இசையில் நாட்டங்கொண்ட மலாய் இளைஞர்களும் பெண்டிரும் அந்தத் திரையரங்குகளில் திரையிடப்பட்ட 'Sangam, Mother India, Sholey' முதலிய இந்தித் திரைப்படங்களைக் காண்பதற்கு என்றே அவ்விடங்களில்

திரளாகக் காணப்பட்டனர். அக்காலத்தில் அதை அன்றாடக் காட்சி என்றுக்கூடக் கூறலாம்.

திரைப்படம் பார்த்துவிட்டு வெளிவந்த இளைஞர்கள் பலரும் திரையில் கேட்டு மகிழ்ந்த இந்திப் பாடல்களை மகிழ்ச்சி பொங்க பாடியவாறு நடந்து சென்ற காட்சியை நான் நேரில் பலமுறை கண்டதுண்டு. எண்ணி வியந்ததும் உண்டு. இதுவே அக்கால மலாய் இளையரின் வாழ்க்கை முறையாக இருந்து வந்தது. கேலாங் செராய்ப் பகுதி மட்டுமே மலாய் இனத்தவர் வாழும் இடமென்று பிற இனத்தவர்கள் அக்காலக் கட்டத்தில் எண்ணியதற்கு இதுவும் ஒரு காரணம் என்பேன்.

நான் மேற்கூறியவை அனைத்தும் ஏறத்தாழ முப்பது முப்பத்தைந்து ஆண்டுகளுக்கு முன்னால் வாழ்ந்த மலாய் சமூகத்தினரின் உண்மை நிலையாகும். அதற்குக் காரணம் ஏழைகளான அவர்களுக்கு உரிய காலத்தில் கை கொடுத்து உதவவும் வழிகாட்டவும் காலனி ஆதிக்க காலத்தில் நாடாண்ட அரசினர் அக்கறையுடன் முன்வரவில்லை என்பதே ஆகும்.

மலாய் இனத்தவரின் ஏழ்மை நிலைக்கு நான் பல காரணங்களைக் கூற முடியும் அவையாவன:

பல இனமக்களைக்கொண்ட சிங்கப்பூரில் வாழ்ந்து வந்த மலாய்க்காரர்கள் வறுமைக் கோட்டிற்குக் கீழ் வாழ்ந்து வந்தனர் என்பது அன்றைய அரசுக்குத் தெரியாத ஒன்று என்று கூற முடியாது. மலாய்க்காரர்களின் பின்தங்கிய நிலைக்கு ஆங்கில அறிவு இன்மையே முக்கியக் காரணம் என்பதை அரசினர் நன்கு உணர்ந்தவர்களே. இருப்பினும், அதற்கு அரசு ஆவன செய்யவில்லை என்பதையே நான் இங்குச் சுட்டிக் காட்ட விரும்புகிறேன்.

நம் நாட்டில் வாழ்ந்து வந்த பிற இனத்தவர்களைப்போல் மலாய்க்காரர்களின் பிள்ளைகளும் ஆங்கிலப் பள்ளிகளுக்குச் சென்று கல்வி கற்க அரசு போதிய ஊக்குவிப்புக்கள் அளிக்காமல் ஏனோதானோ என்ற மனப்போக்குடன் நடந்துகொண்டது எனலாம். அதன் காரணமாக ஆங்கிலக் கல்வியைப் பல்லாண்டு காலம் கற்று, சமுதாயத்தில் மிக உயர்ந்த நிலையிலும் நடுத்தர நிலையிலும் வாழ்ந்து வந்த சிங்கை மக்களோடு மலாய்க்காரர்கள் ஈடுகொடுத்து வாழ்வதென்பது எளிதான காரியம் அன்று என்பதை எவரும் நன்கு உணர முடியும்.

நான் சிறுவயதில் ஆங்கிலப் பள்ளிகளில் கல்வி கற்ற சமயங்களில் பள்ளியின் ஒவ்வொரு வகுப்பிலும் மலாய் மாணவ மாணவியர்கள்

ஒருவரோ இருவரோதான் இடம் பெற்றிருந்தனர். அந்த மாணவர்களும் பள்ளிச் சீருடைகள், பள்ளிப் பாடநூல்கள், எழுது பொருள்கள் போன்றவற்றை வாங்கிப் பயன்படுத்தச் சிரமப்பட்டனர். அவர்கள் பெற்றோரின் வருவாய்க் குறைவே அதற்குக் காரணம் என்பேன்.

நல்ல உத்தியோகம் பார்க்கும் வாய்ப்புக்கு வழி இல்லாமல் போனதால் போதிய வருவாய்க்கும் வழியில்லாமல் போயிற்று. அதனால் கல்வி கற்கும் பொருட்டு மலாய்ப் பிள்ளைகள் பலர் தங்கள் பெற்றோர்களால் 'மதரசா' பள்ளிகளுக்கும் அரபு மொழி கற்பிக்கப்பட்ட பாடசாலைகளுக்கும் அனுப்பி வைக்கப்பட்டனர். இஸ்லாமிய சங்கங்கள், இல்லங்கள் பலவும் அத்தகைய கல்வியைப் பெறுவதற்கு அவ்வப்போது அவர்களுக்கு உதவி புரிந்தன என்பதையும் அறிந்தேன். மலாய்ச் சமூகத்தினருக்கு இருந்த வேலை வாய்ப்புக்களும் அன்று குறைவே. அரசாங்க அலுவலகங்களிலோ தனியார் நிறுவனங்களிலோ பணியாற்றும் அளவுக்குத் தேவையான கல்வித் தகுதி அன்றைய மலாய்க்காரர்கள் பலரிடம் கிடையாது என்றே சொல்லலாம்.

அதனால், வயிறு வளர்க்க வேறுவழிகளையே அவர்கள் நாட வேண்டிய நிலை இருந்து வந்தது. எனவே, மலாய்க்காரர்கள் பெரும்பாலும் ஆங்கிலேயர்களிடமும் நாட்டில் பணவசதி படைத்தவர்களிடமும் சென்று அவர்களின் இல்லங்களில் இருந்த வாகனங்களைச் செலுத்தும் (Drivers) ஓட்டுநர்களாகவும் அவர்களின் (Bangalow) 'பங்களா வீடுகளில் (Kebun)என்று மலாயில் அழைக்கப்படும் தோட்ட வேலை செய்பவர்களாகவும் பணியாற்ற வேண்டிய அவலநிலை அவர்களுக்கு ஏற்பட்டது.

இதுவே இரண்டாம் உலகப் போருக்குப் பின் நம் நாட்டில் நடைபெற்ற ஆங்கிலேயர் ஆட்சிக் காலத்தில் நிலவிய உண்மை நிலை ஆகும்.

ஆனால் நம் நாடு மலேசியாவிலிருந்து பிரிந்து (Republic) குடியரசான பின்பு, (1965) லிருந்து நம்நாட்டின் ஆட்சிப் பொறுப்பை மேன்மை பொருந்திய திரு. லீ குவான் இயூ அவர்கள் ஏற்றபின் இந்நாட்டு மக்களின் வாழ்க்கைத் தரமும் படிப்படியாக மேம்படத் தொடங்கியது.

அது முதல் நம் நாட்டுப் பழங்குடிகளான மலாய் இன மக்களின் வாழ்க்கைத் தரமும் மேம்படலாயிற்று என்பேன்.

அதுவே மலாய்க்காரர்களின் 'மறுமலர்ச்சிக் காலம்' எனலாம்.

பல இன மக்களைக்கொண்ட நம் சிங்கைக் குடியரசில் இனவேறுபாடு என்பதே இன்றி, அனைத்து இன மக்களுக்கும் நாட்டின் அனைத்துத் துறைகளிலும் சமவாய்ப்பு என்ற உன்னத நிலை உருவாக்கப்பட்டது. அனைவருக்கும் சமவாய்ப்பு, சமநீதி, கல்வித் தகுதிக்கேற்ற வேலை என்ற நிலை நம் அரசால் வலியுறுத்தப்பட்டமையால், அனைத்து இன மக்களும் தரமான ஆங்கிலக் கல்வியறிவு பெற்று, வாழ்க்கைத் தரத்தில் ஓரளவு மேம்பட்ட நிலையில் இன்று உள்ளனர் என்பது எவராலும் மறுக்க முடியாத ஒன்றாகும்.

அரசின் உதவியோடும் (Mendaki) 'மென்டாக்கி' எனப்படும் மலாய் அமைப்பின் வழிகாட்டுதலோடும் புதிய தலைமுறை மலாய் இனமக்கள் தளராத முயற்சியும் தன்மானவுணர்ச்சியும் மிக்கவர்களாக பல இனமக்களோடு தலைநிமிர்ந்து வாழும் நிலை இன்று உருவாகியுள்ளது.

இத்தகைய சீரிய முன்னேற்றத்திற்குப் பெரிதும் உதவிய நம் அரசுக்கும் 'மென்டாக்கி' அமைப்புக்கும் என்றென்றும் மலாய்க்காரர்கள் நன்றிக்கடன் பட்டவர்கள் ஆவர்.

இன்றைய மலாய்க்காரர்களின் மகிழ்வான வாழ்க்கை நிலையோடு அன்றைய மலாய்க்காரர்களின் வறுமைமிக்க இழிவான வாழ்க்கை நிலையை ஒப்பு நோக்கிப் பார்ப்போமானால், நிச்சயம் மலைக்கும் மடுவுக்கும் உள்ள வேறுபாடு தெள்ளெனத் தெரியும் என்பதைக் கூறி இத்தலைப்பினை இத்துடன் நிறைவு செய்கிறேன்.

காத்தோங் / ஜூசியாட் வட்டாரங்கள் (Katong/ Joo Chiat Areas)

சிங்கை எனும் சின்னஞ்சிறு சிங்காரத் தீவின் கிழக்குப் பகுதி என்றாலே நம் நாட்டு மக்களுக்கு உடன் நினைவுக்கு வருவது காத்தோங், ஜு சியாட் வட்டாரங்களே ஆகும்.

அறிவார்ந்த மக்கள் பலரையும் அழகிய நீண்ட கடல் கரையையும் மக்கள் அமைதியாகவும் ஒற்றுமையாகவும் வாழத்தக்க சூழலையும் பெற்றுத் திகழ்ந்த அவ்வட்டாரங்களைப் பற்றி நான் அறிந்து வைத்துள்ளவற்றை உங்களுடன் பகிர்ந்து கொள்வதில் பெருமை கொள்கிறேன்.

காத்தோங் வட்டாரத்தில் உள்ள (Ceylon Road) சிலோன் சாலையில் கட்டப்பட்டுள்ள அருள்மிகு செண்பக விநாயகர் ஆலயமே இளமையில் நான் பல்லாண்டு காலம் தங்கியிருந்து கல்வி கற்ற இடம் என்பதால், அவ்வட்டாராங்களில் உள்ள பல இடங்களைப்

பற்றியும் அவ்வட்டாரங்களில் பரம்பரையாக வாழ்ந்து வந்த மூத்த குடி மக்களின் வாழ்க்கை முறை பற்றியும் தெளிவாக அறிந்து வைத்துள்ளேன்.

இனி, அவற்றைப் பற்றிய சுவையான பல தகவல்களைப் பார்ப்போம். நான் அறிந்தவரை காத்தோங் வட்டாரம் எனப்படுவது (Joo Chiat) ஜூ சியாட் பகுதியையும் உள்ளடக்கிய ஒன்றுதான். அவை இரண்டையும் தனித்தனியே பிரித்துப் பார்க்க முடியாதபடி இணைந்துள்ள பகுதிகள் எனலாம். (Peranakan Stytle) பிரானாக்கான் பாணியில் அமைந்துள்ள வீடுகளாலும் மக்களின் வாழ்க்கை முறையாலும் பேசும் மொழியாலும் நெடுங்காலமாக அவை இரண்டறக் கலந்தவை என்று கூறுவதே பொருத்தம் எனலாம். ஆங்கில மொழி, மலாய் மொழி ஆகியவற்றின் சொற்களைக் கலந்து சரளமாகப் பேசும் தனித்தன்மையை நாம் அங்குக் காணலாம். அவ்வாறு அவர்கள் பேசுவதில் ஒருவித அழகையும் இனிமையையும் உணரலாம்.

இனி அவ்விரு வட்டாரங்களின் பரப்பளவு பற்றிச் சற்று அறிந்து கொள்வோம்.

கேலாங் வட்டாரத்தைப் போன்றே காத்தோங், ஜூசியாட் வட்டாரங்களும் பல பகுதிகளை உள்ளடக்கியவை எனலாம். கிளிமாட் சாலையை அடுத்துள்ள (Mountbatten Road) மவுண்ட் பேட்டன் சாலை வழியே சென்று, அதிலிருந்து கடலை நோக்கிப் பிரிந்து செல்லும் (Fort Road) ஃபோர்ட் சாலையை அடைந்தோமானால், அங்கு ஒரு காலத்தில் இருந்த (Katong Park) காத்தோங் பார்க் என்ற இடத்தை அடையலாம். ஆனால், அக்காலத்தில் அங்கு கடலோரத்தில் மக்கள் பாதுகாப்பாக நீந்தி மகிழக்கூடிய இடம் ஒன்று இருந்தது. நான்கு பக்கங்களிலும் சுவர்கள் எழுப்பப்பட்டு ஒரு நீச்சல் குளம் போன்று காட்சியளித்தது. அதனுள்ளே எந்நேரமும் கடல்நீர் வந்து செல்லும் வகையில் சுவர்களின் கீழே அளவான இடைவெளிகள் விட்டுக் கட்டப்பட்டிருந்தன. அதனால், சிறார்கள் முதல் பெரியவர்கள்வரை யாவரும் அச்சமின்றி நீந்தி மகிழ முடிந்தது. அந்த நீச்சல் குளத்தில் நீந்துவதற்குக் கட்டணமும் வசூலிக்கப்படவில்லை. அதனால் நாட்டின் பல பக்கங்களிலிருந்து 'காத்தோங் பார்க்' என்ற பொழுது போக்கு இடத்திற்கு நாள் முழுவதும் வந்த வண்ணமிருந்தனர். அத்தகு நல்வாய்ப்பு இன்றைய இளந்தலைமுறையினர்க்கு கிட்டாமல் போயிற்று. அது ஏனெனில் ஏறத்தாழ ஆண்டு 70களில் நம் குடியரசில் நிலமீட்புப் பணி தீவிரமாகச் செயல்படுத்தப்பட்டது. அதனால், நம் நாட்டின் கடலோரங்கள் தூர்க்கப்பட்டு, தூர்வை செய்யப்பட்டு நிலங்கள்

மீட்கப்பட்டன.

கிழக்குக் கடற்கரைப் பகுதியிலும் நிலமீட்புப் பணி தீவிரமாகச் செயல்படுத்தப்பட்டது. அதன் காரணமாக நல்ல பொழுதுபோக்கு இடமாக விளங்கிய 'காத்தோங் பார்க்' என்ற இடம் இன்று முற்றிலும் மறைந்தே போயிற்று. அவ்விடத்தையும் உள்ளடக்கி இன்று 'ECP' எனப்படும் (ஈஸ்ட் கோஸ்ட் பாரக்) கிழக்குக் கரை நெடுஞ்சாலை அமைக்கப்பட்டுள்ளது. 'காத்தோங் பார்க்' மறைந்து போன செய்தி நாட்டு மக்களைப் பெரிதும் வருந்தச் செய்தது.

நிலமீட்புப் பணி அறிமுகப்படுத்தப்பட்ட காரணத்தினால் 'காத்தோங் பார்க்' என்ற பூங்காவை மட்டும் மக்கள் இழக்கவில்லை. காத்தோங் வட்டாரத்தின் அழகுக்கு அழகு செய்த நீண்ட கடல் முகப்பையும் காணாமலே செய்துவிட்டது. அதுமட்டுமா, அக்காலத்தில் காலையிலும் மாலையிலும் எண்ணற்ற மக்கள் திரளாகச் சென்று அங்கிருந்த வெள்ளை நிற மணற்பரப்பில் மகிழ்ச்சி பொங்க நடந்தும் அங்கிருந்த ஆழமற்ற கடல் நீரில் அஞ்சாமல் நீந்தியும் கரையோரத்தில் சிதறிக் கிடந்த பலவகை சிப்பிகளைச் சேகரித்தும் கடலிலிருந்து வீசிய தென்றல் காற்றின் இனிமையை அனுபவித்தும் வந்த மக்களின் இன்ப வாழ்க்கைக்கு முற்றுப்புள்ளி வைத்து விட்டது நிலமீட்புப் பணி என்பேன். இக்கால இளைஞர்களுக்கு இத்தகைய தகவல்கள் வியப்பளிக்கவே செய்யும் எனலாம்.

நிலமீட்புப் பணியானது காத்தோங் வட்டாரத்தின் கடலை, இன்று வெகுதூரம்வரை பின்னுக்குத் தள்ளிவிட்டது. இன்று கடற்கரை அமைந்துள்ள இடமோ முன்பு பெரும் படகுகளும் சிறு கப்பல்களும் நங்கூரம் இடப்பட்டு நின்ற ஆழமான கடல் என்பதை மறந்துவிட முடியாது.

என் பள்ளிப் பருவத்தில் தினந்தோறும் மாலை நேரங்களில் அங்கிருந்த அழகிய கடற்கரையில் உலாவி மகிழ்ந்ததை இன்றும் என்னால் மறக்க இயலவில்லை.

அழகிய கடலும் கடற்கரையும் இன்று இருந்த இடம் தெரியாமல் மறைந்து போயிற்று. அந்த அழகிய கடற்கரை இருந்த இடத்தில்தான் இன்று நாம் அடிக்கடி நடமாடும் (Marine Parade Road) மரீன் பரேட் சாலை அமைந்துள்ளது. மக்கள் பலவிதப் பொருட்கள் வாங்கச் செல்லும் (Parkway Parade) பார்க்வே பரேடு எனப்படும் பேரங்காடியும் கடைகளும் அந்தச் சாலையை அடுத்தே அமைந்துள்ளன என்பதும் அன்று கடல்நீர் அலைஅலையாக வந்து சென்ற இடத்தில் உள்ள நீண்ட சாலையில் அலை

அலையாக பேருந்துகளும் எண்ணற்ற வாகனங்களும் விரைந்து செல்கின்றன, என்பதும் பலருக்கு நம்ப முடியாத வியப்பளிக்கும் செய்தியாகவும் இருக்கலாம். அதுமட்டுமின்றி, இன்னொன்றையும் நான் இங்குக் குறிப்பிட வேண்டும். கடல் அலைகள் துள்ளி விளையாடிய கடற்கரையின் அழகையும் கடலிலிருந்து தவழ்ந்து வந்த மெல்லிய பூங்காற்றையும் நிலையானது என்று எண்ணி, செல்வந்தர்கள் பலர் கடற்கரையின் ஓரமாகக் கட்டியிருந்த அழகிய மாளிகைகளும் இன்று இருந்த இடம் தெரியாமல் மறைந்து போயின. மாளிகைகள் அழகு செய்த கடலோரப் பகுதிகளில் இன்று நாம் காண்பதெல்லாம் வானளாவிய கட்டடங்களும் பல அடுக்கு மாடிகளைக்கொண்ட குடியிருப்பு வீடுகளுமே ஆகும். அத்தகைய கட்டடங்கள் பலவும் அங்கிருந்த ஆழமான கடலைத் தூர்த்தே கட்டப்பட்டுள்ளன என்பது பலருக்கு அச்சத்தையும் ஆச்சரியத்தையும் ஏற்படுத்தக் கூடும்.

இத்தகைய மாற்றம் என்னைப் பொருத்தவரை ஒருபுறம் வருத்தத்தையும் மறுபுறம் மகிழ்வையும் தருவதாய் உள்ளது.

மக்கள் இயற்கை அழகை இழந்தது வருத்தத்தையும் நாடு நவீனமயமாக்கப் பட்டது, மகிழ்வையும் ஏற்படுத்தியது என்பதே அதற்கான காரணம் என்பேன்.

இக்கட்டுரையின் ஆரம்பத்தில் மவுன்ட் பேட்டன் சாலையைக் காத்தோங் வட்டாரத்தின் ஓர் எல்லை எனக் குறிப்பிட்டிருந்தேன். இனி, காத்தோங்/ஜூசியாட் வட்டாரங்களுக்கான மற்ற எல்லைகளையும் சற்று பார்ப்போம்.

முன்பு காத்தோங் பார்க் இருந்த இடம்வரை உங்களை அழைத்துச் சென்றேன். அங்கிருந்த (Meyer Road) மேயர் சாலை வழியாக நாம் மேற்கு நோக்கிச் செல்வோமானால் இப்பொழுது இருக்கும் (Marine Parade) மரீன் பரேடு சாலையை அடையலாம். அவ்வழியாக நம் பயணத்தைத் தொடர்வோமானால் (Siglap Road) சிக்லாப் சாலைவரை நாம் செல்ல முடியும். அதிலிருந்து தொடர்ந்து சென்றால் (New Upper Changi Road) புதிய அப்பர் சாங்கி சாலைவரை செல்லலாம். சிக்லாப் சாலையானது புதிய அப்பர் சாங்கி சாலையுடன் இணையும் இடம்வரை காத்தோங்/ஜூசியாட் வட்டாரங்களின் மற்றொரு எல்லையாக அமைகிறது. மவுன்ட் பேட்டன் சாலைக்கும் சிக்லாப் சாலைக்கும் இடைப்பட்ட பகுதிக்குள் இடம் பெற்றுள்ள தஞ்சோங் காத்தோங் பகுதி, ஜூசியாட் பகுதி, ஸ்டில் சாலைப்பகுதி, தெலுங்குரோவ் பகுதி, (Frankel Road) ஃபிராங்கல் சாலைப்பகுதிகளும் இவ்வட்டாரங்களுக்குள் அடங்குவன எனலாம். காத்தோங்/ஜூசியாட் வட்டாரங்களின்

முதுகெலும்பாக விளங்கி வருவது (East Coast Road) ஈஸ்ட் கோஸ்ட் சாலை எனலாம்.

நான் அவ்வட்டாரத்தில் தங்கியிருந்து கல்வி கற்று வந்த காலத்தில் ஈஸ்ட் கோஸ்ட் சாலையின் ஒருபுறம் (Roxy Theatre) 'ரொக்ஸி திரையரங்கமும் மறுபுறம் (Katong Odean Theatre) காத்தோங் ஓடியன் திரையரங்கமும் இருந்தன. அவை காத்தோங், ஜூசியாட், கேலாங் பிடோக் முதலிய வட்டாரங்களில் வாழ்ந்த மக்களின் பொழுது போக்கிற்கு மிகவும் துணைபுரிந்தன.

ஓய்வு கிட்டியபோதெல்லாம் நான் அத்திரையரங்குகளுக்குச் சென்று, அவற்றில் திரையிடப்பட்ட ஆங்கிலப் படங்கள் பலவற்றைக் கண்டு மகிழ்ந்ததுண்டு. அக்காலக்கட்டத்தில் என் போன்ற சிறார்களும் சில சமயங்களில் பெரியவர்களுங்கூட 'ஐம்பது காசு' டிக்கட்டை வாங்கிக்கொண்டு அத்திரையரங்குகளில் திரையிடப்பட்ட திரைப்படங்களைக் கண்டு மகிழ்ந்த நினைவு இன்றும் என்னுள் பசுமையாகவே இருந்து வருகிறது. அத்திரையரங்குகளில் Ten Commandments, Ben Hur, Samson, and Delila போன்ற புகழ்பெற்ற திரைப்படங்களைக் கண்டு களிக்க முடிந்தது. ஆனால், அந்தக் காலம் இப்பொழுது மலையேறி விட்டது என்றுதான் சொல்ல வேண்டும்.

அக்காலத்தில் திரையரங்குகளாகப் பயன்பட்ட ரொக்ஸி, காத்தோங் ஓடியன் ஆகிய கட்டடங்கள் இன்றும் அங்குதான் உள்ளன. ஆனால், அவை ஒவ்வொன்றிலும் வெவ்வேறு விதமான தொழில்கள் நடைபெறுகின்றன.

அதைத் தவிர, அன்று காத்தோங் பகுதியில் இருந்த பல இடங்கள் இன்று மாறிக் காட்சியளிக்கின்றன என்பதை இளைய தலைமுறையினர் பலர் அறியமாட்டார்கள். சில எடுத்துக் காட்டுகளைக் கூறுகிறேன்.

தற்சமயம் ஜூசியாட் சாலையும் ஈஸ்ட் கோஸ்ட் சாலையும் சந்திக்கும் இடத்தில் ஆண்டு 50, 60களில் ஓர் ஈரச் சந்தை இருந்து வந்தது. அப்பகுதி வாழ் மக்கள் தினமும் அங்குச் சென்று காய்கறிகள், இறைச்சி, கோழி, மீன் முதலிய பொருள்களை வாங்கிப் பயன்படுத்தி வந்தனர்.

ஆனால், இன்றோ அவ்விடம் '112 Katong' என அழைக்கப்படும் கட்டடம் இடம் பெற்றுள்ளது. அது, அவ்விடத்தில் பலரும் அறிந்துள்ள பேரங்காடியாக விளங்கி வருகிறது.

அடுத்ததாக '112 Katong' எனப்படும் பேரங்காடியுள்ள

இடத்திலிருந்து 'Marine Parade' சாலையை நோக்கி ஒரு சிறு சாலை செல்கிறது. அச்சாலை மரீன் பரேடு சாலையைச் சந்திக்குமிடத்திற்கு அருகில் முன்பு 'Tung Ling English School' என்ற பெயரில் ஒரு பெரிய கட்டடம் இருந்து வந்தது. அந்தத் துங்லிங் ஆங்கிலப் பள்ளியில்தான் நான் முதன் முதலில் சேர்ந்து என் தொடக்கநிலைக் கல்வியைக் கற்று வந்தேன்.

ஆனால், இக்காலத்தில் அதே கட்டடம் விரிவாக்கப்பட்டு 'The Singapore Church' என்னும் பெயரில் மாபெரும் தேவாலயமாகக் காட்சியளிப்பதைக் காணலாம்.

இவ்வாறே இன்று அப்பகுதியில் அடையாளம் தெரியாத அளவுக்கு மாறிப் போன இடங்கள் பல உள்ளன. அவற்றைப் பற்றியும் அறிந்து கொள்வோம்.

காத்தோங் பகுதியின் முதுகெலும்பாகக் கருதப்படும் ஈஸ்ட் கோஸ்ட் சாலையை ஒட்டி அமைந்துள்ள 'Katong Shopping Centre' அல்லது 'Katong Shopping mall' என்று அழைக்கப்படும் பேரங்காடி இருந்துவரும் இடத்தின் பின்புறத்தில் விசாலமான இடம் ஒன்று கிடந்தது. அது மணற்பரப்பான இடம். அவ்விடத்தில் எனக்குத் தெரிய ஒரு சிறு சீனப்பள்ளி இடம் பெற்றிருந்தது. அப்பள்ளியின் முன்புறம் கிடந்த திறந்த வெளியில் அப்பள்ளியைச் சேர்ந்த மாணாக்கர் இடைவேளை நேரங்களில் ஏறி விளையாடுவதற்கான சாதனங்கள் இருந்தன. 'slide' எனப்படும் சறுக்கும் 'See saw' எனப்படும் ஏற்ற இறக்கப் பலகையும் 'Swing' எனப்படும் ஊஞ் சலும் அங்கு இடம் பெற்றிருந்தன.

பள்ளி நேரம் முடிந்தபின், அவ்விடத்தில் பெரும்பாலும் ஆள்நடமாட்டம் இராது. பள்ளியைச் சுற்றிலும் பாதுகாப்பான வேலியோ மதில் சுவர்களோ இல்லை. நான் காத்தோங் பகுதியில் தங்கி, கல்விகற்ற காலத்தில் அந்தச் சீனப் பள்ளியில் இருந்த பொழுதுபோக்குச் சாதனங்கள் என் பொழுது போக்கிற்கும் உதவின என்றே சொல்வேன். தமிழைத் தவிர, ஆங்கிலமோ, மலாய் மொழியோ அப்போது எனக்குப் பேசத் தெரியாது. அதனால், நான் தனியொருவனாக அப்பள்ளி வளாகத்தில் இருந்த விளையாட்டு சாதனங்களைப் பயன்படுத்தி மகிழ்வேன். தொடர்புமொழி தெரியாத காரணத்தால், என்னுடன் சேர்ந்து விளையாட நண்பர்களும் கிடையாது. அப்படிப்பட்ட நேரங்களில் எல்லாம் என் தனிமை நிலையை எண்ணி வருந்தியது உண்டு.

இனி, மாற்றமடைந்து விட்ட வேறொரு இடத்தைப் பார்க்கலம். 'Haig Road -Amber Road' சந்திப்பில் காத்தோங் பேரங்காடியின்

இடப்பக்கத்தில் ஒரு பெரிய இடம் கிடந்தது. அதில் 'லாலாங்' எனப்படும் புற்களும் செடிகொடிகளும் மண்டிக் கிடந்தன.

முன்பக்கத்தில் கிடந்த பெரிய இடத்தில் அத்தாப்புக் குடிசைகள் நிறைந்து காணப்பட்டன. அது வெளியார்கள் நுழைவதற்கு அஞ் சத்தக்க (Kampong) கிராமம் எனலாம். குண்டர்களின்கூடாரமாகவும் அது இருந்து வந்தது.

அம்பர் சாலையின் இடப்பக்கம் கேட்பாரற்றுக் கிடந்த புல்வெளியில் (Marshall Road) மார்ஷல் சாலையில் குடியிருந்த பெரியவர் ஒருவர் தமக்குச் சொந்தமான வண்டி மாடுகளை அடிக்கடி ஓட்டி வந்து புல்மேய விடுவதும் மாடுகளுக்குத் தேவையான அளவு புற்களை வெட்டிக் கட்டாகக் கட்டித் தலையில் தூக்கிச் செல்வதும் வழக்கம்.

அந்தப் பசும்புல் வெளியில் சில ஆண்டுகளுக்கு முன்னர், சிறுசிறு அடுக்குமாடிக் கட்டடங்கள் சில கட்டப்பட்டன. அக்கட்டடங்கள் இடம் பெற்ற, அவ்விடம் (Rose Garden) 'ரோஸ் கார்டன்' என்ற பெயரில் அழைக்கப்பட்டது.

அதே இடத்தில் இப்பொழுது 'The Shore' எனப்படும் 'கண்டோமினிய வீடுகள்' கம்பீரமாகக் காட்சியளிப்பதை நீங்களும் காணலாம்.

அம்பர் சாலையின் வலப்புறம் இருந்த கம்பத்து வீடுகளும் இன்று இருந்த இடம் தெரியாமல் மறைந்துவிட்டன. குடிசைகள் நிறைந்த அந்த இடத்தில் விண்ணை முட்டும் மாட மாளிகைகள் பல எழுந்து, அழகுறக் காட்சியளிக்கின்றன. 'The Amber Garden', 'The Esta', 'One amber' என்னும் பெயர்களைத் தாங்கி நிற்கும் பல 'கண்டோமினிய வீடுகள்' அங்குக் கட்டப்பட்டப்பின் இதுவா 'அம்பர் கம்போங்' என்று நானே கண்டு வியந்தது உண்டு.

இவ்வாறு அடையாளம் காணமுடியாத அளவு மாறிப்போன பல இடங்களில் இன்னும் ஒன்றை மட்டும் இறுதியாகக் கூறிவிட்டு, மற்ற தலைப்புகளுக்குச் செல்லலாம் என நினைக்கிறேன்.

இக்காலத்தில் கேலாங் சாலையிலிருந்து தஞ்சோங் காத்தோங் சாலை வழியே பயணிக்கும் பலர் அச்சாலையின் வலப்புறத்தில் சற்று உள்ளே சென்றால் செல்வந்தர்கள் பலர் வாழும் பெரும் பெரும் 'பங்களா' வீடுகளைக் காணலாம். சாலையின் ஓரமாகப் பலவிதமான கடைகளையும் உணவகங்களையும் 'Chelsy Lodge' என்னும் பெயரில் உள்ள வாடகை இல்லம் இருப்பதையும் காணமுடியும்.

அதே போன்று சாலையின் இடப்புறத்தில் சில கடைகளையும் 'பெட்ரோல்' நிலையத்தையும் வெளிநாட்டாரால் நடத்தப்படும் தனியார் பள்ளிகளையும் சாலையின் முடிவில் நீண்ட காலமாக இருந்து வருகின்ற ஒரு சிறு அஞ்சலகத்தையும் காணலாம். இக்காலத்தில் அவர்கள் காணும் தனியார் பள்ளிகள் அமைந்துள்ள இடத்தில் முன்பு 'T. K. G. S' எனப்படும் தஞ்சோங் காத்தோங் பெண்கள் உயர்நிலைப் பள்ளியும் 'Haig Girls School' ஹேக் பெண்கள் தொடக்கப் பள்ளியும் தஞ்சோங் காத்தோங் செகண்டரி டெக்னிக்கல் பள்ளி என்ற பெயரில் ஓர் உயர்நிலைப் பள்ளியும் இருந்த காட்சியை அவர்களால் காண இயலாது. அதற்குக் காரணம் அப்பள்ளிகள் வெவ்வேறு இடங்களுக்கு இடம் பெயர்ந்து விட்டன என்பதால்தான்.

காலம் செல்லச் செல்லக் காட்சிகளும் மாறி வருகின்றன என்பதை நாம் உணர வேண்டும்.

இத்தகு காட்சிகள் மாறியதற்குப் பல்லாண்டுகளுக்கு முன்னால் அப்பள்ளிகள் இடம் பெற்ற இடமும் அதன் சுற்றுப்புறங்களும் எவ்வாறு காட்சியளித்தன என்பதையும் நான் நேரில் கண்டதுண்டு. அதுபற்றி அடியில் விளக்க விரும்புகிறேன்.

இரண்டாம் உலகப்போர் முடிவடைந்தபின், ஏறத்தாழ ஆண்டு 1960வரை தஞ்சோங் காத்தோங் சாலை, ஈஸ்ட் கோஸ்ட் சாலை, ஹேக் சாலை, டன்மன் சாலை ஆகிய நான்கு சாலைகளுக்கு உட்பட்ட மிகப் பெரிய இடம் நூற்றுக்கணக்கான தென்னைமரங்கள் செழித்து வளர்ந்து பசுமையாகக் காட்சியளித்த ஓர் இடமாகும். அவை நின்ற இடங்கள் முழுவதும் பசும்புற்களும் உயர்ந்து வளர்ந்த (Lalang) லாலாங் புற்களும் நிறைந்து இருந்தன. அந்த இடத்தில் பால் வியாபாரிகளுக்குச் சொந்தமான மாடுகள் புல்மேய்ந்துகொண்டிருந்த காட்சியை நான் இன்னும் மறக்கவில்லை. அந்தத் தென்னந்தோப்பின் இடையிடையே ஜப்பானியர்களால் கட்டப்பட்ட சில 'குடோன்ஸ்' எனப்படும் பண்டகசாலைகளும் அரைவட்ட வடிவில் அங்கு இடம் பெற்றிருந்தன. அந்தத் தென்னந்தோப்பு இருந்த இடம் அக்காலத்தில் 'டன்மன் தோட்டம்' என்ற பெயரால் அழைக்கப்பட்டு வந்தது.

ஜப்பானியர் ஆட்சி நம் நாட்டில் முடிவுக்கு வந்தபின், வீட்டு வசதி இல்லாத ஓரிரு குடும்பங்கள் அந்த 'குடோன்'களுக்கு முன்னால் இருந்த இடத்தில் தற்காலிகமாகக் குடியிருந்த காட்சியையும் நான் நேரில் கண்டதுண்டு.

அதைத்தவிர, டன்மன் தோட்டத்தின் ஒருபுறம் இருந்த டன்மன்

சாலையில் மட்டும் அக்காலத்தில் வீடுகள் இல்லை. (almond) எனப்படும் பாதாம் மரங்கள் சில சாலையில் வரிசையாக நின்றன. இதர மூன்று சாலைகளான தஞ்சோங் காத்சோங் சாலை, ஈஸ்ட் கோஸ்ட் சாலை, ஹேக் சாலை ஆகியவற்றில் சில வீடுகள் காணப்பட்டன. அதிலும் ஈஸ்ட் கோஸ்ட் சாலை ஓரமாகச் செல்வந்தர்களின் நவீன 'பங்களா' வீடுகள் சில இடம் பெற்றிருந்தன. அவை இக்காலத்தில் அங்கு இல்லை. அவை இருந்த இடங்களில் பல மாடி குடியிருப்பு வீடுகளும், வாடகை வீடுகளும் (Preschoolers Creche) மழலையர் பராமரிப்பு இல்லங்களும் இடம் பெற்றுள்ளன.

'Katong shopping Centre' எனப்படும் காத்தோங் பேரங்காடியின் ஒருபுறத்தில் இருக்கும் (Haig Road) ஹேக் சாலையின் அருகே (Haig Boy's school) ஹேக் ஆண்கள் தொடக்கப்பள்ளி மட்டுமே அக்காலத்தில் அங்கிருந்தது. அப்பள்ளியும் தற்சமயம் அவ்விடத்தில் இல்லை. பல ஆண்டுகளுக்கு முன்பே அப்பள்ளி வேறு ஒரு பள்ளியுடன் இணைக்கப்பட்டு விட்டதாகக் கேள்விப்பட்டேன்.

நான் குறிப்பிடும் அந்தக் காலக்கட்டத்தில் டன்மன் சாலையை ஒட்டி எந்தக் கட்டடமும் அங்கு இல்லை என்பது திண்ணம். அதுபற்றி நன்கு அறிந்த என்போன்றவர்கள் இன்று அவ்விடத்தைப் பார்க்க நேர்ந்தால் ஆ! இதுவா அந்த 'டன்மன் தோட்டம்! என்று எண்ணி வியக்கும் வண்ணம் அது முற்றிலும் மாறிக் காட்சியளிக்கின்றது. நம் நாட்டில் ஏற்பட்டுள்ள துரித வளர்ச்சி காரணமாக எண்ணற்ற இடங்கள் இவ்வாறே மாறியுள்ளன என்பதை நாம் உணர வேண்டும்.

இனி, இதனை இந்தளவில் நிறுத்திக்கொண்டு காத்தோங்/ஜூசியாட் பகுதி வாழ் மக்களின் வாழ்க்கை முறை மொழி, கலை, கலாசாரம், கட்டடக் கலையின் சிறப்பு ஆகியவற்றைப் பற்றி நான் அறிந்தவரை, என் நினைவுக்கு எட்டியவரை சுருக்கமாகக் கூற விரும்புகிறேன்.

காத்தோங்/ ஜூசியாட் பகுதிகளில் வாழும் மக்களில் பலர் (Peranakan) பிரானாக்கான் எனப்படும் கலப்பு இனமக்களைச் சேர்ந்தவர்கள்.

தமிழர்களில் (Chetty Melacca) 'செட்டி மலாக்கா' எனப்படும் கலப்பின மக்களைப் போன்றவர்களே பிரானாக்கன் மக்கள் பிரிவைச் சேர்ந்த மக்களும் ஆவர்.

பிரானாக்கான் மக்களின் மூதாதையர் ஒரு காலத்தில் சீன தேசத்திலிருந்து புலம் பெயர்ந்து வந்து மலாயாவில் குடியேறி வாழ்ந்தவர்கள் என்பது வரலாறு கூறும் தகவல் ஆகும்.

காலப் போக்கில் அவர்கள் மலாயா நாட்டின் பூர்வ குடிமக்களான மலாய் இன மக்களுடன் கலப்புத் திருமணம் செய்துகொள்ள வேண்டிய சூழ்நிலை ஏற்பட்டது. அதன் காரணமாக சீன இன மக்கள் மலாய் இன மக்களுடன் கலந்து ‘பிரானாக்கான்’ எனப்பட்ட தனிப் பிரிவினராக வாழ்ந்து வரலாயினர்.

இரு இனக் கலப்பால் அவர்கள் பேசும் மொழியிலும் கலப்பு ஏற்பட்டது, இயல்பான ஒன்றே எனலாம். சீன மொழியுடன் மலாய் மொழி, ஆங்கில மொழி, ஆகிய மொழிகளைக் கலந்தே உரையாடும் போக்கு அவர்களிடம் இருந்து வருகிறது.

‘செட்டி மலாக்கா’ என அழைக்கப்படும் மக்களிடம் பிரானாக்கான்களைபோலவே தமிழ் மொழி, மலாய் மொழி, ஆங்கில மொழி ஆகியவற்றைக் கலந்து பேசும் வழக்கம் இருந்து வருகிறது. அவ்விரு பிரிவு மக்களிடமும் சரளமாக ஆங்கிலம் பேசும் திறன் உள்ளது. அவர்களின் கலாசாரம், பண்பாடு, பழக்க வழக்கங்கள் ஆகியவற்றில் தனித்தன்மையும் காணப்படுகிறது. அது, அவர்களின் பண்பட்ட நிலையை வெளிப்படுத்துவதாகவும் உள்ளது. ஆடை அணிகளிலும் கலையுணர்விலும் மற்றவர்களைக் காட்டிலும் அவர்கள் வேறுபட்டவர்களாகவே காணப்படுகின்றனர்.

அவர்கள் பயன்படுத்திய கட்டடக்கலையும் புதுவிதமாகவே காணக் கிடக்கிறது. நம் நாட்டின் பல சாலைகளில் உள்ள மாடிக் கட்டடங்கள் பலவற்றில் ஒட்டப்பட்டுள்ள அழகிய பலவண்ண (Mosaic Tiles) ‘மோசாய்க் டைல்ஸ்’ அதற்கு நல்ல சான்றாகத் திகழ்கிறது. அவற்றின் அழகையும் நீண்டகாலம் நிலைத்து இருக்கும் தன்மையும் நம்மை வியப்பில் ஆழ்த்தக்கூடியது என்றால், அது மிகையாகாது. அத்தகைய வீடுகள் இன்னும் நம் சாலைகளில், பல இடங்களில் காணக்கூடியவையாக உள்ளன. ஜூசியாட் பகுதியில் (Koon Seng Road) கூன் செங்சாலை, ஜாலான் பெசார் சாலையை அடுத்துள்ள (Petain Road) பெட்டேய்ன் சாலை, (Veerasamy Road) வீராசாமி சாலை ஆகியவற்றில் இன்றளவும் காணக் கிடக்கின்றன.

நீங்கள் அங்குச் சென்றால் அவற்றைக் கண்கூடாகக் காணலாம். அக்கட்டடங்களின் அழகு காரணமாகவும் வரலாறு காரணமாகவும் நம் அரசு அவற்றைப் பாதுக்காக்கும் வகையில் ‘மரபுடைமையாக்கப்பட்ட இடங்களாக்கி’ உள்ளது.

‘Babas’ எனப்படும் பிரானாக்கான் இனமக்களைப் பற்றி மேலும் தகவல் அறிய விரும்புவோர் தஞ்சோங் பகார் வட்டாரத்தில் உள்ள எண் 157 நீல்சாலையில் பாதுகாக்கப்பட்டு வரும் (The Baba House) ‘பாபா இல்லம்’ எனப்படும் இடத்திற்குச் சென்று,

அங்குள்ளவர்களின் அனுமதியுடன் பிரானாக்கான் கலை, கலாச்சாரம், ஆடை அணிகள், வீட்டின் அமைப்பு முறை ஆகியவற்றை ஐயந்திரிபற அறிந்து வரலாம்.

ஆண்டு 1920களில் பிரானாக்கான் மக்கள் மிகுந்த செல்வச் செழிப்பில் வாழ்ந்ததற்கான அடையாளமாக அதை ஒரு மரபுரிமை நிலையமாக நம் அரசு தெரிவு செய்து பேணிக் காத்து வருவது அதன் முக்கியத்துவத்தைக் காட்டுகின்றது.

மேலும் பிரானாக்கான் மக்களின் அருங்காட்சியகமாகவே 'பாபா இல்லம்' இன்று நம் நாட்டில் விளங்கி வருகின்றது என்று கூறி, இத்தலைப்பை இந்தளவில் நிறுத்திக்கொண்டு வேறு சில தலைப்புக்களுக்குச் செல்ல விழைகிறேன்.

தஞ்சோங் பகார் வட்டாரம் (Tanjong Pagar Area)

நம்நாடு பல வட்டாரங்களைக்கொண்டது. எல்லா வட்டாரங்களைப் பற்றியும் எழுதுவது என்பது என்னால் இயலாத ஒன்றாகும். அவற்றுள் நான் நன்கு அறிந்துள்ள, எனக்கு மிகவும் பழக்கப்பட்ட வட்டாரங்கள் சிலவற்றைப் பற்றி மட்டும் என் அறிவுக்கும் நினைவிற்கும் எட்டியவரை இந்நூலில் எழுதியுள்ளேன்.

அந்த வரிசையில் இன்னும் ஒரு முக்கியமான வட்டாரத்தை மட்டும் எழுதிவிட்டு, வேறு சுவையான சிறுசிறு தலைப்புக்களுக்குச் செல்ல முடிவு செய்துள்ளேன்.

நிறைவாக நான் எழுதவுள்ள வட்டாரம் நம் நாட்டின் முக்கிய வட்டாரங்களுள் ஒன்றான 'தஞ்சோங் பகார்' வட்டாரம் ஆகும்.

தஞ்சோங் பகார் வட்டாரம் நம் நாட்டின் பழமைக்குச் சிறப்பு மிக்க வட்டாரம் என்பதை நம் நாட்டு மக்கள் நன்கு அறிவர். அது நம் நாட்டின் மிகப் பழமையான துறைமுக வட்டாரம் என்பதோடு அது நமக்கு எல்லா வகையிலும் நல்வாழ்வு அளிக்க மிகவும் துணைபுரிந்துள்ள சிறப்புக்குரிய வட்டாரம் என்பதை நாம் மறந்துவிடலாகாது. அவ்வட்டாரத்திலிருந்து சற்று தொலைவில்தான் உலகு போற்றும் 'Kepple Harbour' எனும் நம் கப்பல் துறைமுகமும் அமைந்துள்ளது.

ஆண்டு 1819ல் நம் நாட்டின் முதல் நிறுவனரான சர் ஸ்டாம்ஃபோர்டு இராஃபிள்ஸ் அவர்களைக் காந்தம்போல் கவர்ந்து இழுத்தது நம் கப்பல் துறைமுகமே என்றால், அது மிகையாகாது. அது மட்டுமின்றி, நம் நாட்டு மக்களின் நல்வாழ்வுக்கு வித்திட்டதும் முன்னேற்றத்திற்கும் அத்தூங்காத் துறைமுகமே ஆகும்.

ஆரம்பகாலத்தில் ஒரு சாதாரணத்துறைமுகமாக இருந்து வந்த கப்பல் துறைமுகம் இன்று எண்ணிலடங்கா 'Containers' எனப்படும் கொள்கலங்களைக்கொண்டுள்ள மிகப்பெரும் கொள்கலத்துறையாகத் திகழ்ந்து வருகிறதென்றால், அதற்கு அடிப்படையாக இருப்பவை பேரலைகள் இல்லா ஆழ்கடலும், நம் துறைமுகத்தின் அரணகளாக இயற்கையாகவே அமைந்துள்ள மலைத்தொடர்களும் மலாக்கா நீரிணையைப் பயன்படுத்தி அதன் மேற்குப்புறமிருந்து வரும் எண்ணற்ற கப்பல்கள் சீனா, ஜப்பான், வியட்நாம், கம்போடியா போன்ற கீழ்த்திசை நாடுகளை நோக்கிச் செல்ல உதவும் ஒரே 'Gateway' என்றழைக்கப்படும் நுழைவாயிலாகவுள்ளது நம் கப்பல் துறைமுகம் என்றால், அதை மறுப்பார் இல்லை.

இன்னும் சொல்ல வேண்டுமெனில், நாட்டுப் பற்றும் அயரா உழைப்புமிக்கத் தொழிலாளர்களும் நம் 'தூங்காத்துறைமுக' வளர்ச்சிக்குக் காரணமாயுள்ளவர்கள் என்பதில் எள்ளளவும் ஐயமில்லை. அவர்களின் அயரா உழைப்பாலும் நம் அரசினரின் தூரநோக்குமிக்க ஆக்கப்பூர்வமான திட்டங்களாலும் (Entrepot) தீர்வை இல்லத்துறை என்பதாலும் சிங்கை நாட்டின் மணிமகுடமாக நம் கப்பல் துறைமுகம் விளங்கி வருகின்றது.

கப்பல் துறைமுகம், என்னாலுங்கூட மறக்க முடியாத ஒன்று என்று கூறுவேன். பிறந்த நாட்டை விட்டு, புகுந்த நாடான சிங்கையில் நான் 1951ல் முதலில் கால்பதித்ததும் அந்தக் கப்பல் துறையில்தான். எனவே, அந்த நாள் ஞாபகம் இன்றளவும் என் நினைவில் பசுமையாக உள்ளது. நான் சிங்கைக்கு தந்தையுடன் 'ரஜுலா' என்ற பெயரைத் தாங்கி வந்த கப்பலில் ஏறிவந்தேன். ஆண்டு 50களில் வழக்கமாக அக்கப்பல் வந்து அணைந்த துறைமுகமும் இதே கப்பல் துறைமுகம்தான். என்னைப் போன்றே பல்லாண்டு காலம்வரை இந்தியர்கள் இந்நாட்டில் வந்து இறங்கியதும், கப்பல் ஏறித் தாயகம் திரும்பியதும் இதே துறைமுகத்தில்தான் என்பதைக் கூறிக்கொள்ள ஆசைப்படுகிறேன்.

50களில் என் உறவினர்கள், நண்பர்கள் பலரும் இங்குக் கப்பலில் வந்திறங்கியபோது அவர்களை வரவேற்று அழைத்துச் சென்றதும் அவர்கள் தாயகம் திரும்பியபோது அவர்களுக்குப் பிரியாவிடை கூறி வழியனுப்பி வைத்ததும் நம் கப்பல் துறையில்தான். கப்பல் போக்குவரத்தையே மக்கள் நம்பியிருந்த காலத்தில் இந்திய நாட்டவர்கள் சிங்கை வந்திறங்கியதும் இதே கப்பல் துறையில்தான்.

கப்பல்கள் மூலம் தென்னிந்தியர்கள் சுமார் பத்துநாட்கள்வரை தங்கள் உயிரைப் பணயம் வைத்து ஆழ்கடலில் பயணம்

மேற்கொண்டு இங்கு வந்தனர். அவ்வாறு வந்த தமிழர்களுள் பலர் வேலை வாய்ப்புக்களைத் தேடி நாட்டின் பல பகுதிகளுக்கும் சென்று தங்கினர். அக்காலத்தில் உறவினர்களின் உதவியை நம்பியே பெரும்பாலோர் இங்கு வந்தனர். சீனர்களுக்கும் இந்நிலையே அக்காலத்தில் இருந்து வந்தது என்பேன். கப்பல் துறையில் வந்திறங்கிய தமிழர்கள் பலர் கப்பல் துறைமுகம் அமைந்துள்ள தஞ்சோங் பகார் வட்டாரத்திலேயே தங்கி கப்பலில் கூலி வேலை செய்யத் தொடங்கினர். துறைமுகத் தொழிலாளர்களாகப் பணியாற்றி வந்த பலர் தம் தாய் நாட்டிலிருந்து மனைவி மக்களையும் உறவினர்களையும் இங்கு வருத்திக்கொண்டு இந்நாட்டிலேயே தங்கள் இல்லற வாழ்க்கையை மேற்கொள்ளலாயினர். அவ்வாறு புலம் பெயர்ந்து வந்த தமிழர்கள் பலர் உள்நாட்டுப் பெண்களில் சிலரைத் திருமணம் செய்துகொண்டு துறைமுகப் பகுதியிலேயே குடியிருந்து வந்தனர். காலப் போக்கில் அவர்கள் நம் நாட்டின் குடிமக்களாகவும் ஆகி இருந்து வருகின்றனர்.

முற்காலத்தில் கப்பல்களில் வேலை செய்த துறைமுகத் தொழிலாளர் நலனுக்குப் பொறுப்பு வகித்த 'அமரர்.கோவிந்தசாமி செட்டியார்' அத்தொழிலாளர்களுக்கு நேரம் தவறாது உணவு அளித்து வந்தார் என்பது பற்றியும் முன்னோர்கள் வாயிலாகக் கேட்டறிந்தேன்.

துறைமுகப் பகுதியை ஒட்டியிருந்த ஓர் இடத்தில் பலர் அமர்ந்து உணவு உண்ணக்கூடிய வகையில் பெரிய பெரிய கொட்டகைகளைப் போட்டு அவற்றுள் வரிசையாகப் பல இருக்கைகளை அமைத்து, வசதியாக உணவு பரிமாற வசதி செய்து கொடுத்தார் எனக் கேள்விப்பட்டேன். அந்தப் பெரியவர் கொட்டகை போட்டு வேளை தவறாமல் துறைமுகத் தொழிலாளர்களுக்கு உணவளித்து வந்த காரணத்தால், நம் நாட்டுத் தமிழர்கள் அவரைக் 'கொட்டகைக் கோவிந்தசாமி' என்றே அழைக்கலாயினர். அப்பெயர் இன்றுவரை நம்நாட்டு மக்கள் மனத்தில் நிலைத்து நிற்கிறது.

தஞ்சோங் பகார் வட்டார மக்களால் மறக்க முடியாத இன்னொரு மாமனிதர் நம் நவீன சிங்கப்பூரின் நிறுவனரும் முதல் பிரதமருமான மாண்புமிகு திரு. லீ குவான் இயூ அவர்களாவார். ஆண்டு 1965முதல் 2015வரை, இன்னும் சொல்லப் போனால் அவர் ஆட்சிப் பொறுப்பில் இருந்து நாடாண்ட காலம்வரை தஞ்சோங் பகார் வட்டாரத்தின் பாராளுமன்ற உறுப்பினர் என்ற நிலையிலும் நாட்டின் முன்னாள் பிரதமர் என்ற நிலையிலும்கூட அதன் வளர்ச்சிக்கும் தன் தொகுதி மக்களின் நலனுக்கும் பெரும் பொறுப்பு வகித்து வந்த கடமை வீரர், திரு. லீ குவான் இயூ அவர்களே என்பதும் இன்றுவரை நம் மக்கள் மனத்தை விட்டு

நீங்காத ஒன்றாகும்.

நீண்ட காலம் முதலே 'குட்டி இந்தியா' என்றழைக்கப்படும் தேக்கா வட்டாரத்தைப் போன்றே தஞ்சோங் பகார் வட்டாரமும் அக்காலத்தில் தமிழர்கள் நடமாட்டம் மிகுந்த இடம் என்றே சொல்ல வேண்டும்.

என் நினைவுக்கு எட்டியவரை அவ்வட்டாரத்தில் நான் நேரில் கண்ட காட்சிகளை உங்களுக்கு கூற விரும்புகிறேன்.

தஞ்சோங் பகார் சாலையில் (Bernam Street) பெர்னாம் தெருவின் அருகில் அன்று கடைவீடுகள் பல வரிசையாக இருந்தன. நான் இந்நாட்டுக்கு வந்த காலத்தில் சிங்கப்பூரின் பெரும்பாலான சாலைகளில் அத்தகைய வீடுகளே அதிகமாகக் காணப்பட்டன. அதைப் போன்றே தஞ்சோங் பகார் சாலை ஓரத்தில் வரிசையாகப் பல கடைகள் இருந்தன. அக்கடைகளில் ஒன்று கைலாசம் பிள்ளை கடையாகும். அக்கடையில் மளிகைப் பொருள்களுடன் தமிழர்கள் வீடுகளில் மாவரைக்க வழக்கமாகப் பயன்படுத்தப்பட்ட ஆட்டுக்கல் (Grinders) மிளகாய் அரைக்க அம்மிக்கல், சமையல் செய்வதற்குத் தேவைப்பட்ட அலுமினியப் பாத்திரங்கள் மற்றும் பித்தளைப் பாத்திரங்கள், மண்பாண்டங்கள் முதலியன விற்கப்பட்டன. இக்காலத்தில் மக்களால் பரவலாகப் பயன்படுத்தப்படும். (Mixies) 'மிக்ஸி' எனப்படும் அரவைக் கருவிகளை அன்று காண்பது அரிது; விலையும் அதிகம்.

தேக்கா பகுதியிலும் அம்மிக்கல்லோ, ஆட்டுக்கல்லோ அப்போது கிடைக்கவில்லை. அதனால் புதுமணத் தம்பதிகளான நானும் என் மனைவியும் காலாங்பாரு பகுதியிலிருந்து தஞ்சோங் பகார் பகுதிவரை சென்று எங்களுக்குத் தேவையான சிறிய ஆட்டுக்கல் ஒன்றை வாங்கி வந்தோம். புதிய ஆட்டுக்கல்லை வாங்கி விட்டால் மட்டும் போதாது. அதைப் பக்குவப் படுத்த வேண்டியது மிக முக்கியம் ஆகும். இல்லையேல் புதிய ஆட்டுக்கல்லில் அரைக்கப்படும் மாவுடன் அக்கல்லின் குழியிலிருந்து வெளிப்படும் நுண்ணிய கருங்கல் துகள்கள் (தூசிகள்) கலந்துவிடும். புதிய கல்லில் ஆரம்பத்தில் அரைக்கப்பட்ட மாவைப் பயன்படுத்தி தோசை, இட்டலி போன்ற பலகாரங்களைச் சுட்டுச் சாப்பிட்டால் கல்லிலிருந்து மாவில் கலந்து விட்ட தூசிகள் பற்களில் 'நறநற' என்று கடிபடும்; பற்கூச்சமும் ஏற்படும். அதைத் தடுக்க வேண்டுமெனில், புதிய ஆட்டுக்கல்லை நன்கு பக்குவப்படுத்த வேண்டியது மிக அவசியமான ஒன்று என்பேன். இளம் தம்பதிகளான எங்களுக்கு அன்று முதியவர்கள் கூறிய அறிவுரையும் அதுவே.

அதனால், புதிய ஆட்டுக்கல்லை பக்குவப் படுத்தும் வேலையில் நானும் என் மனைவியும் தீவிரமாக ஈடுபட்டோம். எப்படி எனில், பெரியவர்களின் அறிவுரைப்படி பதப்படுத்துவதற்குத் தேவையான தேங்காய் மஞ்சி, தேங்காய்த்துருவல், சோறு வடித்த நீர், கடல் மணல் ஆகியவை வேண்டியதிருந்தது. முதல் மூன்று பொருள்களை எப்படியும் வீட்டிலேயே பெற்றுக்கொள்ளலாம். ஆனால் கடல் மணல் மட்டும் அருகில் கிடைக்கவில்லை. அதனால், அதைத் தேடி நானும் என் மனைவியும் காத்தோங் கடற்கரைக்குச் சென்றோம்.

நாங்கள் சென்ற சமயம் கடல் மணல் முன்பு கடற்கரை இருந்த பகுதியில் கிடைப்பதாய் இல்லை. அதற்குக் காரணம் நம் அரசாங்கத்தால் அங்கிருந்த கடல் தூர்க்கப்பட்டு நிலமீட்பு செய்யப்பட்ட காரணத்தால், நாங்கள் இருவரும் அங்கிருந்து புதிய கடற்கரையைத் தேடி வெகுதூரம்வரை, நடந்தே சென்று, அக்காலத்தில் 'Lagoon' அதாவது 'காயல்' என்று அழைக்கப்பட்ட நீர்நிலையின் அருகே காணப்பட்ட கடற்கரைப் பகுதியில் கிடைத்த கடல்மணலை அள்ளி வந்து, மேற்கூறப்பட்ட மற்ற மூன்று பொருட்களுடன் கலந்து, நானும் என் மனைவியும் பல நாட்கள்வரை மாறி மாறி அரைத்து, அந்த ஆட்டுக்கல்லைப் பக்குவப்படுத்தினோம்.

இளமையும், ஆர்வமும் இருந்த காரணத்தால், அந்த வேலை எங்களுக்கு அப்போது கடினமாய்த் தோன்றவில்லை. எங்கள் ஆட்டுக்கல் பலநாட்களின் அயரா உழைப்பால் ஒருவழியாக நன்கு பக்குவப்பட்டு விட்டது. அதில் ஆட்டிய மாவைக்கொண்டு முதலில் சுட்டு எடுத்த தோசையின் சுவையை இன்றும் மறக்க முடியவில்லை.

பல ஆண்டுகள்வரை, அந்த ஆட்டுக்கல்லை எங்களுடன் பத்திரமாக வைத்திருந்தோம். பல இடங்களுக்கு வீடுமாறிச் சென்றபோதும் அதையும் எங்களுடன் எடுத்துச் சென்று பயன்படுத்தி வந்தோம்.

காலம் மாறியது. நவீன மயமாகி வந்த சிங்கையில் புதுப்புதுக் கருவிகளும் வந்துவிட்டன. அதனால், மக்களும் புதுப் புது வகையான 'மிக்ஸி' கருவிகளைப் பயன்படுத்தத் தொடங்கி விட்டனர். நாங்களும் 'மிக்ஸி' கருவிக்கு மாறி விட்டோம். அதனால், நாங்களும் எங்கள் அருமை மிகு ஆட்டுக்கல்லுக்குக் 'கட்டாயப்பணி ஓய்வு' அளிக்க வேண்டிய சூழ்நிலை ஏற்பட்டு விட்டது.

இருப்பினும் நாங்கள் ஆசையுடன் வாங்கி வந்த ஆட்டுக்கல்லை வேறு எவரிடமும் கொடுக்க மனமின்றி நாங்கள் தற்சமயம்

செ.பாலசுப்ரமணியன் | 143

குடியிருந்து வரும் அடுக்கு மாடி வீட்டின் ஒரு மூலையில் பத்திரமாகப் போட்டு வைத்துள்ளோம். இன்றும் நாங்கள் இழக்க விரும்பாத ஒரு அரிய நினைவுப் பொருளாக, தாயும் சேயும் போன்ற ஆட்டுக்கல்லையும் அதன் குழவியையும் பேணிக் காத்து வருகிறோம். இனி மேலும் தஞ்சோங் பகார் வட்டாரம் பற்றிய விவரங்களைப் பார்ப்போம்.

தஞ்சோங் பகார் வட்டாரத்தில் சைனா டவுன் பகுதியை ஒட்டி அமைந்துள்ள நம் சிறீ மாரியம்மன் ஆலயம் இந்நாட்டுத் தமிழர்களால் என்றும் மறக்க முடியாத ஒரு புனிதமான இடம். நான் சிங்கைக்கு வந்த காலத்திலிருந்து பலமுறை அந்த ஆலயத்திற்குச் சென்று, இறை வழிபாடு செய்து வந்துள்ளேன்.

அந்த ஆலயத்தில் ஆண்டுதோறும் நடைபெறும் தீமிதித் திருநாள் நம் நாட்டு மக்களை மட்டுமின்றி, வெளிநாட்டுச் சுற்றுலாப் பயணிகளையும் காந்தம்போல் கவர்ந்து இழுக்கும் ஓர் ஆலயமாகும். நம் நாட்டின் மரபுடைமைத் தளமாக நம் அரசால் ஏற்றுக்கொண்ட பேறு பெற்ற சிறப்பையும் அது பெற்றுத் திகழ்கிறது. அது தமிழர்களாகிய நமக்கெல்லாம் பெருமை சேர்ப்பதாகும் என்றால் அது மிகையாகாது.

அந்த வட்டாரத்தை நமக்கு நாளும் நினைவுப்படுத்தக்கூடிய இன்னொரு பழமை மிக்க ஆலயம் லயன் சித்தி விநாயகர் ஆலயம் எனலாம். தஞ்சோங் பகார் வட்டாரத்தில் 'Neil road' எனும் நீல் சாலையின் அருகில் உள்ள 'Keang Saik Road' கியோங் சாய்க் சாலையில் இடம் பெற்றுள்ள இவ்வாலயம் பன்னெடுங்காலமாக நம் நாட்டில் வாழ்ந்து வரும் நாட்டுக் கோட்டைச் செட்டியார் சமூகத்தினரால் செவ்வனே பராமரிக்கப்பட்டு வருகிறது.

அந்த ஆலயத்தில் ஆண்டுதோறும் தைப்பூசத் திருநாளன்று செட்டியார் சமூகத்தினர் ஒன்று சேர்ந்து, காவடி எடுத்துக்கொண்டு, (Tank Road) தேங்கு ரோடு தண்டாயுதபாணி ஆலயத்திற்குச் சென்று, தங்கள் காணிக்கையைச் செலுத்துவது வழக்கம். அக்காட்சி பார்க்க மிகவும் அழகாய் இருக்கும்.

மேலும், தேங்கு ரோடு முருகப் பெருமான் ஆலயத்தைச் சேர்ந்த அழகிய வேலைப்பாடுகள் அமைந்த வெள்ளி ரதம் ஆண்டுதோறும் தைப்பூசத்ததிற்கு முதல் நாளன்று அங்கிருந்து புறப்பட்டு, லயன் சித்தி விநாயகர் ஆலயம்வரை வந்து பக்த கோடிகளுக்குத் தரிசனம் அளித்துச் செல்லும் காட்சியோ கண்கொள்ளாக் காட்சி எனலாம். ஒளிமயமான அந்தக் கவின்மிகு காட்சியை நான் பலமுறை அந்த ஆலயத்திற்குச் சென்று நேரில் கண்டு மகிழ்ந்தது உண்டு.

மேலும் தஞ்சோங் பகார் வட்டாரமானது இங்குள்ள மக்களுக்குப் பழமையையும் புதுமையையும் ஒருங்கே நினைவுப்படுத்தவல்ல ஒரு சிறப்பு மிக்க வட்டாரம் ஆகும்.

பழமையைப் பற்றிப் பேச வேண்டுமானால், ஒரு காலத்தில் அப்பகுதியானது விலைமாதர்கள் எனப்படும் பொதுமகளிர் மனைகள் நிறைந்த இடம் என்பது நாடு அறிந்த ஒன்றாகும். இதைப் பற்றி நம் வரலாற்றுக் குறிப்புகள் ஆதாரப்பூர்வமாக குறிப்பிடுகின்றன.

அதைத்தவிர, பழமையை நமக்கு நினைவூட்டக்கூடிய இன்னொரு இடம் தஞ்சோங் பகார் சாலையும் (Neil Road) நீல் சாலையும் சந்திக்கும் இடத்தில் அமைந்துள்ள ஒரு பழங்காலக் கட்டடமாகும். அக்கட்டடம் முற்காலத்தில் (Jin Rickshaws) 'ஜின் ரிக்‌ஷாக்கள்' எனப்படும் வாடகை வண்டிகள் நிறுத்தி வைக்கப்பட்ட நிலையமாயிருந்தது. அவை யாவும் கைகளால் இழுக்கப்பட்ட வண்டிகள்.

அந்தக் காலத்தில் 'சடையர்கள்' என்று பலராலும் அழைக்கப்பட்ட சீனத் தொழிலாளர்கள் ஜின் ரிக்‌ஷாவில் பயணிகளை ஏற்றிக்கொண்டு வெயிலென்றும் மழையென்றும் பாராமல் வண்டியில் பூட்டப்பட்ட மாடுகளைப்போல் நம் நாட்டில் சாலைகளிலும் சந்து பொந்துகளிலும் நெற்றி வியர்வை நிலத்தில் சிந்த இழுத்துச் சென்று பிழைப்பு நடத்தி வந்தனர். ஒருவாறாக அந்த அவல நிலைக்கு முற்றுப் புள்ளி வைக்கும் காலமும் வந்தது.

இரண்டாம் உலகப் போரின்போது நம் நாடு ஜப்பானியர்கள் ஆட்சிக்கு உட்பட்டிருந்த காலத்தில் மனிதனை மனிதனே அடிமைபோல் இழுத்துச் சென்ற இழிநிலை நம் நாட்டிலிருந்து முற்றிலும் மறைந்தே போய்விட்டது எனலாம். ஜின் ரிக்‌ஷாக்கள் நிறுத்தி வைக்கப்பட்டிருந்த கட்டடம் மட்டும் அதன் முகப்பில் 'ஜின் ரிக்‌ஷா நிலையம்' என்ற பெயரை இன்றளவும் தாங்கி நிற்கிறது. அந்தக் கட்டடத்தைத் தாண்டி நான் (Neil Road) நீல் சாலை வழியே பயணித்தபோதெல்லாம் நேரில் கண்டு வியந்ததுண்டு.

நம் நாட்டை ஏறத்தாழ மூன்று ஆண்டுகள்வரை கொடிய ஆட்சிபுரிந்த ஜப்பானியர்கள் ஜின் ரிக்‌ஷாக்களை நம்பி வாழ்க்கை நடத்திய தொழிலாளர்கள் அத்தொழிலைத் தொடரக்கூடாது என்று உத்தரவும் இட்டுவிட்டனர். அதன் மூலம் நம் நாட்டு மக்களுக்கு மட்டுமின்றி, இத்தகைய இழிவான தொழிலில் ஈடுபட்ட மற்ற நாட்டு மக்களுக்கும் அவர்கள் நன்மையே செய்துள்ளனர் என்று கூறலாம். அதுவே அவர்கள் செய்த ஒரு நற்செயல் என்று

அனைவராலும் பாராட்டப்படுகிறது.

"அப்படி என்றால் அத்தொழிலையே நம்பியிருந்த பாட்டாளி மக்களுக்கு ஜப்பானியர்கள் காட்டிய மாற்றுவழிதான் என்ன"என்று நமக்குக் கேட்கத் தோன்றுகிறது அல்லவா? அதற்கான நல்லதொரு மாற்றுவழியையும் ஜப்பானியர்கள் மக்களுக்குக் காட்டத் தவறவில்லை. 'ஜின் ரிக்ஷாக்களுக்கு' பதில் மூன்று சக்கரங்களை உடைய (Trisha) 'டிரைஷா' வண்டிகள் நம் சாலைகளில் நாள்தோறும் வலம் வரத் தொடங்கின.

மனிதனுக்கு மனிதன் அடிமைகளைப்போல் நடத்தப்படக்கூடாது என்னும் உன்னதக் கருத்தை அவர்கள் உலகறியச் செய்தனர். அனைத்து 'டிரைஷா' வண்டிகளிலும் பயணிகளுக்கும் ஓட்டுநருக்கும் தனித்தனி இருக்கை பொருத்தப்பட்டு, ஓட்டுவதற்கு எவ்விதச் சிரமமும் இல்லாதவாறு செய்து கொடுக்கப்பட்டது.

அதன் காரணமாகப் பிற்காலத்தில் நம் நாட்டில் பள்ளிப் பிள்ளைகளை மட்டுமின்றி, பொதுமக்களையும் சுற்றுலாப் பயணிகளையும் ஏற்றிக்கொண்டு பவனி வந்த 'டிரைஷா' வண்டிகள் நம் நாட்டு மக்களால் 'பேச்சா' வண்டிகள் என்ற பெயரால் இன்றும் அழைக்கப்பட்டு வருகிறது.

என் நினைவுக்கு எட்டியவரை, ஆண்டு 50களில் தொடங்கி பல்லாண்டு காலம்வரை நம் நாட்டின் மூலைமுடுக்குகளில் எல்லாம் 'பேச்சா' வண்டிகளின் நடமாட்டம் மிகுதியாக இருந்து வந்தது.

ஆண்டு 1965க்குப் பின் நம்நாடு குடியரசாகி, துரித வளர்ச்சி காணத் தொடங்கியது. நம் நாடு அவ்வாறு வளர்ச்சி கண்டு நவீன மயமான காரணத்தால் 'பேச்சா' வண்டிகளின் எண்ணிக்கை வரவரக் குறையத் தொடங்கி விட்டது. அதற்கு நம் சாலைகளில் நெரிசலைத் தவிர்க்க அரசு மேற்கொண்ட நடவடிக்கையும் காரணம் ஆகும்.

ஆனால், இன்றைய நிலையில் மக்கள் தங்கள் பயணத்திற்கு இருசக்கர வண்டிகளும், புதுப் புது பெயர்களைத் தாங்கிச் செல்லும் (Taxi) வாடகை உந்துகளும் புதுப்புது வகையான பேருந்துகளும் நடைமுறைக்கு வந்துவிட்ட பின் 'பேச்சா' வண்டிகளுக்கு பிரியா விடை கொடுக்கப்பட்டு வருகின்றது. இருப்பினும், அவை நம் சாலைகளிலிருந்து முற்றிலும் மறைந்துவிடவில்லை எனலாம். இன்றும் வெளிநாட்டுச் சுற்றுலாப் பயணிகளை ஏற்றிக்கொண்டு, நீண்ட வரிசையில் 'குட்டி இந்தியா' சைனா டவுன், பூகிஸ் வட்டாரம் முதலிய இடங்களில் அவ்வண்டிகள் அழகாக

அணிவகுத்து வரும் அழகே அழகு.

மேலும், நாம் தஞ்சோங் பகார் வட்டாரத்தின் சிறப்புக் கூறுகள் பற்றித் தொடர்ந்து பார்ப்போம்.

தஞ்சோங் பகார் வட்டாரத்தை நாட்டு மக்களுக்கு அடிக்கடி நினைவுப்படுத்தி வருபவற்றுள் நீண்ட காலமாக இடம் பெற்றிருந்த (Gan Eng Seng School) கான் எங் செங் உயர்நிலை பள்ளியும் ஒன்றாகும். அப்பள்ளி தற்சமயம் தியோங் பாரு வட்டாரத்திற்கு மாற்றப்பட்டுள்ளது.

அதைத்தவிர, (Peck Seah Road) பெக்சியா சாலையில் பல்லாண்டு காலம்வரை செயல்பட்டு வந்த பெக்சியா தொடக்கப் பள்ளி ஆகும். அது ஓர் ஆறுமாடிக் கட்டடம். அதில்தான் பெக்சியா உயர்நிலை தமிழ் நிலையமும் செயல்பட்டு வந்தது. அந்தத் தமிழ் நிலையத்தில் ஆசிரியர்களான திரு. ஜான்ஸன் மாணிக்கம், திரு. ஆரோக்கியசாமி, திரு. எஸ்.ஏ. முத்தையா, திரு. பாலா என்று மாணவ மணிகளால் அன்புடன் அழைக்கப்பட்ட எஸ். பாலசுப்பிரமணியனாகிய நான் ஆகியோர் ஏறத்தாழ பத்தாண்டுகள் அப்பள்ளியில் பணியாற்றி வந்தோம்.

நம்நாட்டின் மூத்த தமிழாசிரியரான திரு. ஜான்ஸன் மாணிக்கம் அவர்களுடன் நான் சுமார் பத்தாண்டு காலம்வரை சேர்ந்தே பணியாற்றும் வாய்ப்பினைப் பெற்றிருக்கிறேன். அதுவே என் வாழ்க்கையில் மறக்க முடியாத பொற்காலம் என்பேன்.

எங்கள் நினைவை விட்டு நீங்காத அந்தப் பெக்சியா பள்ளியும் தற்போது அங்கில்லை. ஏதோ பல காரணங்களை முன்னிட்டு அப்பள்ளியும் வேறு இடத்திற்கு மாற்றப்பட்டு விட்டது. அந்த மகிழ்ச்சி மிக்க நாட்களை நினைக்கும்போது, என் மனம் மிகவும் நெகிழ்கின்றது.

அதைத் தவிர தமிழ்த் தொண்டர் அமரர் திரு. அ. நா. மெய்தீன் அவர்களின் அயரா முயற்சியால் தஞ்சோங் பகார் வட்டாரத்தில் மாக்ஸ்வெல் சாலையில் ஆண்டு 1960லிருந்து செயல்பட்டு வந்த (Umar Pulavar Tamil Sec School) 'உமறுப் புலவர் தமிழ் உயர்நிலைப் பள்ளியும் தற்போது அங்கில்லை.

இன்று வரை உமறுப்புலவர் எனும் புலவரின் புனிதப் பெயரைப் பறைசாற்றி வரும் அந்தத் தமிழ் நிலையமானது சூழ்நிலை காரணமாக இடமாற்றம் பெற்று, சிலகாலம்வரை செயின்ட் ஜியார்ஜஸ் பள்ளியில் தற்காலிகமாகச் செயல்பட நேர்ந்தது. ஆண்டு 1983ல் உமறுப்புலவர் தமிழ் மொழி நிலையம் என்னும் பெயரில்

தற்போது அந்நிலையம் சிராங்கூன் சாலையில், வடபத்திரகாளி அம்மன் ஆலயத்தின் எதிர்ப்புறமிருக்கும் 'Beaty Road' எனப்படும் 'பீட்டி சாலையில் அமைந்துள்ளது என்பதைப் பெருமையுடன் கூறிக் கொள்கிறேன்.

ஆண்டு 50களின் பிற்பாதியில் நம் நாட்டில் 'கடையநல்லூர் முஸ்லிம் லீக்' என்ற அமைப்பினரால் தொடங்கபட்ட அந்தத் தமிழ் நிலையம் இப்பொழுது தனக்கென உள்ள தனிக்கட்டடத்தில் சிறப்பாக இயங்கி வருவது தமிழர்களாகிய நமக்கெல்லாம் பெருமை சேர்ப்பதாகும். அதுமட்டுமின்றி, சிங்கையில் தமிழ் மொழி வளர்ச்சிக்கும் தமிழை வாழும் மொழியாக்கும் முயற்சிக்கும் அந்நிலையம் ஆற்றி வரும் பங்கு அளப்பரியது என்பேன்.

நான் பெக்சியா உயர்நிலை தமிழ் நிலையத்தில் பணியாற்றிய காலத்தில் உமறுப்புலவர் தமிழ்ப்பள்ளி மட்டுமின்றி மாக்ஸ்வெல் சாலையில் செயல்பட்டு வந்த (H. D. B) எனப்படும் வீடமைப்புக் கழக அலுவலகமும் இடம் பெயர்ந்து விட்டது. தஞ்சோங் பகார் வட்டாரத்திலிருந்து அவ்விரு கட்டடங்களும் இன்றளவும் மக்கள் மனத்தில் நிலைத்து நிற்பவை என்றால், அது சற்றும் மிகையன்று.

தஞ்சோங் பகார் வட்டாரத்தின் பழமைச் சிறப்பை பற்றி எனக்குத் தெரிந்தவரை கூறி விட்டேன். இனி, அவ்வட்டாரத்தின் புதுமைக்கு அடையாளமாக விளங்கி வருபவை பற்றியும் ஒருசில சொல்ல ஆசைப்படுகிறேன்.

இன்று நாம் அவ்வட்டாரத்தில் அடிக்கடி பார்க்கும் அழகிய கட்டடங்களே புதுமைக்கு நல்ல சான்று பகர்வனவாய் உள்ளன. அவையாவன:

(Tanjong Pagar M. R. T Station) எனும் தஞ்சோங் பகார் விரைவு இரயில் போக்குவரத்து நிலையம். ராபின்சன் சாலையில் உள்ள 'மத்திய சேமநிதி' எனப்படும் (C. P. F) கட்டடத் தலைமையகம் (M.A.S) என்று அழைக்கப்படும் சிங்கப்பூர் நாணய ஆணைய வாரியம் (Anson Road) ஆன்சன் சாலையில் அமைந்துள்ள (Anson Plaza) 'ஆன்சன் பிளாசா' எனப்படும் பல அடுக்குகளைக்கொண்ட மாபெரும் மாடிக் கட்டடம், (Duxtion Plain) எனப்படும் இடத்திலுள்ள மேட்டுப்பாங்கான இடத்தில் (H. D. B) வீடமைப்புக் கழகத்தால் அண்மையில் கட்டப்பட்டுள்ள (Pinnacle @ Duxton) டக்ஸ்டன் பகுதி சிகரம்' எனப்படும் மிக உயரமான குடியிருப்புக் கட்டடம் இதுவே எனலாம். அண்மையில் நம் நாட்டின் வீடமைப்புக் கழகத்தால் கட்டப்பட்டுள்ள பல கட்டடத் தொகுதிகளை (Blocks) இணைத்துக் கட்டப்பட்ட அடுக்குமாடிக் கட்டடம் இப்போதைக்கு இதுவே

எனலாம். மேலிருந்து பார்க்கும்போது ஒரு கருக்கரிவால் வடிவில் காணப்படும் இக்கட்டடமானது நம்நாட்டில் புதிய அடையாளச் சின்னங்களுக்கெல்லாம் மணிமகுடமாகத் திகழ்கிறது என்றால், அதில் வியப்பேதுமில்லை.

இவை அனைத்தும் மக்கள் மனத்தில் நீங்கா இடம் பிடித்துள்ளவை என்று கூறுவதற்கு முன், அதைவிடவும் மக்களால் என்றென்றும் மறக்க முடியாத ஒன்று உள்ளது என்பதைக் குறிப்பிட வேண்டும்.

இக்காலத்தில் தஞ்சோங் பகார் வட்டாரம் என்றாலே நமக்கும் அவ்வட்டார மக்களுக்கும் உடனே நினைவுக்கு வருவது நம் நாட்டின் 'நவீன நிறுவனர்' எனப்படும் மாண்புமிகு திரு. லீ குவான் இயூ அவர்கள் எனப்படும் மாமனிதரே ஆவார். தாம் பதவி வகித்த காலம்வரை ஒரே வட்டாரத்தில் (தஞ்சோங் பகார் வட்டார மக்களுக்கு) தொண்டாற்றிய பெருமையும் அவரையே சாரும். 'தஞ்சோங் பகார்' எனப்படும் பெயரைக் கேட்ட மாத்திரத்தில் திரு. லீ அவர்களின் கம்பீரத் தோற்றமும் அவரைப் பற்றிய இனிய நினைவுகளுமே மக்கள் நினைவுக்கு வரும் என்றால், அது மிகையாகாது என்று கூறி, இத்தலைப்பினை இத்துடன் நிறைவு செய்கிறேன்.

குயின் எலிஸபெத் வாக் - Queen Elizabeth Walk

எலிஸபெத் இராணியாரின் பெயர் சூட்டப்பட்ட இந்த இடம் முன்பு விக்டோரியா நினைவு மண்டபத்தின் எதிரே கடல் முகப்பை ஒட்டி இடம் பெற்றிருந்தது. அந்த இடம் தற்சமயம் 'Esplanade Theatre' எனப்படும். பேரரங்கு அமைக்கப்பட வேண்டிய காரணத்திற்காகவும் 'Marina Bay' எனப்படும் வட்டாரம் உருவாக்கப்பட வேண்டிய அவசியத்தை முன்னிட்டும் பல மாற்றங்களுக்கு உள்ளானது. அதன் காரணமாகவே மக்களின் பொழுது போக்கு இடமாக இருந்த 'எலிஸபெத் வாக்' அவ்விடத்திலிருந்து இருந்த இடமே தெரியாமல் மறைந்து விட்டது.

'குயின் எலிஸபெத் வாக்' என்ற இடத்தின் முன்னாள் பெயர் (Esplanade Park) 'எஸ்பிளனேடு பூங்கா' என்பதாகும். ஆண்டு 1907ல் (G. M. Reith) என்பவர் அவ்விடம், கடல் முகப்பை ஒட்டி, ஓர் அழகிய பசுமையான பகுதியாக உருவாக்கப்பட வேண்டும் என்று பரிந்துரை செய்ததை முன்னிட்டு அப்பூங்கா அப்பெயரில் அமைக்கப்பட்டது.

அதே இடம் சில ஆண்டுகள்வரை (Elizabeth Walk) 'எலிஸபெத் வாக்' என்ற சுருக்கப் பெயராலேயே மக்களால் அழைக்கப்பட்டு

வந்தது என்பதை நினைவுப் படுத்த விரும்புகிறேன். ஒரு காலத்தில் அது மக்கள் பொழுது போக்கிற்கு மிக நல்ல இடமாக விளங்கி வந்தது. ஆண்டு 50, 60களில் வாழ்ந்த மக்களால் மறக்க முடியாத ஓர் இடம் அது என்றால், மிகையாகாது.

இளங்காதலர்கள் சந்தித்து அளவளாவும் இடமாகவும் தனிமையில் இனிமை காணும் இடமாகவும் அது விளங்கி, வந்தது என்றால் மிகையாகாது. 'எலிஸபெத் வாக்' என்ற பொழுதுபோக்கு இடத்தின் மறைவானது காதல் ஜோடிகளுக்கும் பேரிழப்பே ஆகும்.

தினந்தோறும் மாலை வேளைகளில் அவ்விடத்தில் மக்கள் கூட்டம் அலைமோதும். மக்கள் கூட்டத்தாலும் அன்றாடம் மாலையில் அங்கு நடைபெற்ற பாம்பாட்டி வித்தைகளாலும் பலூன்வியாபாரி, பொம்மை வியாபாரி, சில்லரைத் துணிமணி வியாபாரி, கடலை வியாபாரி, 'ஐஸ்கிரீம்' எனப்படும் பனிக்கூழ் வியாபாரி, 'சாத்தே' எனப்படும் தீயில் வாட்டப்பட்ட கோழி இறைச்சி வியாபாரி ஆகியோர் எழுப்பிய பலவகையான ஓசையால் அவ்விடமே களை கட்டியிருக்கும். பொழுது போக்கு வசதிகள் மக்களுக்கு அதிகமில்லாத அக்காலக்கட்டத்தில் இத்தகைய இளையர் சந்திப்பிடம் அவர்களுக்கும் பெருமகிழ்ச்சியை ஏற்படுத்தியதில் வியப்பேதுமில்லை எனலாம்.

அதுமட்டுமா! 'எலிஸபெத் வாக்' பூங்காவைச் சுற்றி அமைக்கப்பட்டிருந்த போர்க்கால நினைவுச் சின்னம் அழகிய சிற்பங்களால் அலங்கரிக்கப்பட்டிருந்த (Fountain) நீருற்று, அளவான ஒளியை வெளிப்படுத்திய மின்விளக்குக் கம்பங்கள், அங்கிருந்த பசியப்புல்தரை, வண்ண வண்ண மலர்ச் செடிகள் முதலியன யாவும் மக்கள் மனத்தைக் காந்தம்போல கவரத்தக்கன. அதனால், ஒருமுறை அவ்விடத்திற்குச் சென்றவர்களுக்கு மீண்டும் மீண்டும் அங்குச் செல்ல வேண்டும் என்ற ஆவலைத் தூண்ட வல்லவை. கட்டணம் ஏதுமின்றி இரவெல்லாம் மக்கள் வானம்பாடிபோல் உல்லாசமாகச் சுற்றித் திரிந்த அந்த நாள் ஞாபகம் எனக்கும் மறக்க முடியாத ஒன்றே என்பேன்.

'மரீனா பே' வளர்ச்சித்திட்டம் அமல்படுத்தப்பட்ட காரணத்தால் மக்கள் பொழுது போக்கப் பயன்பட்ட அழகிய அவ்விடம் அங்கிருந்து நீக்கப்பட்டு விட்டது மிகவும் வருத்தத்திற்குரியது. தினமும் தென்றல் வந்து கண்களைத் தீண்டிச் சென்ற கடலோரத்தில் எழுப்பப்பட்டிருந்த நீண்ட பாதுகாப்புச் சுவரில் அடிக்கடி வந்து மோதிச் சென்ற சிற்றலைகள் என் நினைவலைகளையும் தட்டிச் செல்லத் தவறவில்லை.

இவை போன்ற பல இடங்களைக் காலப்போக்கில் மக்கள் இழக்க நேர்ந்து விட்டது. அவற்றுள் சிலவற்றைப் பற்றி நான் முன்னரே இந்நூலில் எழுதியுள்ளேன். 'காத்தோங் பார்க்' என்றழைக்கப்பட்ட மக்களின் முக்கியப் பொழுதுபோக்கிடம், கவின்மிகு காத்தோங் கடற்கரை, டன்மன் தோட்டம் முதலியவற்றைச் சற்று நினைவு கூர்ந்து பார்க்குமாறு உங்களை அன்புடன் வேண்டிக் கொள்கிறேன்.

மக்களின் பார்வையிலிருந்து மறைந்து விட்ட அந்த இடங்களைப்போல பலவிதப் பொருள்களும் சிறு தொழில்களும் பழக்க வழக்கங்களுங்கூட இன்று மக்கள் பார்வையினின்று மறைந்து விட்டன எனலாம். அவற்றைப் பற்றியும் உங்களுக்கு என்னால் இயன்றவரை சிலவற்றையேனும் பின்னர் நினைவுப்படுத்த விரும்புகிறேன்.

Jin Rickshaws

Narayanna Pillai.M Temple (1827)

152 | விழித்திருக்கும் நினைவலைகள்

Mariamman temple

Botanical Gardens (old)

Swans at Botanical Gardens (old)

Botanic Gardens Orchids

Haw Par Villa (old)

Haw Par Villa (old)

Kotakai Govindasamy

Old Potong Pasir

செ.பாலசுப்ரமணியன்

Potong Pasir spring

Katong Beach (new look)

158 | விழித்திருக்கும் நினைவலைகள்

Collyer Quay (old)

Tanjong Pagar road

5

நம் நாட்டில் நான் கண்டு வியந்த முக்கியக் கட்டடங்கள்

நான் கண்டு வியந்த முக்கியக் கட்டடங்கள்

இந்நூலின் முற்பகுதியில் மேலும் சில முக்கியக் கட்டடங்கள் பற்றிப் பின்னர் கூறுவதாகக் கூறியிருக்கிறேன். அவற்றைப் பற்றி இங்கே பார்ப்போம்.

நான் இப்பொழுது குறிப்பிட விரும்பும் கட்டடங்களாவன:

1. Victoria Theatre & concert Hall
2. Victoria Memorial Hall
3. Old Pariament House
4. Old Supreme Court
5. City Hall
6. St. Andrews cathedral
7. Fullerton building

விக்டோரியா நினைவு மண்டபம்.

விக்டோரியா அரங்கமும் விக்டோரியா கலையரங்கமும் இணைந்ததே விக்டோரியா நினைவு மண்டபம் எனப்படும் கட்டடமாகும். அக்கட்டடங்கள் 11 எம்பிரஸ்பிளேசில் உள்ளன. விக்டோரியா அரங்கம் என்பது பத்தொன்பதாம் நூற்றாண்டின்

நடுப்பகுதியில் கட்டப்பட்டதாகச் சொல்லப்படுகிறது. அக்கட்டடம் ஆண்டு 1893 முதல் நம் நாட்டின் 'Town Hall' அதாவது நகர மண்டபமாகச் செயல்பட்டு வந்ததாம். பின்னர் 1920ல் 'City Hall' எனப்படும் புதிய கட்டடம் செயின்ட் ஆன்ட்ரூஸ் சாலையில் கட்டி முடிக்கப்பட்ட பின், 'Town Hall' என்ற கட்டடத்தில் நடைபெற்ற நகரசபையின் பணிகள் யாவும் அந்த 'City Hall' எனப்படும் கட்டடத்திற்கு மாற்றப்பட்டதாம்.

விக்டோரியா நினைவு மண்டபம் எனப்படும் கட்டடம் இங்கிலாந்து நாட்டை 60 ஆண்டு காலத்திற்கு மேல் ஆட்சி புரிந்து வந்த விக்டோரியா மகாராணியாரின் 'வைர விழா' கொண்டாட்டத்தை முன்னிட்டு 1895ல் கட்டப்பட்டது என்றும் அதன் சிகரமாய் அமைந்துள்ள (Clock Tower) மணிக்கூண்டு 1906ல் கட்டி முடிக்கப்பட்டதாக வரலாற்றுக் குறிப்புகளும் காட்டுகின்றன.

ஆண்டு 1819ல் நம் நாட்டின் முதல் நிறுவனர் (Founder) என்னும் பெருமைக்குரிய இராஃபிள்ஸ் பெருமகனார் சிங்கப்பூர் நதிக்கரையில் கால் பதித்த அதே ஆண்டில்தான் பிரிட்டிஷ் சாம்ராஜ்யத்தையே 66 ஆண்டு காலம் கட்டிக் காத்த சிறப்புக்குரிய விக்டோரியா மகாராணியார் அவர்களும் பிறந்தார் என்பது நாம் நினைவில்கொள்ள வேண்டிய ஒன்றாகும். ஏனென்றால் இங்கிலாந்தின் ஆட்சிக்கு உட்பட்ட காலனிகளுள் ஒன்றானதே நம் சிங்கையும் என்பதை நாம் மறக்கவியலாது.

மாட்சிமை பொருந்திய விக்டோரியா மகாராணியார் அவர்களைச் சிறப்பிக்கும் பொருட்டே நம் நாட்டின் விக்டோரியா நினைவு மண்டபம் கட்டப்பட்டது என்பதை அறிய முடிகிறது.

நம் நாட்டின் இசை வளர்ச்சியைக் கருத்தில்கொண்டு நம் அரசு அக்கட்டடத்தைப் புதுப்பித்து, ஆண்டு 1980ல் 'Singapore Symphony Orchestra' எனப்படும் இசையரங்கை அதில் இடம் பெறச் செய்தது. அது முதல் நம் நாட்டில் நிகழும் இசை நிகழ்ச்சிகளும் கலை கலாசார நிகழ்ச்சிகளும் அதில் இடம் பெற்று வருகின்றன.

அத்தகு சிறப்பான நிகழ்ச்சிகளை நடத்துவதற்கு இக்கட்டடம் மிகவும் ஏற்புடையது என இசை வல்லுநர்களால் கருதப்படுகிறது. சிறந்த 'acousties' எனப்படும் ஒலியமைப்பைப் பெற்றுள்ள இக்கட்டடம் இசை நுட்பத்தை மக்கள் துல்லியமாகவும் தெளிவாகவும் கேட்டு இன்புறுவதற்குத் துணைபுரிகிறது எனப்பாராட்டப்படுகிறது.

நீண்ட காலமாக நம் நாட்டின் நீர்முகப்பை அழகு செய்யும் அருமையான கட்டடங்களுள் விக்டோரியா நினைவு மண்டபமும் ஒன்றாகும்.

வரலாற்றுச் சிறப்புமிக்க அக்கட்டடத்திற்கு மேலும் சிறப்புச் சேர்ப்பவை அதன் மணிக்கூண்டும் அதன் முன்னால் கம்பீரமாக நின்றுகொண்டிருக்கும் இராஃபிள்ஸ் பெருமகனாரின் உலோகச் சிலையுமே எனலாம்.

நீண்ட காலம்வரை நம் நாட்டின் 'Padang' எனப்படும் பெருந்திடலில் வைக்கப்பட்டிருந்த அச்சிலையானது விக்டோரியா மகாராணியாரின் நூற்றாண்டு விழாக்கொண்டாட்டத்தை முன்னிட்டு இப்பொழுது இருக்கும் இடத்திற்கு மாற்றப்பட்டது என்பதாகக் கேள்விப்பட்டேன். அக்காலத்தில் தமிழர்கள் இராஃபிள்ஸ் அவர்களைச் "செம்புத்துவான்" என்றும் அழைத்தனர். சிலை செம்பு உலோகத்தினாலானது என்பதால், அதை அவ்வாறு அழைத்தனர் போலும்!

பழைய பாராளுமன்ற அவை. (Old Parliament House)

இது பார்லிமென்ட் லேன் என்னும் இடத்தில் இடம் பெற்றுள்ளது. விக்டோரியா நினைவு மண்டபத்தின் பின்புறமாக அமைந்துள்ள இக்கட்டடத்தைக் கட்டியவர் ஐரிஸ் நாட்டைச் சேர்ந்தவர். இவர் பெயர் 'George Drumgold Coleman' சுருக்கமாக 'G.D.Coleman' என்பதாகும்.

இவர் ஒரு தலைசிறந்த கட்டடக் கலைஞர் ஆவார். 1823ல் நம் நாட்டில் கட்டப்பட்ட இராஃபிள்ஸ் பள்ளி (ஆண்டு 1868ல் இராஃபிள்ஸ் கல்விக் கழகம் எனப் பெயர் மாற்றப்பட்டது) இக்கட்டடத்தை இராஃபிள்ஸ் பெருமகனாரின் வேண்டுகோளுக்கு இணங்கக் கட்டி முடித்த பெருமை இவருக்கே உரியது என்பதில் சிறிதும் ஐயமில்லை.

இதைப் போன்ற இன்னும் பல கட்டடங்களைக் கட்டியவர் இவர். அந்தச் சிறப்பு மிக்க கட்டடக் கலைஞரின் நினைவாக நம்நாட்டின் சாலை ஒன்றுக்கு (Coleman Street) கோல்மன் வீதி எனப் பெயரிடப்பட்டுள்ளதை இங்குக் குறிப்பிட விரும்புகிறேன்.

இராஃபிள்ஸ் அவர்களின் நம்பிக்கைக்கு உரியவரான ஜி. டி. கோல்மன் அவர்கள் இதைப் போன்று இன்னும் சில கட்டடங்களைக் கட்டிய பெருமைக்குரியவர். அவற்றுள் ஒன்று 'பழைய பாராளுமன்றக் கட்டடம் ஆகும்.

அந்தச் சிறப்புக்குரிய அரசாங்கக் கட்டடத்தின் முன்னால், உலோகத்தாலான சிறிய யானையின் சிலை ஒன்று இன்றும் அங்கு உள்ளது.

அந்த அழகிய யானையின் சிலை ஏறக்குறைய 145 ஆண்டுகளுக்கு முன்னர் இங்கு வருகை தந்த தாய்லாந்து (சியாம்) மன்னர் 5ம் இராமா அவர்களின் அன்பளிப்பாக நம் அரசுக்கு வழங்கப்பட்டதென குறிப்பிடப்பட்டுள்ளது. அச்சிலையைப் பலமுறை நான் நேரில் கண்டு வியந்துள்ளேன்.

'பழைய உச்சநீதிமன்றம்' (Old Supreme Court)

நம் நாட்டின் நீர்முகப்பை (Water front) அழகு செய்யும் கவின் மிகு கட்டடங்களுள் அந்தக் கட்டடமும் ஒன்று எனலாம். இதன் சிகரம் ஒருவகை பச்சை நிறம் பூசப்பட்ட அரைவட்ட வடிவமான 'dome' எனப்படும் 'குவிமாடம்' அதற்கு அழகு செய்கிறது.

நம் நாட்டின் காலனி ஆதிக்கத்தை மக்களுக்கு நினைவுப்படுத்தி வரும் இக்கட்டடம் ஏறத்தாழ 1938 வாக்கில் கட்டி முடிக்கப்பட்டதென வரலாறு கூறுகிறது.

அக்கட்டடம் இப்பொழுது இருக்குமிடத்தில், முன்பு 'Hotel de L' Europe' என்ற பெயரில் வெளிநாட்டினருக்குச் சொந்தமான ஆடம்பர விடுதி ஒன்று இருந்ததாம். அந்த ஆடம்பர விடுதியில் (Somerset Maugham) சாமர்செட் மாகம் எனப்படும் சிறந்த ஆங்கில எழுத்தாளர் தங்கியிருந்து தென்கிழக்காசியப் பகுதிகள் தொடர்பான பல சிறப்பான சிறுகதைகளை எழுதி வெளியிட்டார் என்பதும் இவ்விடத்தில் குறிப்பிடப்பட வேண்டிய செய்தியாகும்.

1938ல் கட்டி முடிக்கப்பட்ட அந்த உச்ச நீதிமன்றம், தற்சமயம் வழக்குகளை விசாரிக்கும் நீதிமன்றமாகச் செயல்படவில்லை.

நார்த் பிரிட்ஜ் சாலையின் பின்புறம் கட்டப்பட்டுள்ள (New Supreme Court) புதிய உச்சநீதிமன்றம் என்றழைக்கப்படும் கட்டடத்திற்குப் பழைய உச்ச நீதிமன்றத்தின் அலுவல்கள் அனைத்தும் மாற்றப்பட்டு விட்டன. அக்கட்டடம் பார்ப்பதற்கு ஒரு பறக்கும் தட்டைப்போல் வடிவமைக்கப்பட்டுள்ளது என்பது குறிப்பிடத்தக்கது

நகர மண்டபம் (City Hall)

இது 1920ல் கட்டப்பட்ட ஓர் அழகிய கட்டடம். இக்கட்டடம் செயின்ட் ஆன்ட்ரூஸ் சாலையில் பழைய உச்ச நீதிமன்றக் கட்டடத்தின் மிக அருகிலேயே இடம் பெற்றுள்ளது. இக்கட்டடத்தின் முகப்பில் வரிசையாக இடம் பெற்றுள்ள உயரமான அழகிய தூண்கள் ரோமானிய நாட்டுக் கட்டடக் கலையை நமக்கு நினைவுப்படுத்துவதாக உள்ளது. இதன் முன்புறம்

‘Padang’ எனப்படும் இடத்தில் நம் நாட்டின் தேசிய தின விழாக்கள் கொண்டாடப்பட்டதை நாம் மறந்திருக்க முடியாது.

நம் நகர மண்டபத்தில் பல ஆண்டு காலம்வரை அரசாங்க அலுவலகங்கள் பல இடம் பெற்றிருந்தன. இன்று நாம் காணும் நகர மண்டபத்தில் நடைபெற்ற பணிகள் யாவும், ஒரு காலத்தில் விக்டோரியா நினைவு மண்டபக் கட்டடத்தில் செயல்பட்டு வந்ததாகவும் பின்னர், அவை புதிய நகர மண்டபத்திற்கு மாற்றப்பட்டதாகவும், சொல்லப்பட்டது.

நம் நகர மண்டபம் வரலாற்றுச் சிறப்பு மிக்க ஒரு கட்டடம் எனலாம். அதன் படிகளில் நின்றவாறுதான் 1945ல் ஜப்பானியர்கள் பிரிட்டிஷாரிடம் சரணடைந்த நற்செய்தியானது நம்நாட்டு மக்களுக்கு மவுண்ட் பேட்டன் பிரபு அவர்களால் அறிவிக்கப்பட்டதென்பதை அறிந்தேன். அது மட்டுமின்றி, நம் நாட்டின் தலைசிறந்த பிரதமர் திரு. லீ குவான் இயூ அவர்களின் கீழ் செயல்பட்ட ‘PAP’ என்னும் மக்கள் செயல்கட்சி 1959ல் முதன்முதலில் குடியரசில் நடைபெற்ற பொதுத் தேர்தலில் மாபெறும் வெற்றிபெற்று ஆட்சியைக் கைப்பற்றியது. அந்த நற்செய்தியை நம் நாட்டின் முதல் பிரதமர், திரு. லீ குவான் இயூ அவர்கள் மகிழ்ச்சி பொங்க, நாட்டு மக்களுக்கு அறிவித்ததும் அதே நகர மண்டபப் படிக்கட்டில்தான் என்பதை நாம் நினைவில்கொள்ள வேண்டும். வரலாற்றுச் சிறப்பு மிக்க அவ்விரு அறிவிப்புகளும் செய்யப்பட்ட அந்த இடம் என்றென்றும் நம் பெருமைக்கும் உரியது என்பேன்

பழைய உச்சநீதி மன்றக் கட்டடமும், தற்கால நகர மண்டபக் கட்டடமும் அண்மையில் புதுப்பிக்கப்பட்டு அவ்விரு கட்டடங்களும் நம்நாட்டின் (National Art Gallery) எனப்படும் ‘தேசிய கலை மன்றமாக’ ஆண்டு 2015லிருந்து செயல்பட்டு வருவது நாம் அனைவரும் அறிந்த ஒன்றே.

செயின்ட் ஆன்ட்ரூஸ் தேவாலயம் (St Andrews Cathedral)

நம் நாட்டில் உள்ள செயின்ட் ஆன்ட்ரூஸ் சாலையோரமாக அமைந்துள்ள தேவாலயம் என்பதால், அது செயின்ட் ஆன்ட்ரூஸ் தேவாலயம் என அழைக்கப்படுகிறது. இது நம் நாட்டின் பழமை மிக்க, வரலாற்றுச் சிறப்புமிக்க தேவாலயம் என்றால், மிகையாகாது. இதே இடத்தில் 1837ல் முதல் முறையும் 1840ல் மறுமுறையும் அதற்குமுன் ஆக இருமுறை அதே பெயரில் அந்தத் தேவாலயம் கட்டப்பட்டிருந்ததாகவும் இருமுறை அதன்மீது இடிவிழுந்ததாலும் வேறு சில காரணங்களுக்காகவும் அது இடிக்கப்பட்டு 1862ல்

இப்பொழுது நாம் காணும் கம்பீரமான செயின்ட் ஆன்ட்ரூஸ் தேவாலயம் (Neo Gothic) எனப்படும் கிழக்கு ஜெர்மானியக் கட்டடக் கலையைப் பின்பற்றி (John K. A Mc Nair) என்ற சிறந்த கட்டடக் கலைஞரால் கட்டப்பட்டதாக அறிகிறோம். அந்தக் கவின்மிகு தேவாலயத்தைக் கட்டுவதற்கான பெரிய நிலப்பரப்பு நம் மதிப்பிற்குரிய சர் ஸ்டாம் ஃபோர்டு இராஃப்பிள்ஸ் அவர்களால் நகரின் நடுப்பகுதியில் ஆண்டு 1822ல் ஒதுக்கிவைக்கப்பட்டது. நம்நாட்டின் 'பாடாங்' எனப்படும் பெருந்திடலின் அருகே எட்டு ஏக்கர் நிலப்பரப்பில் அது அமைந்துள்ளது. பால் போன்ற தூய வெள்ளை நிறத்தில் அழகிய வேலைப்பாடு அமைந்த கட்டடமாகக் காட்சியளிக்கிறது. நம்நாட்டின் செயின்ட் ஆன்ட்ரூஸ் தேவாலயமானது, செயின்ட் ஆன்ட்ரூஸ் சாலை (St Andrew's Road) கோல்மன் சாலை (Coleman Road), நார்த் பிரிட்ஜ் சாலை (North Bridge Road) ஆகிய சாலைகளுக்கு இடையில் அமைந்துள்ளது.

அத்தேவாலயம் சுமார் 155 ஆண்டு பழமை மிக்கது. நம்நாட்டின் 'Heritage Site' எனப்படும் மரபுடைமைத் தகுதி பெற்றுத் திகழும் இடமாயும் அது உள்ளது. அது நம் நாட்டின் மறக்க முடியாத ஓர் அடையாளச் சின்னமாகவும் (a living Museum) ஒரு வாழும் அரும்பொருளகமாகவும் இன்றளவும் நிலைபெற்றுள்ளது கண்கூடு.

இரண்டாம் உலகப்போரின்போது ஈவிரக்கமின்றி ஜப்பானியர்கள் பொழிந்த குண்டுகளால் பாதிக்கப்பட்ட அப்பாவி மக்களுக்கு மருத்துவ உதவி நல்கி, ஆதரித்த ஒரு புகலிடமாகவும் விளங்கியது என்றும் அறிய முடிகின்றது.

செயின்ட் ஆன்ட்ரூஸ் தேவாலயமானது அதன் புற அழகிற்கு மட்டுமின்றி, அக அழகிற்கும் (உட்புற அழகிற்கும்) பெயர் பெற்றது என்றால், அது மிகையன்று.

சிங்கையில் காலனி ஆதிக்க காலத்தில் இந்திய நாட்டிலிருந்து குறிப்பாக அந்தமான் தீவிலிருந்து வலுவான இரும்புச் சங்கிலிகளால் விலங்குகள்போல் பிணைத்துக்கொண்டு வரப்பட்ட ஆயுள் கைதிகள் பலரின் கடுமையான உழைப்பினால் கட்டப்பட்டதே புனித செயின்ட் ஆன்ட்ரூஸ் தேவாலயம் என்னும் தகவலை நம் மூத்த தலைமுறையினர் வாயிலாகக் கேட்டபோது மிகவும் வியப்படைந்தேன். அந்த ஆயுள் கைதிகளின் உழைப்பிற்கும் அர்ப்பணிப்புக்கும் நாம் என்றென்றும் நன்றிகூறக் கடமைப்பட்டவர்களாவோம்.

காலனி ஆதிக்க காலத்தில் நம் நாட்டில் கட்டப்பட்ட பல கட்டடங்களுக்கு இல்லாத தனிச்சிறப்பு இத்தேவாலயத்திற்கு உண்டு

என்பதில் சிறிதும் ஐயமில்லை. நான் அவ்வாறு கூறுவதற்கு நல்ல காரணமும் உண்டு. அது யாதெனப் பார்ப்போம்.

செயின்ட் ஆன்ட்ரூஸ் தேவாலயத்தின் உட்புறச் சுவர்கள் யாவும் ‘முட்டை வெள்ளைப்பூச்சு’ பூசப்பட்டு இன்றளவும் வழுவழுப்பாகவும் தூய வெண்மை நிறமுடையதாகவும் அழுக்குப்பட்ட இடங்களை எளிதில் சுத்தம் செய்யக்கூடியனவாகவும் உள்ளன.

காரைக்குடி, தேவக்கோட்டை, கானாடுகாத்தான் போன்ற செட்டி நகரங்களில் இத்தகு கவின்மிகு காட்சியை இன்றும் காணலாம். இக்காலத்தில் வெளிவரும் திரைப்படங்களில்கூட அத்தகைய காட்சியை மக்கள் காண முடியும்.

முட்டை வெள்ளைப்பூச்சு’ என்பதை ஆங்கிலத்தில் ‘Madras Chunum’ என்று அழைப்பர். Madras அல்லது மதராஸ் என அழைக்கப்பட்ட பகுதி இன்று சென்னை என அழைக்கப்பட்டு வருகிறது.

குறிப்பு: (முட்டை, சுண்ணாம்பு, சீனி, தேங்காய் மஞ்சி ஆகியவற்றை நன்கு அரைத்துத் தயாரிக்கப்பட்ட கலவையே (Mixer) முட்டை வெள்ளைப்பூச்சு என்பதாகும்.)

ஃபுல்லர்ட்டன் கட்டடம் (Fullerton Building)

ஃபுல்லர்ட்டன் கட்டடத்தை நான் முதன் முதலில் கண்டது ரஜுலா கப்பல் ‘புறமலை’ எனப்பட்ட செயின்ட் ஜான் தீவின் அருகில் வந்து நின்றபோதுதான் என்பதை முன்னமே கூறியுள்ளேன்.

இக்கட்டடமானது (Empres Place) ‘எம்பிரஸ் பிளேஸ்’ எனப்படும் இடத்தில் நம் சிங்கப்பூர் ஆற்றங்கரையில் அழகிய நீலக் கடலைப் பார்த்தார்ப்போல் கம்பீரமாகத் தோற்றமளிக்கிறது.

ஃபுல்லர்ட்டன் கட்டடம் ஆண்டு 1925க்கும் 1928க்கும் இடைப்பட்ட காலத்தில் கட்டப்பட்டது. முற்காலத்தில் நம் நாட்டின் ‘G. P. O’ அதாவது தலைமை தபால் நிலையமாக 1990வரை விளங்கி வந்தது. இது நம் நாட்டின் உயரமான கட்டங்களில் ஒன்றாகவும் கருதப்பட்டது.

அக்காலக் கட்டடத்தில் கடல்வழியாகப் பயணம் மேற்கொண்டு, இங்கு வருகை புரிந்தோர் கண்டு வியந்த கட்டடமாகவும் சிங்காரச் சிங்கையின் கடல் முகப்பின் அழகுக்கு அழகு சேர்த்த அருமையான கட்டடமாகவும் திகழ்ந்தது என்பேன்.

ஆண்டு 1928ல் ஃபுல்லர்ட்டன் கட்டடத்தைக் கட்டி முடித்தவர் சீன நாட்டிலிருந்து இங்குக் குடியேறிய (Mr. Teo Hong) திருவாளர்

தியோ ஹோங் என அழைக்கப்பட்ட, மதிப்பிற்குரிய குத்தகையாளர் ஆவார்.

இந்திய நாட்டிலிருந்து இங்குக்கொண்டு வரப் பட்ட 'Convicts' ஆயுள் தண்டனை பெற்ற கைதிகளின் கடுமையான உழைப்பாலும் தியாகத்தாலுமே கட்டடம் கட்டி முடிக்கப்பட்டதாக அறிய முடிகிறது.

ஆற்றோர நிலப்பகுதி களிமண் நிறைந்த சதுப்பு நிலமாக இருந்த காரணத்தால், கட்டடம் கட்டும் காலத்தில் அது பலமுறை சரிந்து விழுந்ததாகவும் வேலை செய்த கைதிகள் பலர் உயிரிழக்க நேர்ந்ததாகவும் முன்னோர் வாயிலாகக் கேள்விப்பட்டதுண்டு.

அவ்வாறு பல இன்னல்களுக்கு இடையே கட்டி முடிக்கப்பட்ட கட்டடத்திற்குக் காலனி ஆதிக்க காலத்தில் இங்குப் பணியாற்றிய வரும் ஸ்காட்லாந்து நாட்டைச் சேர்ந்தவருமான மதிப்புமிகு (Robert Fullerton) ராபர்ட்ஃபுல்லர்ட்டன் அவர்களின் பெயர் சூட்டப்பட்டது.

ராபர்ட் ஃபுல்லர்ட்டன் அவர்கள் 'The Straits Settlement' என்ற காலனி ஆதிக்கப்பகுதியின் முதல் 'கவர்னர்' ஆவார். *(1820—1830)* வரை அப்பதவியில் இருந்ததாக வரலாற்றுக் குறிப்பு சுட்டுகிறது.

ஃபுல்லர்ட்டன் கட்டடம் *1990*—க்குப் பிறகு நாட்டின் தலைமை அஞ்சலகம் என்ற நிலையிலிருந்து மாறி 'ஆறு நட்சத்திர' ஆடம்பர விடுதியாக இன்று செயல்பட்டு வருகிறது என்பதை அறிவோம்.

நம் சிங்கை நாட்டின் முக்கிய அடையாளச் சின்னமாக விளங்கி வரும் ஃபுல்லர்ட்டன் கட்டடமானது நீண்ட காலம்வரை நாட்டின் மற்ற பகுதிகளை அளவிட்டுச் சொல்வதற்குரிய முதல் எல்லைக்கல்லாகவும் பயன்பட்டது என்பதை அறியும்போது, நமக்கு வியப்பாக உள்ளது.

அதுமட்டுமின்றி, கடலில் செல்லும் கப்பல்களுக்கு வழிகாட்டும் ஒரு (Lighthouse) கலங்கரை விளக்கமாகவும் பயன்பட்டு வருவதாயும் அறிந்து வியந்தேன்.

அதைத்தவிர, ஃபுல்லர்ட்டன் கட்டடத்திலுள்ள (Doric Pillars) 'டோரிக் வகை எனப்படும் உயரமான உருளைவடிவ தூண்களை நாம் இன்னும் சில இடங்களில் கட்டப்பட்டுள்ள கட்டடங்களிலும் காண முடிகின்றது.

எடுத்துக்காட்டாக நம் நகரமண்டபம், ஊற்றம் சாலை பொது மருத்துவமனையிலுள்ள (Bowyer Block) 'போயர் புளோக்' என்றழைக்கப்படும் பழைய மருத்துவமனைக் கட்டடம்,

The College of Medicine அல்லது King Edward VII College of Medicine என்று அழைக்கப்பட்ட பழமை வாய்ந்த கட்டடம் ஆகியவற்றைக் குறிப்பிடலாம். (Mac Alister Road) மெக்கலிஸ்டர் சாலையை அடுத்துள்ள இக்கட்டடம் தற்சமயம் நம் நாட்டின் சுகாதார அமைச்சின் தலைமையகமாக விளங்கி வருகிறது.

இத்தகைய அரிய தகவல்கள், இக்காலத்தில் கேட்போரை நிச்சயம் வியக்க வைக்கும் என்பதில் எள்ளளவும் ஐயமில்லை!

Cathay Building (new)

(Old) Cathay Building 1939

Raffles Institution 1823

Raffles Institution as I knew it

Old Victoria School 1901

Umar Pulavar Tamil Language Centre (now)

National Theatre 8 Aug 1963 to mid 1986

National Theatre

Supreme Court (1911)

Europe Hotel

செ.பாலசுப்ரமணியன் | 175

6

முற்காலத்தில் நம் நாட்டு மக்கள் பயன்படுத்திய பொருட்கள்

1. 'சரட்டுப்புரட்டு' கால்கட்டைகள் (Clogs)
2. தாழங்குடைகள்
3. தாள் பைகள் (Paper bags)
4. வண்ண வண்ண அட்டைப் பெட்டிகள் (Card board Boxes)

முற்காலத்தில் நம் நாட்டு மக்கள் பயன்படுத்திய பொருட்கள்

சரட்டுப்புரட்டு' கால்கட்டைகள் (Clogs)

நான் 50களில் சிங்கை வந்த காலத்தில் நம் நாட்டு மக்கள் பெரும்பாலும் கால்கட்டைகளை அணிந்தபடியே வேலைகள் செய்வதும் வெளியில் நடந்து செல்வதும் வழக்கமாயிருந்தது. இப்பொழுது கடைகளில் சர்வசாதாரணமாக விற்கப்படும் வகைவகையான காலணிகளைபோல் அன்றைய நிலையில் ஒரு சில இடங்களில் மட்டுமே 'Bata' கம்பனிகள் இடம் பெற்றிருந்தன. பொதுமக்கள் பெரும்பாலும் அத்தகைய கடைகளுக்குச் சென்று காலணிகள் வாங்குவது அரிதாய் இருந்தது. நல்ல தோலால் செய்யப்பட்ட தரமான உறுதியான காலணிகளை வசதி படைத்தவர்கள் மட்டுமே வாங்கிச் சென்றனர்.

அடுத்து, 'C. K. நடையன்', 'E. K. நடையன்' என்ற பெயரில் காலணிகள் பல விற்கப்பட்டன. சீனர்கள் நடத்திய தனியார் கடைகளில் அவை கிடைத்தன. அத்தகைய நடையன்களில் ஓரங்களில் துருப்பிடிக்காத பளபளப்பான ஆணிகள் அடிக்கப்பட்டிருந்தன. நடையன் ஒவ்வொன்றும் உறுதியான தோலால் ஆனது; ஒவ்வொன்றும் சுமார் அரை கிலோ எடைகொண்டது. எல்லாராலும் அவற்றைத் தூக்கி நடப்பது என்பது சிரமமான ஒன்றே என்பேன். வலிமை பொருந்திய ஆண்கள் மட்டுமே அவற்றை வாங்கிப் பயன்படுத்தினர்.

ஆனால், அக்காலத்தில் ஆண்களும் பெண்களும் விரும்பி அணிவது பல வகையான கால்கட்டைகளையே எனலாம். அதிலும் பெண்களுக்கென்றே சிவப்பு வண்ணத்தில் அழகிய வழுவழுப்பான கால்கட்டைகள் கடைகளில் விற்கப்பட்டன. அவற்றைக் காலில் அணிந்த வண்ணம் டொக்! டொக்! என்றும் சரட்டுப்புரட்டு! என்றும் ஒலி எழுப்பியவாறு பெண்கள் சாலைகளில் அன்றாடம் நடந்து செல்வதை நான் கண்டதுண்டு. ஏன், நானுங்கூட சில வேளைகளில் அவ்வாறு கால்கட்டைகளை அணிந்து நடந்து சென்றதை என்னால் மறக்க முடியவில்லை. நடக்கும்போது, தடுமாறி விழாமல் இருப்பதற்குப் பயிற்சியும் வேண்டும்.

காலஞ் செல்லச் செல்ல, மலிவு விலையில், இலேசான ரப்பரைப் பயன்படுத்தித் தயாரிக்கப்பட்ட 'ஜப்பான் சிலுப்பர்கள்' நடைமுறைக்கு வந்தன. அவை பல வண்ணங்களில் மலிவான விலையில் கிடைத்ததால், மக்கள் படிப்படியாகக் கால்கட்டைகளுக்கு விடை கொடுத்து அனுப்பி விட்டனர். அதனால், கால்கட்டைகளைக் காண்பது இன்று அரிதாகிவிட்டது. நம் நாட்டில் மறைந்து போன காட்சிகளில் இதுவும் ஒன்று எனலாம்.

அடுத்து, இங்குப் பலரும் பயன்படுத்திய தாழங்குடைகளைப் பற்றிப் பார்ப்போம்.

தாழங்குடைகள் மூங்கிலால் ஆன நீண்ட கைப்பிடிகளைக் கொண்டிருந்தன. அவை சிறுசிறு மூங்கில் குச்சிகளைக்கொண்டும் சீராக நறுக்கப்பட்ட தாழை மடல்களைப் பதப்படுத்தியும் மழை நீர் எளிதில் வடியக்கூடிய வகையிலும் விரைவாகச் சுருக்கி விரித்துக்கொள்ளவும் வசதியாகச் செய்யப்பட்டவை. மழைநீர் தலையில் படாமல் நம்மைக் காத்துக்கொள்ள உதவிய தாழைமடல்களின் மேற்பகுதி 'கிரீஸ்' எனும் மெழுகால் பூசப்பட்டவை. அனைவரும் வாங்கிப் பயன்படுத்தக்கூடிய வகையில் மலிவானவையும் ஆகும். ஆனால், 'வணங்காமுடி'

எனக் கூறத்தக்க அத்தாழங் குடைகளை இன்றைய நவீனக் குடைகளைப்போல் பெண்கள் மடக்கி சுருட்டி கைப்பைக்களுக்குள் வைத்துக்கொள்ள முடியாதவை. அந்தக் காரணத்தால் காலப்போக்கில் தாழங்குடைகளுக்கும் மக்கள் விடைகொடுத்து அனுப்பி விட்டனர்.

இனி, மறைந்து விட்ட பொருட்களின் வரிசையில் பலரும் பயன்படுத்திய ‘Paper Bags’ எனப்பட்ட ‘தாள் பைகள்’ பற்றிப் பார்ப்போம்.

இன்றைய நவீன சிங்கையில் மட்டுமின்றி, உலகெங்கும் சிறுசிறுகடைகளிலும் பேரங்காடிகளிலும் எண்ணற்ற வண்ணங்களிலும் வடிவங்களிலும் அளவுகளிலும் ‘பிளாஸ்டிக்’ பைகளே (Plastic Bags) ஆட்சி புரிகின்றன என்பதை நான் நினைவுப்படுத்தத் தேவை இல்லை. நவீனமயமாகிவிட்ட இந்த உலகில், கடைகளுக்குச் சென்று பொருள் வாங்கிச் செல்லும் வாடிக்கையாளர்கள் தம் கைகளில் வகைவகையான ‘பிளாஸ்டிக்’ பைகளுடன் உலாவரும் காட்சியை நாம் கண்கூடாகக் காணலாம். இன்றைய இளைய தலைமுறையினருக்கு அது ஒன்றும் புதிய காட்சியோ வியப்பான காட்சியோ இல்லை.

ஆனால், நம் நாட்டில் இரண்டாம் உலகப் போர் முடிவுற்ற காலத்திற்குப்பின், பல ஆண்டுகாலம்வரை மக்கள் கடைகளுக்குச் சென்று, பொருள் வாங்கச் செல்லும்போதெல்லாம் கடைக்காரர்கள் தங்கள் பொருட்களைப் பழுப்பு நிறத்தில் மெல்லிய அட்டைகளாலான பைகளில் போட்டுக் கொடுப்பதே வழக்கமாயிருந்தது. அவற்றைத் தூக்கிச் செல்வதற்கு வசதியாக அவற்றுடன் சிறு கயிறுகளும் இணைக்கப்பட்டிருந்தன. சில ஆண்டுகள்வரை ஜப்பானியர் ஆட்சிக்கு உட்பட்டு அல்லல்பட்ட மக்கள் அத்தகைய தாள்பைகளில் பொருட்களை வாங்கிச் செல்வது பற்றிச் சிறிதும் கவலைப்பட்டதும் கிடையாது. அன்றைய மக்கள் ‘இதுவேபோதும்’ என்ற மனநிலையோடு வாழ்ந்து வந்தனர்.

தாள் பைகளை நம்பி, பொருள் வாங்கிச் சென்ற மக்கள் அறவே வருத்தப்படவில்லை என்றும் சொல்ல முடியாது. அது எப்போது என்றால், மழை பெய்யுங்காலங்களில் என்றுதான் சொல்ல வேண்டும்.

வெயில் காலங்களில் தாள் பைகளைப் பயன்படுத்தினால் மக்களுக்கு எவ்விதச் சிரமமும் ஏற்பட்டதில்லை. ஆனால், மழைக்காலங்களில் கடைக்குச் சென்று மக்கள் தாள்பைகளில் பொருள் வாங்கிச் செல்லும்போதுதான் பெரும்பாலும் ‘கதை

கந்தலாகிப் போகும்'.

தாள் பைகள் உறுதியற்றவை. அவற்றுள் பொருட்களை வைத்துத் தூக்கிச் செல்லும்போது, மழைநீர் மிகுதியாகப் பட்டால், பைகளின் அடிப்பகுதி 'பொத்' என்று தரையில் விழுந்துவிடும்; அவற்றைத் தூக்கிச் செல்ல உதவிய சிறு கயிறுகள் மட்டுமே கையோடு வந்துவிடும். அப்போது தூக்கிச் செல்வோர் நிலை சிரிப்புக்குள்ளாகிவிடவும் கூடும். பொருளைத் தரையில் கொட்டியவர் அதைப் பிறர் பார்த்துவிடக் கூடும் என்று எண்ணி, அவசர அவசரமாகத் தம் கைகளில் வாரிச் செல்லும்போது, அவரும் வருத்தப்படவே செய்வார்.

எனவே, இத்தகைய இக்கட்டான, பரிதாபமான நிலையைப் போக்கத்தக்க வலிமையான, அழகான, 'பிளாஸ்டிக்' நெகிழிப் பைகள் மக்களின் பயன்பாட்டுக்கு வந்தபின் வலிமையற்ற, எளிதில் கிழிந்து போகும் தாள்பைகளுக்கு மக்கள் விடையளித்து விட்டதில் வியப்பில்லை. அத்தகைய பைகளை இக்காலத்தில் நாம் காண்பதும் அரிதாகி விட்டது.

இதுவரை நம் நாட்டில் முன்பு புழக்கத்தில் இருந்த 'தாள் பைகளையும்' இப்பொழுது புழக்கத்தில் இருந்து வருகின்ற 'பிளாஸ்டிக்' பைகளையும் ஓரளவு பார்த்தோம். இனி, நம் நாட்டில் ஆண்டு 50களிலிருந்து பல பத்தாண்டுகள்வரை (அதாவது ஏறத்தாழ 1970கள்வரை) பள்ளி மாணவர்கள் தூக்கிச் சென்ற பைகளைப் பற்றிப் பார்ப்போம்.

நான் 1952ல் பள்ளியில் சேர்ந்து படிக்கத் தொடங்கிய காலத்தில் எனக்கு வாங்கிக் கொடுக்கப்பட்ட பையானது இந்து, புத்த சமயத் துறவிகள் அணியும் காவியுடை போன்ற நிறத்திலான துணிப்பை ஆகும். அதைத் தோளிலும் மாட்டிச் செல்லலாம். கையிலும் தூக்கிச் செல்லலாம். மழை நேரத்தில் அதைத் தூக்கிச் சென்றால், மழைநீர் உள்ளே எளிதாக புகுந்து புத்தகங்களை நனைத்து விடும். நான் மட்டுமில்லை, என் போன்ற பள்ளி மாணவர்களுங்கூட அத்தகைய பைகளையே பயன்படுத்தி வந்தனர். ஆனால், அந்த நிலை நீண்ட காலம்வரை நீடிக்கவில்லை.

ஒரு சில ஆண்டுகளில் பள்ளி மாணவர்களின் கைகளில் விதவிதமான வண்ண வண்ண அட்டைப் பெட்டிகள் இடம் பெற்றிருந்தன. பல நாள் போராட்டத்திற்குப் பின் எனக்கும் ஒரு பெட்டி கிடைத்தது. அதைக் கையில் தூக்கிச்சென்றபோது எனக்கு ஏற்பட்ட மகிழ்ச்சிக்கு அளவே இல்லை. இவ்வளவுக்கும் அது ஒரு அழுத்தமான அட்டைப் பெட்டிதான். காலப் போக்கில்

பயன்படுத்தப் பயன்படுத்த அதன் வெளிப்புறம் சில இடங்களில் தேய்ந்து போய்விடும். பெட்டியின் உள்ளே ஏதாவது ஒரு மூலையில் துவாரமும் ஏற்பட்டுவிடும். ஒரு பெட்டியின் கவர்ச்சி போன பின் அடுத்த பெட்டியை வாங்கிப் பயன்படுத்துவது வழக்கமாயிருந்தது. சில ஆண்டுகளுக்குப் பின், அந்த நிலையும் மாறத் தொடங்கியது.

ஆண்டு 2000க்குப் பின் மாணவர்கள் கூடுதலான புத்தகங்களை எளிதில் தோள்களில் சுமந்து செல்லத்தக்க (Backpack) எனப்படும் புதுவிதமான பைகள் நடைமுறைக்கு வந்து விட்டன.

காலமாறுதலுக்கு ஏற்ப புதியன வந்ததும் பழையன விடைபெறுதல் இயல்புதானே. அவ்வாறு முன்பு பயன்படுத்தப்பட்ட துணிப் பைகளும், புத்தகப் பெட்டிகளும் படிப்படியாக மறையலாயின.

அடுத்து, அவை போன்ற வேறு சில பொருட்கள், விளையாட்டுக்கள் பழக்க வழக்கங்கள் முதலியவை பற்றிப் பார்ப்போம்.

நம் நாட்டில் வழக்கொழிந்த சொற்கள்

1. ஒட்டுக்கடைகள்

'ஒட்டுக்கடைகள்' என்ற சொல்லை இப்பொழுதெல்லாம் நம்மால் கேட்க முடிவதில்லை.

சாலையோரச் சுவர்களில் ஒட்டி வைக்கப்பட்டவை போன்று தோற்றமளித்த சிறுசிறு கடைகள் நம் நாட்டில் ஒட்டுக் கடைகள் என அழைக்கப்பட்டன.

பரவலாக நம்நாட்டில் காணப்பட்ட ஒட்டுக்கடைகளை இக்காலத்தில் காண்பது மிக அரிதாகி விட்டது

2. பலகை போடுதல்

1965ல் நம்நாடு குடியரசான பின், இந்நாட்டில் பரவலாகக் காணப்பட்ட ஒட்டுக்கடைகள் படிப்படியாக மறையலாயின. இன்று ஒரு சில இடங்களில் மட்டுமே அவை காணப்படுகின்றன.. இவற்றை நான் ஏன் குறிப்பிடுகிறேன் என்றால், ஒட்டுக்கடைகளும் மற்ற சாலையோரக் கடைகளைப் போன்றே வியாபாரத்தை முடித்துக்கொண்டு வீடு செல்லும் முன்பு தம் கடைகளை அடைப்பதற்கு ஒரே அளவிலான பல தனித்தனிப் பலகைகளைக் கடையின் முகப்பில் ஒவ்வொன்றாக, வரிசையாக அடுக்கி இணைத்தபின் தாழ்ப்பாளைப் போட்டுப் பூட்டி விட்டுச் செல்வது வழக்கமாய் இருந்தது. பாதுகாப்பைக் கருதி இவ்வாறு செய்யும் செயலைத்தான் 'பலகைபோடுதல்' என்று கூறப்பட்டது.

இந்தச் சொல் இக்காலத்தில் மறைந்து விட்டது என்றே சொல்ல வேண்டும். இதற்கு மாறாக இக்காலத்தில் நவீன முறையில் 'Shutters' எனப்படும் இழுப்பு அடைப்பான்கள் புழக்கத்தில் இருக்கின்றன. கடைக்காரர்கள் சிரமப்பட்டு கனமான ஒவ்வொரு பலகையாகத் தூக்கி வந்து அடைப்பதும், அவ்வாறே காலை வேளையில் கடை திறக்கும்போது ஒவ்வொன்றாகத் தூக்கி வந்து கடையின் ஒருபக்கமாக அடுக்கி வைப்பதும் முற்றிலும் மறைந்தே விட்டது.

இது பற்றி அறியாத இன்றைய இளைய தலைமுறையினருக்கு இது சற்று வியப்பான, அதே நேரத்தில் நம்பமுடியாத செயலாகவும் தோன்றும்.

3. பட்டாசு வெடித்தல்

இப்படிப்பட்ட பழக்கவழக்கங்கள், சீன மக்களிடத்திலே பரம்பரை பரம்பரையாக ஊறிப்போன அந்தப் பழக்கவழக்கங்கள்கூட நம் நாட்டைப் பொருத்தவரை விடைபெற்றுச் சென்று விட்டன. அதற்கு ஒரு வழியாக முடிவு கட்டிய நம் நாட்டின் முதல் பிரதமரை அனைத்து இன மக்களும் மனமார வாழ்த்தவே செய்தனர். இது நம் நாட்டின் நவீன நிறுவனரும் முதல் பிரதமரும் புரிந்த சாதனைகள் என்று கூறினால், அது எவ்வகையிலும் மிகை அன்று.

இனி, நம் நாட்டில் நீண்ட நாட்களாக வழக்கத்தில் இருந்து வந்த இன்னொரு வழக்கத்தைப் பற்றியும் பார்க்கலம். (Tea money) 'டீ மணி' (முன்பணம்) என்ற சொல்லை இப்பொழு தெல்லாம் நம் நாட்டில் நாம் அதிகமாகக் கேள்விப்படுவதில்லை. அந்தச் சொல்லுங்கூட நம் நாட்டைப் பொருத்தவரை நம் நாட்டின் விடுதலைக்குப் பின் விடுதலை பெற்றுச் சென்றுவிட்டது என்பதே உண்மையாகும். 'டீ மணி' கொடுப்பது என்றால், ஒரு வீட்டை அதன் உரிமையாளரிடம் வாடகைக்குப் பெறும் பொருட்டு அவருக்கு முன் பணமாகக் கொடுக்கப்படும் ஒரு தொகையைக் குறிப்பதாகும். அந்தத் தொகையானது வாடகைக்குப் பெறப்படும் வீட்டின் அளவையும் வீட்டின் சொந்தக்காரரின் மனநிலையையும் பொருத்த ஒன்றாகும். எல்லாராலும் 'டீ மணி' கொடுப்பது என்பது இயலாத ஒன்று.

இத்தகைய துயரநிலைக்கு மூல காரணமாயிருந்தது இரண்டாம் உலகப் போருக்குப் பின் நம் நாட்டில் நிலவிய வறுமை நிலையும் குடியிருப்பு வீடுகளின் பற்றாக்குறையுமே என்பேன். வாழ்க்கையில் எதிர்பாராமல் ஏற்படும் நெருக்கடி நிலை காரணமாக வீடு தேடியலைந்த எண்ணற்ற பாமர மக்கள் எதையும் செய்து வீட்டை வாடகைக்குப் பெற தயக்கம் காட்டவில்லை. அதை முன்னிட்டு வேறு வழியின்றித் தங்கள் வசமிருந்த பணத்தையோ பிறரிடம்

கடன் வாங்கிய பணத்தையோ 'டீ மணி'யாகக் கொடுத்து வீடுகளை வாடகைக்குப் பெற்று குடியிருந்து வந்தனர்.

நானும் அத்தகைய துன்பத்திலிருந்து தப்ப முடியவில்லை. எப்படியெனில் 1964ல் எனக்குத் திருமணம் நடந்தேறியது. அதே ஆண்டில்தான் நானும் தமிழாசிரியர் பணியில் சேர்ந்து மூன்று ஆண்டுகள்வரை வாரம் மும்முறை ஆசிரியர் பயிற்சிக் கல்லூரி சென்று, பகுதி நேரப் பயிற்சியை மேற்கொள்ள நேர்ந்தது. என் தந்தையோ வயதானவர். அவர் பணிபுரிந்து வந்த (Gas Company) எரிவாயுக் கம்பனி, அப்போது அவருக்குக் கொடுத்திருந்த 'குவாட்டர்ஸின்' ஓர் அறை வீட்டில் குடியிருந்து வந்தார். நானும் என் பள்ளிப் படிப்பை முடித்து விட்டு, அதே வீட்டில்தான் தங்கியிருந்தேன். வயதான என் தகப்பனாருக்குப் பணி ஓய்வு பெறும் காலம் நெருங்கி விட்டது. அதைக் கருத்தில்கொண்டு என் தகப்பனார் தன் தாயகம் திரும்புமுன் எனது திருமணத்தை முடித்துவிட முடிவு செய்தார். என்னை இந்நாட்டில் தனியாக விட்டுச் செல்ல அவருக்கு மனமில்லை. எனவே, நானும் அவரின் முடிவை ஏற்றுக்கொள்ள வேண்டிய சூழல் இருந்தது. நம் நாட்டில் அப்போது இருந்து வந்த இனக் கலவரம், அதை முன்னிட்டு அமலில் இருந்த ஊரடங்குச் சட்டம் (Curfew) இவற்றிற்கு இடையே மலாயாவின் ஈப்போ நகரில் வாழ்ந்த ஒரு பெண்ணைப் பார்த்து, திருமண ஏற்பாட்டைச் செய்து விட்டார். என் திருமணமும் 1964ம் ஆண்டு ஆகஸ்டு திங்கள் இருபதாம் நாளன்று ஈப்போ (Lahat Road) லஹாட் ரோடு அருள்மிகு முருகன் ஆலயத்தில் இனிதே நடைபெற்றது. அப்போது ஊரடங்குச் சட்டம் நடைமுறையில் இருந்து வந்ததால், தக்க தருணம் பார்த்து, உயிரைக் கையில் பிடித்துக்கொண்டு, ஈப்போவிலிருந்து புகை வண்டி ஏறி, சிங்கை வந்தடைந்தோம்.

என் தகப்பனாரைப் பொருத்தவரை அவர் தன் கடமையைச் செவ்வனே செய்து முடித்துவிட்டார். அவருக்கு அதனால் ஓரளவு நிம்மதி. எனக்கோ அப்பொழுதுதான் இல்லற வாழ்வில் எதிர்கொள்ள வேண்டிய சிக்கலே (பிரச்சினையே) தலைதூக்கத் தொடங்கியது. எரிவாயுக் கம்பனி என் தகப்பனார் குடியிருக்க அனுமதித்திருந்த தனியாளுக்குரிய வீட்டில் குடும்பக்காரர்கள் சேர்ந்து குடியிருக்க சட்டம் இடந்தரவில்லை. என்ன செய்வது என்று தீவிரமாகச் சிந்திக்க வேண்டிய நிலை எனக்கும் என் மனைவிக்கும் ஏற்பட்டு விட்டது. படிப்பை முடித்ததும் திருமணம் என்ற நிலை எனக்கு ஏற்பட்டதால், செய்வது அறியாது திகைத்தோம். அச்சமயம் பார்த்து என் தந்தையாருக்குப் பணி

ஓய்வு (Retirement) அளிக்கப்பட்டு விட்டது. எனக்கோ கண்ணைக் கட்டிக் காட்டில் விட்டது போலிருந்தது. என் தந்தையும் தாயகம் புறப்பட வேண்டிய முன் ஏற்பாடுகளைச் செய்து வந்தார். அவரும் எனக்கு அந்த நேரம் எதுவும் செய்ய இயலாத நிலையில் இருந்தார். குறைந்த சம்பளத்தில் வாழ்நாள் முழுதும் கடுமையாக உழைத்துச் சம்பாதித்த பணத்தில் தன் மனைவி மக்களுக்கு அனுப்பியது போக எஞ்சியிருந்த தொகையில் தன் ஊர்ப்பயணத்திற்கு வேண்டிய பொருட்களை வாங்கிச் சேகரித்துக்கொண்டிருந்தார். அத்தகு சூழ்நிலையில் பணம் கேட்டு அவருக்குத் தொல்லை கொடுக்கவும் எங்களுக்கு மனமில்லை.

‘சவாலே சமாளி!’ என்ற மனவுறுதியுடன் வாடகை வீடு தேடும் படலத்தில் இறங்கினோம். இறுதியில் நானும் என் மனைவியும் ஒரு முடிவுக்கு வந்தோம். நான் புதிதாக ஆசிரியப் பணியில் சேர்ந்தபின், பெற்ற நூற்று எண்பது வெள்ளி மாதச் சம்பளத்தில் சேமித்திருந்த கொஞ்சப் பணத்துடன் என் மனைவியின் நகைகளில் திருமாங்கல்யத்தைத் தவிர, மற்றவற்றை அடகு வைத்து, அதன் மூலம் பெற்ற தொகையையும் சேர்த்து எப்படியோ ‘டீமணி’க்குத் தேவைப்பட்ட ஐயாயிரம் வெள்ளியைத் திரட்டி, கேலாங் வட்டாரத்தில் ஜூசியாட் பிளேசில் இருந்த ‘ஓர் அறை’ வீட்டிற்கு அதன் சொந்தக்காரரிடம் பணத்தை ஒப்படைத்தோம். சாலையோரமாகக் கட்டப்பட்டு முகப்பில் தகரம் வேயப்பட்ட அந்தச் சிறு வீட்டில் குடியிருந்து வந்தோம். நாங்களே வாடகை வீடு பார்த்துக் குடியேறியபின் என் தந்தையும் கப்பலேறித் தாயகம் சென்றுவிட்டார்.

Stone grinder aatukkal

Stone grinder, 'aattukkal'

Stone grinder - Aatukkal

7

நம் நாட்டில் வழக்கொழிந்த சொற்கள்

நடமாடும் காப்பிக் கடைகள்

நான் சிங்கை வந்த காலமுதல் பல பத்தாண்டுகள் வரை 'Five Foot Paths' எனப்படும் ஐந்தடிப் பாதைகளின் ஓரமாகவும் சந்துப்பாதைகளிலும் (Angsana Trees) புங்கை மரங்கள் எனப்படும் நிழல் தரும் மாபெரும் மரங்களின் அடியிலும் சில சமயங்களில் மேஞ்சாலைகளின் கீழும் இன்னும் விற்பனைக்கு வசதியான வேறு பல இடங்களிலும் 'நடமாடும் சுவை நீர்க் கடைகள்' இடம் பெற்றிருந்தன. அத்தகைய கடைகளைப் பெரும்பாலும் வங்காள நாட்டைச் சேர்ந்த தனிநபர்களும் நம் நாட்டில் வாழ்ந்து வந்த சிலரும் அதே போன்ற கடைகளை நடத்தி வந்தனர் என்பதை நான் நன்கு அறிவேன்.

என் போன்றே அக்காலக்கட்டத்தில் வாழ்ந்த நம் மூதாதையர் பலரும் அறிந்திருப்பர் என்பது திண்ணம்.

இனி, அத்தகைய கடைகள் பார்க்க எப்படியிருக்கும் என்பது பற்றியும் ஒரு சில கூற விரும்புகிறேன். அவை பெரும்பாலும் திறந்த வெளியிலேயே நடத்தப்பட்டன. அவை தற்காலிகக் கடைகளாகவே செயல்பட்டன. கடைகளின் உரிமையாளர்கள் இரவு நேரம் வந்ததும் வாடிக்கையாளர்கள் அமர்ந்து சுவை நீர் பருகிய சிறுசிறு 'குட்டை நாற்காலிகளை'யும் பாத்திரங்களையும் மற்றப் பொருட்களையும் அவர்களுக்கு உரிய தள்ளு வண்டியில் வைத்தோ தலையில் தூக்கிக்கொண்டோ அவரவர் இருப்பிடங்களுக்குச் சென்று விட்டு, வழக்கம்போல் மறுநாள் அதே இடத்திற்குச் சென்று கடை விரித்து

செ.பாலசுப்ரமணியன் | 185

விடுவர். அதனால்தான் அந்தக் கடைகளை 'நடமாடும் காப்பிக் கடைகள்' என்று குறிப்பிட்டேன்.

வேறு சிலர் தம் கடைகள் அங்கேயே இருக்குமாறு செய்ய அவர்கள் பயன்படுத்திய பொருட்களை இரும்புச் சங்கிலியால் பிணைத்து, பூட்டிவிட்டு வீடு செல்வர். சிலசமயம் வெட்ட வெளியில் நிழல்தரும் Angsana எனப்படும் மரத்தடிகளில் நடத்தப்பட்டு வந்த அந்தக் காப்பிக் கடைகளை விரும்பிப் பலரும் சுவை நீர் அருந்தச் செல்வர். அக்காலக்கட்டத்தில் அவர்கள் கடைகளில் மலிவு விலையில் கிடைத்த சுவைநீர் 'பன்ரொட்டிகள்' முதலியன நம் நாட்டின் நடுத்தர மக்களையும் அடித்தள மக்களையும் காந்தம்போல் கவர்ந்தன என்றே சொல்ல வேண்டும். நம் நாடு நவீனமயத் திட்டத்தை நோக்கி நடைபோடத் தொடங்கிய காரணத்தால் இன்று அத்தகைய கடைகள் இருந்த இடம் தெரியாமல் மறைந்து விட்டன என்பதை வருத்தத்துடன் கூறிக் கொள்கிறேன்.

மறைந்துவிட்ட மலத் தொட்டிகள்

அடுத்து நம் நாட்டிலிருந்து முற்றிலும் மறைந்து விட்ட மற்றும் ஒரு காட்சியை உங்கள் மனக்கண் முன்கொண்டு வந்து நிறுத்துகிறேன். காட்சி கேட்பதற்கு என்னவோ அருவருப்பாக இருந்தாலும் அதுவே நம்நாட்டில் இருந்த உண்மைக் காட்சி என்பதை நினைவூட்ட விரும்புகிறேன்.

நம் நாடு காலனியாதிக்கத்திலிருந்து விடுபட்டு 1965ல் குடியரசு நாடாக ஆகும்வரை அத்தகை அருவருக்கத்தக்க காட்சிகளே இடம் பெற்றிருந்தன என்பதை எவராலும் மறுக்க இயலாது. இந்தளவு பீடிகை போடுகிறீர்களே என்னதான் அப்படிப்பட்ட காட்சி என்று என்னைப் பார்த்துக் கேட்கத் தோன்றுவது இயல்பே. இதோ, கூறுகிறேன் கேளுங்கள்.

அது வேறொன்றுமில்லை. அன்று நம் நாட்டின் சாலைகளிலும் குடியிருப்பு வீடுகளின் பின்புறங்களிலும் கடைவீடுகளின் பின்புறச் சந்துப்பாதைகளிலும் (Backlanes) அன்றாடம் அல்லது இரண்டொரு நாள் இடைவெளி விட்டு, வீடுகளின் பின்புறத்தில் அவற்றிற்குரிய இடங்களில் திணித்து வைக்கப்பட்ட மனிதக் கழிவுகள் (மலம்) நிரம்பிய 'Buckets' என்ற மலத் தொட்டிகளைக் 'காண்டாக்கம்புகள்' என அழைக்கப்பட்ட உறுதியான தட்டையான மூங்கில் கழிகளின் இருமுனைகளிலும் தொங்கிய நீளமான இரும்புக் கம்பிகளின் கொக்கிகளில் கோத்து, 'காவடி' தூக்குவதுபோல் தொழிலாளர்கள் 'குறிப்பாக சீனர்கள்' தம் தோள்களில் சுமந்து செல்வது அன்றைய

வழக்கமாயிருந்தது என்பதை நம் நாட்டு இளந்தலைமுறையினருக்கு நினைவுப்படுத்த விரும்புகிறேன்.

அன்று நம் நாட்டு மக்கள் அனைவரும் விரும்பினாலும் விரும்பாவிட்டாலும் அத்தகைய அருவருப்புக் காட்சிகளைக் காணும்போது, தங்கள் மூக்கைப் பிடித்துக்கொண்டாவது சகித்துக்கொள்ள வேண்டிய நிலை இருந்து வந்தது.

பொதுமக்கள் மூக்கைப் பிடித்துக்கொண்டனரே தவிர, நிரம்பிய மலத் தொட்டிகளை வெளியில் இழுத்து விட்டு அவ்விடங்களில் சுத்தமான தொட்டிகளைத் தொழிலாளர்களே வைத்தனர். பின்னர், நிரம்பி வழியும் நிலையில் இருந்த மலத் தொட்டிகளை நம்மைப்போல் மூக்கைப் பிடித்துக்கொண்டு அவர்கள் தூக்கிச் செல்லவில்லை. அவர்கள் சற்றும் மனங்கோணாது பொறுமையுடனும் சகிப்புத் தன்மையுடனும் அத்தகைய பணிகளைச் செய்து வந்ததை எண்ணி வியப்பும் வருத்தமும் அடைந்ததுண்டு.

இத்தகு பாட்டாளி மக்களின் தியாகத்தை நம் அரசு மறக்கவில்லை. மாறாகப் பாராட்டுகின்றது; பணவுதவியும் அவர்களுக்குச் செய்கிறது என்றால், இப்படிப்பட்ட நல்ல காரணங்களைக் கருத்தில்கொண்டே அவ்வாறு செய்கிறது என்பதை மக்கள் நன்கு உணர வேண்டும். அத்தகைய தியாக உள்ளம் படைத்த நம் மூத்த தலைமுறையினரின் உழைப்பே நம் நவீன சிங்கை உருவாகப் பெரிதும் உறுதுணை புரிந்தது என்பதை அனைவரும் எண்ணிப் பார்க்கவேண்டும். பேருந்துச் சேவை, மின்கம்பிகளைத் தொட்டவாறு காலாங் சாலை போன்ற சில சாலைகளில் சென்று வந்த பேருந்துகளின் சேவை முதலியவற்றைப் பற்றி எவ்வளவோ எழுதலாம். இதுபற்றி முன்பே பல கட்டுரைகள் நம் செய்தித்தாள்களில் விரிவாகக் கொடுக்கப்பட்டுவிட்டன. மேலும், எழுதுவதற்கு வேறு சில தலைப்புகள் இருப்பதால் நான் அவற்றில் கவனம் செலுத்துவது பயனுள்ளது என்று நினைக்கிறேன்.

அடுத்து, நம் நாட்டில் ஆண்டு 50களிலிருந்து ஏறத்தாழ 80கள்வரை நடைபெற்று வந்த அஞ்சலகச் சேவை, (Postal Service & Telegram Service)தந்தி அனுப்பும் சேவை ஆகியவைப்பற்றி நான் அறிந்தவற்றை உங்களுக்குக் கூறுவது பயனுள்ளது எனக் கருதுகிறேன்.

நான் மேற்குறிப்பிட்ட அந்தக் காலக் கட்டத்தில் நம் நாட்டில் மட்டுமின்றி, உலக நாடுகள் அனைத்திலும் வாழ்ந்து வந்த மக்கள் ஓரிடத்திலிருந்து தொலைதூரங்களில் வாழ்ந்து வந்த தம் உறவினர்கள், நண்பர்கள் போன்றோரிடம் தொடர்புகொண்டு தகவல் பரிமாற்றம் செய்வது என்பது பெரும்பாலும் கடிதங்கள்

வாயிலாகவே நடைபெற்று வந்தன. அதைத் தவிர விரைவில் தெரிவிக்க வேண்டிய இன்பமான, துன்பமான செய்திகளாயிருந்தால் மக்கள் தந்தியனுப்புதல் மூலமே செய்து வந்தனர். அக்காலத்தில் அவற்றைத் தவிர, வேறு வழிகள் இல்லை எனலாம். உலக மக்களிடையே தொடர்புப் பாலமாக இருந்து வந்தது இவ்விரு முறைகளே. அரசாங்க அலுவலகங்களும் அம்முறையையே கையாண்டு வந்தன. அஞ்சல்காரர்கள் கடிதம்கொண்டு வருவதை மக்கள் அன்று மிகுந்த ஆவலுடன் எதிர்பார்த்துக் காத்திருந்தனர். அதில் நானும் விதிவிலக்கில்லை. விமானச் சேவைகளும் அதில் மும்முரமாகச் செயல்பட்டு வந்தன. ஆனால், அந்நிலை இன்று மக்கள் கண்களிலிருந்தே மாயமாய் மறைந்து விட்டன. தந்தியனுப்பத் துணை புரிந்து வந்த ஒரு சில தந்திநிலையங்களும் மூடப்பட்டு விட்டன.

(Kling) 'கிலிங்' என்பது இழிசொல்லா?

முற்காலத்தில் கட்டடங்கள் கட்டும் பொருட்டு கைதிகளை வேலையிடங்களுக்கு அழைத்துச் செல்லும்போது, அவர்கள் கால்களில் பிணைக்கப்பட்டிருந்த கனமான இரும்புச்சங்கிலிகள் 'கிலிங்! கிலிங்!' என்று ஒலியெழுப்பினவாம். அந்த ஒலியைக் கேட்ட பிற இனத்தைச் சேர்ந்த மக்கள் கைதிகளை 'கிலிங்' என்ற பெயரால் அழைக்கத் தொடங்கினராம். காலப்போக்கில் அதே கிலிங்! என்ற சொல்லால் தோற்றத்தில் ஒத்திருந்த தமிழர்களையும் அழைக்கலாயினர். அவ்வாறு இருபிரிவினரையும் ஒப்பிட்டு கிலிங்! என்ற சொல்லால் அடையாளம் காண்பது அப்பாவித் தமிழர்களை இழிவுபடுத்தவல்லது' என்று அவர்கள் கருதுவதில் நியாயம் உள்ளது. உண்மை அதுவன்று.

நம் நாட்டிற்குப் பெருமை சேர்க்கும் முக்கியக் கட்டடங்கள் எவரின் உழைப்பால் ஆனது? இது முழுக்க முழுக்க கைதிகளின் உழைப்பால், தியாகத்தால் ஆனதே எனலாம்.

செயின்ட் ஆன்ட்ரூஸ் தேவாலயம் மட்டுமின்றி, நம் நாட்டின் உச்ச நீதிமன்றக் கட்டடம், நகர மண்டபம், நீண்ட காலமாக இந்நாட்டின் தலைமை அஞ்சலகமாகப் பயன்படுத்தப்பட்ட ஃபுல்லர்ட்டன் கட்டடம் (Fullerton Building) போன்ற வேறு சில கட்டடங்களும் இந்தியாவிலிருந்தும் அந்தமான் தீவிலிருந்தும் கால்களில் சங்கிலிகளால் பிணைக்கப்பட்டு, விலங்குகள்போல் ஓட்டி வரப்பட்ட ஆயுள் தண்டனைக் கைதிகளின் கடும் உழைப்பால் கட்டி முடிக்கப்பட்டவையே எனும் உண்மையை எவராலும் மறுக்க இயலாது.

நம்நாட்டு வளர்ச்சிக்கு அவர்கள் புரிந்துள்ள உயிர்த் தியாகங்கள் பற்றி நம்முன்னோடி மூதாதையர்கள் கதை கதையாகக் கூறியதைக் கேள்விப்பட்டுள்ளேன். கற்றறிந்த பண்புடைய மக்கள் ஒருக்காலும் அவ்வாறு பயன்படுத்துவது இல்லை. வரலாற்று அறிவு சற்றும் இல்லாத அறிவிலிகளும் வேண்டுமென்றே இழிவுபடுத்த நினைப்பவர்களுமே தொடர்ந்து இன்னும் அச்சொல்லைத் தவறான பொருளில் பயன்படுத்தி வருகின்றனர் என்பதை நாம் உணர வேண்டும்.

இனி, வரலாற்றில் அச்சொல் எப்பொருளில் பயன்படுத்தப் பட்டுள்ளது என்பதை தெரிந்து கொள்வோம்.

பண்டைக் காலத்தில் இந்தியாவுடன் வாணிபத் தொடர்பு கொண்டிருந்த ஆங்கிலேயர்கள், டச்சுக்காரர்கள், போர்த்துக் கீசியர்கள் முதலானோர் அதாவது வங்காள விரிகுடாவை (Bay of Bengal) பார்த்தார்ப்போல் உள்ள 'coromandal Coast' எனப்படும் கடலோரப் பகுதியைச் சேர்ந்த மக்களையே 'Kling' cling', Keling' என்ற சொற்களால் அழைத்து வந்தனர் என்பது தெரிகிறது.

அச்சொற்கள் தென்னிந்தியாவில் மட்டுமின்றி தென்கிழக்காசியப் பகுதியைச் சேர்ந்த மலாயா சிங்கப்பூர், இந்தோனீசியா ஆகிய நாடுகளிலுள்ள மக்களாலும், மற்றும் சில வெளி நாட்டவர்களாலும் பரவலாகப் பயன்படுத்தப்பட்டு வந்துள்ளது என்பதை வரலாற்றுக் குறிப்புகள் காட்டுகின்றன.

('Kling') 'கிலிங்' என்ற சொல்லால் 'கொரமண்டல்' கரையோரப் பகுதியில் வாழ்ந்த தென்னிந்திய மக்கள் குறிப்பிடப்படுவது வெளிநாட்டுச் சுற்றுலாப் பயணிகள் எழுதிய சில நூல்களிலும் காணப்படுகிறது.

இதற்குச் சான்றாக 1883ல் 'Isabella Bird' என்ற பெண்மணி எழுதியுள்ள 'The Golden Chersonese and the Way Thither' என்ற தம் நூலில் தமிழர்கள் ('Kling') என்ற சொல்லால் குறிப்பிட்டுள்ள செய்தியானது இதற்குத் தக்க சான்று பகர்வதாய் உள்ளது.

மேலும், இஸபெல்லா பர்டு என்ற அப்பெண் எழுத்தாளரே 'கிலிங்' பெண்மணிகளே அப்பொழுது இங்கு வாழ்ந்த மற்ற இனப் பெண்களைவிடவும் கவர்ச்சி மிக்கவர்கள் என்று துணிந்து கூறியுள்ளது சிந்திக்கத்தக்கதும், நமக்கெல்லாம் பெருமை அளிப்பதுமாகும்.

எனவே, 'கிலிங்' என்ற சொல்லை அவர்கள் எவ்வகையிலும் இழிவுப் பொருளில் பயன்படுத்தவில்லை என்பது வெள்ளிடைமலை!

செ.பாலசுப்ரமணியன் | 189

அடுத்து, 'George Macdonald Fraser', 'J. H. M. Robson' போன்றோர் எழுதியுள்ள நூல்களிலும் 'கிலிங்' என்ற சொல் பல இடங்களில் பயன்படுத்தப்பட்டுள்ளது.

இவற்றை ஒப்பு நோக்கி பார்ப்போமானால், அச்சொல் எவ்வகையிலும் அவர்களால் இழிவுப் பொருளில் பயன்படுத்தப் படவில்லை; தென்னக மக்களைக் குறித்த ஓர் அடையாளச் சொல்லெனவே தெரிகிறது.

எனவே, அச்சொல்லைப் பற்றித் தமிழர்களாகிய நாம் அதிகம் கவலைப்படத் தேவையில்லை என்பதே என் கருத்து.

குறிப்பு: இவ்விடத்தில் ஒன்றை உங்களுக்குத் தெளிவுப்படுத்தக் கடமைப்பட்டுள்ளேன். 'Orissa' எனப்படும் கலிங்க தேசத்து மக்களை 'Kalingas' என்றும் 'கொரமண்டெல்'கரையோரப் பகுதியில் வாழ்ந்த தென்னிந்தியர்களை 'Kling' என்றும் முற்கால வரலாறு குறிப்பிடுகிறது. இந்த இரண்டு சொற்களையும் ஒன்று எனப் பொருள் கொள்வதே எல்லாக் குழப்பத்திற்கும் காரணம் என்பதை இங்குச் சுட்டிக் காட்ட விரும்புகிறேன்.

எனவே, இதை இந்தளவில் நிறுத்திக்கொண்டு இனி, வேறு தலைப்புக்களைப் பற்றிப் பார்ப்போம்.

சிந்தனையைத் தூண்டும் சுவையான நினைவலைகள்
சாலையோர குத்துப்பீலிகள் (Stand Pipes)

நம் நாட்டிலுள்ள மக்கள் பலர் திரைப்படங்களில் நடிகர்களால் ஆடப்படும் 'குத்தாட்டங்களைப் பற்றி' நன்கு அறிந்திருப்பர். 'குத்துப் பீலிகளைப் பற்றி' அறிந்திருப்போர் வெகு சிலரே எனலாம்.

நம் சிங்கை 'குடியரசு' (Republic) ஆவதற்கு முன்பு இந்நாட்டின் 'கம்போங்' எனப்பட்ட கிராமப்புறங்களிலும் நகர்ப்புறச் சாலை ஓரங்களிலும் புறநகர்ப் பகுதிகளிலும் ஆங்காங்கே பல குத்துப்பீலிகள் (Stand Pipes) வைக்கப்பட்டிருந்தன. தங்கள் வீடுகளில் குழாய் நீருக்கு வழியில்லாத மக்கள் தெருவோரக் குத்துப் பீலிகளில் கிடைத்த தூய நீரையே பெரும்பாலும் சமைக்கவும் குடிக்கவும் குளிக்கவும் பயன்படுத்தி வந்தனர். வீடுகள் அருகில் இருந்தாலும் தொலைவில் இருந்தாலும் குத்துப் பீலிகளைத் தேடி வந்து தாங்கள்கொண்டு வந்திருந்த தோம்புகள், மண்ணெண்ணெய் தகரங்கள் போன்றவற்றால் தேவையான நீரை நிரப்பி 'காண்டாக்கம்புகளில்' காவடி தூக்குவதுபோல் தம் தோள்களில் மக்கள் தூக்கிச் செல்வது அக்கால வழக்கமாய் இருந்தது.

இளையரும் முதியோரும் ஆண்களும் பெண்களுங்கூட தெருவோரக் குத்துப் பீலிகளில் குளித்துச் சென்ற காட்சியை என்னால் இன்றும் மறக்க இயலவில்லை. அத்தகைய நிலைபற்றி மக்கள் அன்று வெட்கமோ வேதனையோ பட்டதில்லை. அது அன்றைய இயல்பு வாழ்க்கையாகக் கருதப்பட்டது.

குத்துப் பீலிகளும் நம் நாட்டின் நவீன வாழ்க்கைக்கு இடமளித்து விடைபெற்றுச் சென்று விட்டன. இப்பொழுதுள்ளோர் அத்தகைய அரிய காட்சிகளைக் காண முடியாது. விரும்பினால், அவர்கள் நம் நாட்டின் வரலாற்று நூல்களைப் புரட்டிப் பார்த்துத் தெரிந்துகொள்ளலாம்.

நாட்டில் எங்கு நோக்கினும் பளிங்கு போன்ற தூய கழிவறைகளும் இருந்த இடத்தில் இருந்தபடியே பெறத்தக்க குழாய்நீர் வசதிகளும் குறைவின்றிக் கிடைக்கும்போது பழைய மலத் தொட்டிகளையும் குத்துப் பீலிகளையும் நினைத்துப் பார்க்க வேண்டிய அவசியமிராது அல்லவா ! நல்ல மாற்றத்திற்கு வழிவிடுவதே அறிவுடை மக்களின் கடமை என்பதை நாமும் உணர்வோம்.

இத்தலைப்பினை இத்துடன் முடித்துக் கொண்டு அடுத்து வரவிருக்கும் தலைப்பைப் பற்றிச் சிந்திப்போம் வாருங்கள்.

ஆண்டு 50 களிலிருந்து பல்லாண்டுகள்வரை நம் நாட்டு மாணவ மாணவியர் பொதுமக்கள் ஆகிய அனைவரையும் காந்தம்போல் கவர்ந்தவை சாலையோர அங்காடிக் கடைகள் என்றால், அது மிகையாகாது. அத்தகைய கடைகளிலும் (Iceballs) என்ற பெயரில் பனிக்கூழ்ப் பந்துகளை' விற்பனை செய்த சாலையோர அங்காடிக் கடைகள், பள்ளிக்கூடங்களுக்கு அருகிலிருந்த காலி இடங்களில் தங்கள் தள்ளு வண்டிகளில் நாள்தோறும் குறிப்பிட்ட நேரங்களில் வந்து பனிக்கூழ்ப் பந்துகளை விற்பனை செய்தோரின் அங்காடிக் கடைகள் ஆகியவற்றை நாடி வந்து அவரவர் விருப்பம்போல் பல வண்ணங்களில் பனிக்கூழ் பந்துகளை வாங்கி, கையில் பிடித்து உறிஞ்சிச் சுவைத்தப்படியே நடந்து சென்ற அந்தக் காட்சிகள் இன்னும் என் மனத்தில் பசுமரத்தாணிபோல் பதிந்துள்ளது.

பனிக்கூழ்ப் பந்து விற்பனையில் அக்காலத்தில் பெரும்பாலும் மலபார் நாட்டைச் சேர்ந்த 'காக்கா முஸ்லிம்கள்' எனப்பட்டோரே ஈடுபட்டிருந்தனர். அவர்கள் தங்கள் தள்ளுவண்டிகளில் பொருத்தப்பட்டிருந்த இழைப்புளிகளின்மீது பெரிய பனிக்கட்டிகளை வைத்து வேகமாக தேய்ப்பதன் மூலம் பனிக்கட்டித் துருவல்களை உருண்டையாகத் திரட்டி, அவற்றின்மீது வாங்குவோர் விரும்பியபடியே பல வண்ணங்களைத் தெளித்து,

அதன் மேல் 'டின்களில்' இருந்து தண்ணீர்ப் பாலையும் இனிய 'syrub' எனப்படும் தேம்பாகையும் கலந்து கெட்டியாக உருட்டிக் கொடுக்கப்பட்டதே 'பனிக்கூழ்' பந்துகளாகும்.

அப்படிப்பட்ட 'பனிக்கூழ்' பந்துகளையோ அவற்றை விற்ற அங்காடி வியாபாரிகளையோ இன்று நம் நவீன சிங்கையில் காண்பது என்பது மிகவும் அரிதாகிவிட்டது. அதுவும் இங்கு மறைந்துவிட்ட காட்சியாகி விட்டது.

முன்பு நம் நாட்டின் பல இல்லங்களிலிருந்து இரவிலும் பகலிலும் தொடர்ந்து மக்கள் காதுகளில் வந்து விழுந்த 'சரசர' 'கடபுட' என்ற ஓசையும் பெரிதும் மறைந்து விட்டது என்றே சொல்ல வேண்டும். ஆம் 'மாஜோங்' (Majong) என்று அழைக்கப்படும் விளையாட்டையே நான் அவ்வாறு குறிப்பிட்டேன்.

'மாஜோங்' என்பது சூது விளையாட்டா அல்லது பொழுதுபோக்கு விளையாட்டா என்று என்னால் கூற இயலாது. அதில் நான் ஈடுபட்டதும் இல்லை.

எது எப்படியோ, நம் முன்னாள் பிரதமர் திரு. லீ குவான் இயூ அவர்களின் ஆட்சியில் பலவிதமான தூய்மைக் கேடுகள் பற்றியும் அவற்றினால் ஏற்படும் தீமைகள் பற்றியும் அடிக்கடி நாட்டு மக்களுக்கு விளக்கிச் சொல்லப்பட்டு வந்தது. அதன் பலனாக ஓசைத் தூய்மைக் கேட்டிற்குக் காரணமாயிருந்த 'மாஜோங்' விளையாட்டும் குறைந்து விட்டது என்றே கருதுகிறேன்.

அடுத்தாற்போல், நம் நாட்டில் நடைபெற்று வந்த சாலையோர அங்காடி வியாபாரமும் நிறுத்தப்பட்டுவிட்டது. ஆண்டு 50, 60களில் அன்றாடம் சாலையோரங்களில் நடைபெற்று வந்த 'மீகோரேங்' வியாபாரம் தள்ளுவண்டிகளில் காய்கறிகள், மீன்கள், இறைச்சிப் பொருள்கள் முதலியன விற்கப்பட்ட செயல்கள், சாலைகளில் மணியடித்தவாறே வந்து விற்கப்பட்ட 'Ice cream' எனப்படும் பனிக்கூழ் வியாபாரம், சாலையோரங்களிலும் கடற்கரைகளிலும் நடைபெற்று வந்த பலவிதக் கடலைகள் வியாபாரம், மலாய்க்காரர்களால் நடத்தப்பட்ட 'சாத்தே' எனப்படும் வாட்டிய கோழி இறைச்சி வியாபாரம் போன்ற பல அங்காடி வியாபாரங்கள் இப்பொழுது நம் சாலைகளில் நடைபெற முடியாதபடி தடுக்கப்பட்டு விட்டன.

சாலைப் போக்குவரத்துக்கு இடையூறு ஏற்படுத்துகின்றன என்ற காரணத்தால் அவையாவும் அரசால் தடுக்கப்பட்டு விட்டன என்ற போதிலும் அவற்றிற்கு மாற்று இடங்கள் வழங்கப்படாமல் இல்லை.

நம் அரசாங்கம், நம் நாட்டு அங்காடி வியாபாரிகளின் வாழ்வாதாரம் பாதிக்கப்படக்கூடாது என்ற நல்ல நோக்கத்துடன் நாட்டின் பல இடங்களில் அழகான, காற்றோட்டமான, வசதியான இருக்கைகளுடன்கூடிய அங்காடி நிலையங்கள் பலவற்றை அமைத்துக் கொடுத்துள்ளது.

நம் அரசு அவ்வாறு செய்ததன் மூலம் சிறு சிறு சாலைகளில் ஏற்பட்ட போக்குவரத்து நெரிசல்களையும் கண்ட கண்ட இடங்களில் போடப்பட்ட குப்பை கூளங்களையும் தடுக்க முடிந்தது மட்டுமின்றி, நம் நாட்டை அழகாகவும் தூய்மையாகவும் வைத்துக்கொள்ள மிகவும் வழிவகுத்தது எனலாம்.

8

நம் நாட்டில் மறைந்து வரும் சிறு தொழில்கள்

(மண்பாண்டத் தொழில்)

அடுத்து இன்னொரு சுவையான வியப்பான தகவலையும் நான் உங்களுக்குக் கூற விரும்புகிறேன். அதுதான் நம் நாட்டில் நடைபெற்று வந்த மண்பாண்ட வியாபாரம் ஆகும்.

ஆண்டு 50களிலிருந்து 70கள்வரை, ஏறத்தாழ 20 ஆண்டு காலம் நம் நாட்டில் மண்பாண்டத் தொழில் நடைபெற்று வந்தது என்பதை நான் நன்கறிவேன்.

கேலாங் சாலையிலிருந்து பிரியும் (Lorong 29) லோரோங் 29ல் அத்தொழில் சிறப்பாக நடைபெற்று வந்தது. மண்பாண்டத் தொழிலாளர்கள் எனப்படும் (குயவர்கள்) தேர்ந்தெடுக்கப்பட்ட சில இடங்களிலிருந்து தோண்டி எடுத்து வந்த களிமண்ணைப் பலமுறை நன்கு பிசைந்து அதனுள்ளிருந்த சிறுசிறு கற்களைக் கவனமாக நீக்கியப்பின் அதை பக்குவப்படுத்தி ஒரு திரிகையில் அதாவது 'குயவனின் சக்கரத்தில்' வைத்துச் சுற்றி தேவையான சட்டி, பானை, கலயம் போன்ற மண்பாண்டங்களை வனைந்து அவற்றைக் கைகளால் கவனமாகத் தூக்கிக்கொண்டு போய் முதலில் வீட்டினுள்ளே ஓரிடத்தில் வைத்து, பதமாக உலரச் செய்வர். பின்பு, ஓரளவு உலர்ந்த மண்பாண்டங்களை எடுத்து

வந்து பெரும்பாலும் பெண்கள் தரையில் தங்கள் கால்களை நீட்டியவாறு அமர்ந்துகொண்டு, மண்பாண்டத்தை மடியில் வைத்துக்கொண்டு இடக்கையில் தட்டுக்கல்லையும் வலக்கையில் தட்டுப் பலகையையும் பிடித்துக்கொண்டு அளவாகத் தட்டி விரும்பிய மட்கலங்களைச் செய்தபின் வெயிலில் நன்கு உலர்த்தி அவற்றை ஒழுங்காக அதற்கென உள்ள ஒரு சூளையில் அடுக்கி பக்குவமாக அவற்றுடன் விறகுகளையும் வைக்கோலையும் வைத்து தீமூட்டி சுட்டு எடுப்பர். அவ்வாறு தயாரிக்கப்பட்ட மண்பாண்டங்களைப் பெரும்பாலும் சிராங்கூன் தஞ்சோங் பகார் ஆகிய இடங்களிலுள்ள கடைக்காரர்களிடம் மொத்தமாக விற்றுவிடுவர். சில சமயங்களில் தனி மனிதர்கள் சிலர் அவற்றை 'காண்டாக் கம்புகள்' எனப்பட்ட காவடிகளில் வைத்துத் தம் தோளில் சுமந்துகொண்டு பிளாங்கா! பிளாங்கா! என்று கூவியவாறு சாலைகளில் நடந்து செல்வர். தேவைப்படுவோர் அவர்களைக் கூப்பிட்டு வேண்டிய மட்கலங்களை விலை கொடுத்து வாங்கிச் செல்வர். இக்காட்சியை நான் பலமுறை நேரில் கண்டதுண்டு. மண்பாண்டங்களில் சமைப்பது ஆரோக்கியத்திற்கு மிகவும் உகந்தது என்பது மறக்க முடியாத உண்மையாகும்.

நவீனமயத் திட்டத்தாலும் நவீனமான அழகான வகையில் பாத்திரங்கள் பல வரத் தொடங்கியதாலும், நம் நாட்டில் கேலாங் வட்டாரத்தில் லோரோங் 29 பகுதியில் நடைபெற்று வந்த மண்பாண்டத் தொழில் இருந்த இடம் தெரியாமல் போய்விட்டது என வருத்தத்துடன் கூறிக் கொள்கிறேன். மறைந்து போன சிறு தொழில்களில் இதுவும் ஒன்று எனலாம்.

ஒரு காலத்தில் மண்பாண்டங்கள் செய்வதற்கு மிகவும் தரமான களிமண் நம்நாட்டில் (Talok Blanga) தெலுக்பிளாங்கா பகுதியில் மிகுதியாகக் கிடைத்து வந்ததாகவும் அதன் காரணமாகவே அப்பகுதி தெலுக் பிளாங்கா என்னும் பெயரால் அழைக்கப்பட்டு வருகிறது என்ற வியப்பான தகவலை முன்னோடி மூதாதையர் மூலம் கேட்டுத் தெரிந்துகொண்டேன். 'பிளாங்கா' என்னும் மலாய்ச் சொல் மண்பாண்டத்தைக் குறிப்பது இதற்குத் தக்க சான்று பகர்வதாக உள்ளது.

இனி அடுத்து வரும் தலைப்பைப் பற்றிப் பார்க்கலாம். (Kachang Puteh) கச்சாங் பூத்தே! என்னும் கடலை வியாபாரம் பற்றிப் பார்க்கலாம்.

'கச்சாங்! கச்சாங்! என்னும் சொல் நம் நாட்டு மக்களுக்கும் மலாய் நாட்டு மக்களுக்கும் நன்கு தெரிந்த, அடிக்கடி கேள்விப்பட்ட

சொல்லே எனலாம். ‘கச்சாங்’ எனப்படும் மலாய்ச் சொல்லுக்குக் ‘கடலை’ என்பதே பொருள். ‘கச்சாங் பூத்தே’ எனப்படும் ஒரு சொல்லும் இங்கு வட்டார வழக்கில் உள்ளது. அது ஒன்றும் புதுமையான சொல் இல்லை. ‘கச்சாங்’ என்பது பொதுவாகக் கடலைகளையும் ‘கச்சாங் பூத்தே’ என்பது வெள்ளை நிறக் கடலை என்பதையும் குறிக்கும் சொற்களாகும். நம் சிங்கையிலும் நம் அண்டை நாடுகளிலும் ‘கச்சாங்’ விரும்பிச் சாப்பிடாதவர்கள் இல்லை என்பேன். நான் இங்கு வந்தகாலந்தொட்டு எல்லா இன மக்களும் விரும்பிக் கொறிப்பது ‘கச்சாங்’ எனப்படும் பலவிதக் கடலைகளையே ஆகும்.

ஆண்டு 50, 60களில் திரையரங்குகளிலும் கடற்கரைகளிலும் பூங்காக்கள் போன்ற பொதுவிடங்களிலும் இன்னும் மூலை முடுக்குகளில் எல்லாம் கச்சாங் விற்பனை அதிகமாகக் காணப்பட்டது. நம் நாடு குடியரசான பின்பு, அந்த நிலை மிகவும் குறைந்து விட்டது என்பதையே நான் உங்களுக்கு நினைவுப்படுத்த விரும்புகிறேன்.

‘கச்சாங்’ வியாபாரம் குறைந்து விட்டது என்றுதான் சொன்னேன். முற்றிலும் மறைந்து விட்டது என்று சொல்லவில்லை. இன்றும் இங்கொன்றும் அங்கொன்றுமாக கடலை விற்பனை நடைபெற்றுக்கொண்டுதான் இருக்கிறது.

முற்காலத்திலிருந்து கடலை வியாபாரத்தில் ஈடுபட்டு வருபவர்கள் தமிழர்களே ஆவர். கடலைகளை பக்குவமாக வருத்துக் கொடுப்பதற்குக் தொழிற்சாலைகள் இருப்பதாக நான் கேள்விப்பட்டதில்லை. பலரும் பச்சைக் கடலைகளை வாங்கி வந்து தங்கள் வீடுகளில் சொந்தமாகவே பக்குவம் தவறாமல் வருத்து வகைப்படுத்தி பழுப்பு நிறத் தாள்பைகளிலோ ‘பிளாஸ்டிக் டப்பாக்களிலோ’ அடைத்து வைத்துக்கொண்டு வியாபாரம் செய்யப்புறப்படுவர். திரையரங்குகள் (Theatres) போன்ற இடங்களில் சிலர் வியாபாரம் செய்வர்.

வீட்டிலிருக்கும் பெரிய இருப்புச் சட்டியை அடுப்பில் வைத்து அதனுள் கொஞ்சம் கொழுந்து மணலைக் கொட்டி தீமூட்டி வேர்க்கடலை பட்டாணிக் கடலை கொண்டைக் கடலை முதலியவற்றைத் தனித்தனியாக பக்குவமாக வருத்து முடித்தபின் அவற்றை ஒரு பெரிய ‘Sieve’ எனப்படும் சலிக்கி அல்லது சல்லடையைப் பயன்படுத்தி மணல்வேறு கடலை வேறாகப் பிரித்து எடுப்பர். அவ்வாறு பிரித்து எடுக்கப்பட்ட கடலைகளை (Winnow) முறம் அல்லது சுளகில் கொட்டி நன்கு புடைத்து, தூசிகளை நீக்கிய பின் அவற்றைத் தனித்தனிப் பாத்திரங்களில்

போட்டுக் காற்றுப்புகாதபடி அடைத்து வைத்துக் கொள்வர். உடனே அவ்வாறு செய்து வைக்காவிட்டால், வருத்த கடலைகள் பதத்துப் போகும். பதத்த கடலைகளை மக்கள் விரும்பி வாங்க மாட்டார்கள். அதனால், எதையும் குறித்த காலத்திற்குள் செய்து வைத்துக்கொள்ள வேண்டியது அவசியமாகிறது.

அதைத் தவிர, தேவையான அளவு வேர்க்கடலை, பெரியகொண்டைக் கடலை, முதலியவற்றை நீரில் கொட்டி அவித்தும் எடுத்துக் கொள்வர்.

இத்தகைய வேலையைச் செய்வதற்குக் கடின உழைப்புத் தேவைப்படும். நீண்ட நேரம் அனல்வீசும் அடுப்பின் அருகிலேயே அன்றாடம் நின்று கொண்டு நெற்றி வியர்வை, நிலத்தில் சிந்தப் பாடுபட வேண்டிய தொழிலே கடலைகள் தயாரிக்கும் தொழில் என்பதை நேரில் காண்போரே உணர முடியும்.

இனி, ‘கச்சாங் பூத்தே’ எனப்படும் ஒரு வகை வெள்ளை நிறக் கடலைப் பற்றியும் ஒரு சில கூற விரும்புகிறேன்.

இதுபற்றி நம் நாட்டில் உள்ள மூத்த கடலை வியாபாரி ஒருவரைச் சந்தித்து விளக்கம் கேட்டேன். அதற்கு அவர் கூறிய விளக்கத்தை அடியில் காண்போம்.

ஒரு காலத்தில் மலாயா நாட்டில் (Kampong) ‘கம்போங்’ எனப்படும் கிராமப்பகுதியில் கடலை வியாபாரி ஒருவர் மசாலை கலந்த ‘பட்டாணி’க் கடலையை வருத்துக்கொண்டிருக்கும்போது அவரின் அருகில் நின்று வேடிக்கைப் பார்த்த மலாய்க்காரர் ஒருவர் அதை பார்க்க நேர்ந்தது.

அப்போது அந்த வியாபாரி இருப்புச் சட்டியில் போட்டு வருத்த பட்டாணிக் கடலைகள் தீயின் சூட்டால் தோல் நீங்கியதால் வெள்ளை நிறத்தில் காணப்பட்டன. அதைப் பார்த்த மலாய்க்காரார் அவற்றைக் ‘கச்சாங்பூத்தே’ என்று கூறினாராம். அந்தப் பெயர் காலப் போக்கில் பரவிவிட்டதாகக் கடலை வியாபாரி கூறக் கேட்டேன். இதுவே அது பற்றிய கதை.

நம் நாட்டில் பல இடங்களிலும் நடைபெற்று வந்த ‘கச்சாங்’ வியாபாரம் தற்போது அருகிவிட்டது என்பதே வருத்தத்திற்குரிய ஒன்று என்று சொல்ல வேண்டும்.

இதுகாறும் நம் நாட்டில் மறைந்து விட்ட, மறைந்து வரும் சிறு தொழில்கள் பற்றிப் பார்த்தோம். இனி, இங்கு நடைமுறையிலிருந்து வந்த சில பழக்க வழக்கங்களையும் அவை மறைந்து போனதற்கான காரணங்களையும் பற்றிப் பார்ப்போம்.

நடமாடும் கயிற்றுக் கட்டில்கள்

அந்த வரிசையில் நம் நாட்டில் காலத்தால் காணாமல் போன கயிற்றுக் கட்டில்களைப் பற்றி ஒரு சில கூறுகிறேன்.

பிரிட்டிஷாரின் காலனியாதிக்க காலத்தில் பஞ்சாபியர்கள் முக்கியமான கம்பனிகளின் வாயில்களில் காவலர்களாகப் பணிபுரிந்தனர். அதைத் தவிர, சந்துப் பாதைகளிலும், சாலையோரக் கடைவீடுகளின் ஐந்தடிப் பாதைகளிலும் (Five Foot Ways) பெரியப் பெரிய கடைகளின் 'கார்' நிறுத்தும் பகுதிகளிலும் இன்னும் சொல்லப் போனால் வசதியான, மறைவான, பல இடங்களிலும் இரவு நேரங்களில் தங்கள் கயிற்றுக் கட்டில்களில் படுத்தே வாழ்க்கை நடத்தி வந்தனர். காவலாளிகளாகப் பணிபுரிந்து வந்தோர் பஞ்சாபியர்கள் என்றும் (Sikhs) சீக்கியர்கள் என்றும் அழைக்கப்பட்ட அவர்கள் இந்தியாவிலுள்ள பஞ்சாப் மாநிலத்தைச் சேர்ந்தவர்களே ஆவர். உருவத்தில் வெள்ளையர்களைப் போன்ற உயரமான உடலமைப்பைக் கொண்டவர்களே பெரும்பாலும் இப்படிப்பட்ட துணிச்சலான வேலைகளைச் செய்து வந்தனர். அவர்கள் இயற்கையிலேயே பெற்றிருந்த பெரிய உயரமான உடலமைப்பையும் உடல் வலிமையையும் கண்ட வெள்ளையர்களும் நம்நாட்டுச் சீனர்களும் பொது இடங்களையும் கடைகளையும் பாதுகாக்கும் பொறுப்பை அவர்களிடமே ஒப்படைத்து வந்தனர். 'Singhs' அதாவது 'சிங்கங்கள்' என்ற சிறப்புப் பெயரைக்கொண்டிருந்த அவர்கள் துணிச்சல் மிக்கவர்களாகவும் ஓரளவு நம்பிக்கைக்கு உரியவர்களாகவும் இருந்து வந்த காரணத்தால், அத்தகைய பணி அவர்களுக்கு மிகவும் ஏற்றதாகவே இருந்தது. அடர்ந்த தாடியும் முறுக்கு மீசையும் நேர்த்தியாகக் கட்டப்பட்ட தலைப்பாகையும் பார்ப்போரைப் பயப்படச் செய்யும்.

சீக்கிய சமூகத்தைச் சேர்ந்த தனியாட்களும் குடும்பக்காரர்களும் அத்தகைய பொறுப்புமிக்க வேலைகளை நேர்மையுடன் செய்து வந்தனர்.

அவர்கள் பெரும்பாலும் மிகவும் சிக்கனமாகவும் காவலாளிகளாகப் பணிபுரிந்துகொண்டே வட்டித் தொழில் புரிந்து பணம் சம்பாதிப்பதில் ஆர்வமிக்கவர்களாகவும் கடன் கொடுத்த பணத்தை வசூல் செய்வதில் கண்டிப்பானவர்களாகவும் இருந்து வந்தனர். அதனால், அவர்களுள் பலர் பெரும் பணக்காரர்களாகவும் இருந்தனர்.

பெரும் பணத்திற்குச் சொந்தக்காரர்களாக இருந்து வந்த போதிலும் பெரும்பாலும் குடியிருப்பதற்கு மற்ற இனத்தவர்களைப்போல

சொந்த வீடுகளிலோ வாடகை வீடுகளிலோ வசதியாக வாழவில்லை என்றே சொல்ல வேண்டும்.

சீக்கியர்கள் தனியாட்களாகவோ குடும்பக்காரர்களாகவோ வாழ்க்கை நடத்தியபோது, படுக்குமிடங்களுக்கெல்லாம் தங்களுடன் கயிற்றுக் கட்டில்களையும் தங்கள் தலையில் வைத்துத் தூக்கிச் செல்லத் தவறுவதில்லை. அதுபற்றிக் கேள்விப்படும் இளைய தலைமுறையினருக்கு அத்தகைய செயல் சற்று வியப்பாகவும் நகைப்பாகவும் இருக்கும் என்பது உறுதி. நம் நாடு குடியரசானபின், அம்மாதிரிக் காட்சிகளைக் காண்பது அரிதாகிவிட்டது.

எனினும், அப்படியெல்லாம் நடமாடுங்கட்டில்களில் வாழ்க்கை நடத்தி வந்த சீக்கிய சமுதாயத்தினர் இன்றைய நிலையில் மிகவும் உயர்ந்த வாழ்க்கைத் தரத்தைப் பெற்று, வசதியாகவும் கண்ணியமாகவும் வாழ்ந்து வருகின்றனர்.

நம் சிங்கையை எடுத்துக்கொண்டால், இன்று நம் நாட்டில் அந்தச் சமுதாயத்தினர் சிறந்த வழக்கறிஞர்களாகவும், மருத்துவர்களாகவும், பள்ளித் தலைமையாசிரியர்களாகவும், ஆசிரியர்களாகவும் தொழில் அதிபர்களாகவும் இன்னும் பல துறைகளில் பணியாற்றுபவர்களாகவும் விளங்கி வருவதைப் பார்க்கும்போது மிகவும் வியப்பாகவே உள்ளது. ஒரு காலத்தில் அப்படி இருந்தவர்களா இப்போது இப்படி வாழ்ந்து வருகிறார்கள் என்று நினைக்கும்போது அதை நேரில் கண்டவர்களால் ஒரு காலும் வியக்காமல் இருக்க முடியாது என்று ஆணித்தரமாகக் கூறுவேன். இத்தகைய திடீர் மாற்றம் நம் நாட்டில் எப்படி ஏற்பட்டிருக்க முடியும் என்னும் வினாவிற்கு என்னால் இன்னும் விடை காண முடியவில்லை.

ஆனால், ஒன்றை மட்டும் கூறி, இத்தலைப்பை நிறைவுபெறச் செய்கிறேன். அது யாதெனில், தற்போது நம் நாட்டில் நடமாடும் சீக்கியர்களில் எவரும் எவ்விடத்திலும் பிச்சையெடுப்பதைக் காண முடியாது என்பதே ஆகும். அது அவர்களின் தன்மான உணர்வை தெள்ளத்தெளிய காட்டுகிறது அன்றோ!

பட்டாசுகளும் வாண வேடிக்கைகளும். FIRE WORKS!

நம் நாட்டின் முதல் பிரதமர் பெருமதிப்பிற்குரிய லீ குவான் இயூ அவர்கள் ஆண்டு 1965ல் ஆட்சி பீடத்தில் அமர்ந்த பின், இங்குப் பல திடீர் மாற்றங்களை மிக்க துணிச்சலுடன்கொண்டு வந்தார். சீன சமுதாயத்தில் பல்லாண்டுகளாக ஊறிப் போன அத்தகைய பழக்கவழக்கங்களை உடனடியாக நிறுத்துவது என்பது எளிதான காரியமே இல்லை எனலாம்.

செ.பாலசுப்ரமணியன்

ஆட்சி தொடங்கிய ஆரம்ப காலத்திலேயே அப்படிப்பட்ட துணிச்சலான செயலைச் சட்டப்படி தடுத்து நிறுத்தியதை எண்ணி நாட்டு மக்கள் அதிர்ச்சியும் ஆத்திரமும் கொண்டதில் வியப்பில்லை. நம் நவீன சிங்கையின் தந்தையெனப் போற்றப்படும் மதிநுட்பமிக்க திரு. லீ குவான் இயூ அவர்கள் சீன மக்களின் உணர்வுகளை நன்கு அறிந்தவர். அவர்களை எவ்விதத்திலும் புண்படுத்த விரும்பாதவர். எனவே, சிங்கையின் பெரும்பான்மையினராக இருந்து வந்துள்ள சீன மக்கள் ஏற்றுக் கொள்ளும் வகையில் அவர்களைச் சந்தித்துப் பேசியும் வானொலி, தொலைக்காட்சி போன்ற பல்லூடகங்களின் துணையாலும், அமைச்சுகளின் ஒத்துழைப்பாலும் பல இயக்கங்களை நடத்தச் செய்தும் நாட்டில் ஏற்பட்ட தீச்சம்பவங்கள், விபத்துக்கள் போன்றவற்றின் தீமைகள் பற்றிச் சீர்தூக்கிப் பார்க்குமாறு மக்களை வேண்டியும் படிப்படியாக அவர்களே மக்களுக்குத் தீமை பயக்கும் பட்டாசுகள் வெடிப்பதை முற்றிலும் கைவிடும் நிலைக்குக்கொண்டு வந்து விட்டார். இது நம் நவீன சிங்கையின் முதல் பிரதமர் செய்த மாபெரும் சாதனை என்றே கூற வேண்டும்.

சீன மக்கள் முன்புபோல் ஆண்டு 70கள்வரை அவர்களுக்குரிய பாரம்பரிய விழாக்களை அளவற்ற பட்டாசுகளை விருப்பம்போல் கொளுத்திக்கொண்டாடி வந்தனர். சிறிய, பெரிய பட்டாசுகள், சுர்! என்ற ஓசையுடன் 'ராக்கெட்'போலச் சீறிப் பாயும் வாணங்கள், அடுக்குமாடிகளிலிருந்து தரைவரை சரமாகக் கட்டித் தொங்கவிடப்பட்டு தொடராக வெடிக்கச் செய்த சரவெடிகள் (Bigbang) 'பிக்பேங்' எனப்பட்ட அதிர்வெடிகள் இப்படி அளவற்ற வெடிகளை பகல் இரவு என்று பாராமலும் முதியோர்கள் நோயாளிகள், பிறந்த குழந்தைகள் இருக்கிறார்களே என்று சற்றும் கவலைப்படாமலும் அதனால் ஏற்படும் ஓசைத் தூய்மைக்கேடு பற்றி எண்ணிப் பார்க்காமலும் வெடிப்பதில் சிறந்தவர்கள் நாங்களா, நீங்களா என்ற போட்டி மனப்பான்மையுடன் கூடை கூடையாக சரஞ்சரமாக வெடிப்பதில் மட்டுமே மட்டற்ற மகிழ்ச்சிகொண்டனர்.

எவ்வளவுக்கெவ்வளவு அதிகமாகப் பட்டாசு வெடிகளை வெடிக்கிறார்களோ அவ்வளவுக்கவ்வளவு இறைவனின் அருள் கிட்டும் என்றும் தீய சக்திகளை விரட்டியடிக்கலாம் என்றும் அதனால் நல்வாழ்வு கிட்டும் என்றும் நம்புபவர்கள் சீனமக்கள். அதனால், வெடிப்பதைத் தவிர வேறு எதைப் பற்றியும் கவலை கொள்வதில்லை.

விழாக்காலங்களில் வெடிப்பது பற்றி அவர்கள் கவலைப் படாவிட்டாலும் விழா முடிந்த பின் சாலைகளையும் மக்கள்

வசிப்பிடங்களையும் கூட்டிச் சுத்தம் செய்ய வரும் ஏழைத் துப்புரவாளர்கள் நிச்சயம் கவலைப்படவே செய்வர். நாட்டில் எங்குப் பார்த்தாலும் கணுக்கால் பதியுமளவுக்கு முதல் நாள் வெடிக்கப்பட்ட தாள்கள், குப்பைக்கூளங்கள், நிறைந்து வழியும் குப்பைத் தொட்டிகள் ஆகியவற்றைக் கண்ட துப்புரவுத் தொழிலாளர்கள் கவலைப்படாமல் இருக்க மாட்டார்கள். அப்படிப்பட்ட தருணங்களில் அவர்கள் மனம் நொந்து புலம்பிய நிலையை நான் நேரில் கண்டும் கேட்டும் இருக்கிறேன். 'எருதுக்கு நோவு... காக்கைக்குக் கொண்டாட்டம்....' என்ற பழமொழிக்கு ஒப்ப, எருது நிலையில் இருந்த ஏழைத் தொழிலாளர்கள் பட்ட துன்பத்தை எண்ணி இரக்கப்பட்டோர் வெகுசிலரே. சீனமக்களுள் இரக்க குணம்படைத்த ஒரு சிலர் சொற்ப சம்பளமே பெற்று வந்த தொழிலாளர்கள் பட்ட சிரமங்களைக் கருத்தில்கொண்டு 'ஆங்பாவ்' என்ற பெயரில் கணிசமான அன்பளிப்புத் தொகையை சிவப்புத்தாள்களில் மடித்து, நன்கொடையாக வழங்கினர். வேறுசிலர், 'Beer bottles' எனப்படும் மதுபானப் புட்டிகள் புதிய சட்டை துணிமணிகள் போன்றவற்றைத் தாராள மனப்பான்மையுடன் வழங்கினர். இத்தகு ஊக்கத் தொகைகளும் நன்கொடைகளும் அடுத்தும் அவ்வாறு உழைக்க வேண்டும் என்ற ஊக்கத்தையும் தெம்பையும் தொழிலாளர்களுக்கு அளித்து வந்தது என்றே சொல்லவேண்டும். இப்படிப்பட்ட சூழ்நிலையில்தான் எங்கள் இல்லற வாழ்வு தொடங்கியது. நான் இங்கு மிகவும் வலியுறுத்திக் கூற விரும்புவது என்னவென்றால் அக்காலக் கட்டத்தில் அத்தகைய நிலை எங்களுக்கு மட்டும் ஏற்படவில்லை. இந்நாட்டில் வாழ்ந்த எண்ணற்ற மக்களுக்கும் அதே நிலைதான் இருந்து வந்தது என்பதையும் 'டீ மணி'த் தொல்லை அவர்களையும் விட்டுவிடவில்லை என்பதே ஆகும். 'டீ மணி' பற்றிய வியப்பான செய்தியைக் கூறிய நான் அடுத்ததாக உங்களுக்கெல்லாம் இது தொடர்பான ஒரு நற்செய்தியையும் கூற விரும்புகிறேன். அது என்ன என்பதைப் பற்றி நீங்கள் அடியில் காணலாம்.

60களில் நம் குடியரசில் வீட்டுப் பற்றாக்குறை தலை விரித்தாடிய காலம் எனலாம். நம் நாட்டு விடுதலைக்கு முன் இங்கு ஆட்சி புரிந்து வந்த பிரிட்டிஷார் அந்தப் பிரச்சினை (சிக்கல்) பற்றி அவ்வளவாக அக்கறை காட்டவில்லை. இரண்டாம் உலகப் போருக்கு முந்தைய காலத்தில் கட்டப்பட்ட சாலையோரக் கடை வீடுகளிலும் பெரும்பாலும் பல ஆண்டுகட்கு முன்னரே கட்டப்பட்ட தனியார் வீடுகளிலும் பரம ஏழைகள் நாட்டின் பல வட்டாரங்களில் இடம் பெற்றிருந்த 'கம்போங்களில்' கட்டப்பட்டிருந்த 'அத்தாப்பு' (Attap) எனச் சொல்லப்பட்ட ஓலைக்

குடிசைகளிலும் வாழ்க்கை நடத்தி வரலாயினர். அப்படிப்பட்ட சிரமமான சூழ்நிலையில் நம் நாட்டில் (Bukit Ho Swee) புக்கிட் ஹோஸ்வி வட்டாரத்தில் ஒருநாள் எவரும் எதிர்பார்க்காத வரலாறு காணாத பெருந் தீ விபத்து நேர்ந்தது. அதைக் கண்டு அவ்வட்டாரத்தில் கம்போங்கள் பலவற்றில் குடியிருந்து வந்த எண்ணற்ற ஏழை மக்கள் செய்வதறியாது அலறியடித்துக்கொண்டு நாலா பக்கங்களிலும் சிதறி ஓடினர். அந்தக் கோரத் தீச்சம்பவத்தால் சிலர் எப்படியோ தப்பிப் பிழைத்தனர்; பலர் தம் உடைமைகளுடன் உயிர்களையும் பறிகொடுத்தனர். அது நம்நாட்டு வரலாற்றில் மறக்க முடியாத ஒரு சம்பவம் என்பேன். அந்தக் கோரத் தீ விபத்தைக் கண்ணுற்ற நம் அரசு ஏற்கனவே கட்டி வைத்திருந்த அடுக்குமாடி வீடுகளில், விபத்தில் பாதிக்கப்பட்ட மக்களை உடனடியாகக் குடியேற்றினர். இப்படிப்பட்ட உடனடி உதவி மக்களுக்கு அளிக்கப்படுவது என்பது பலநாடுகளில் எண்ணிப் பார்க்கவும் முடியாத ஒன்று என்று துணிந்து கூறுவேன்.

புக்கிட் ஹோஸ்வி வட்டாரத்தில் ஏற்பட்ட கோரத் தீ விபத்திற்குப் பின், நம் நாட்டு மக்களின் வீட்டுப் பிரச்சினை குறித்து நம் முதல் பிரதமரும் அவர் தலைமையில் செயலாற்றிய நல்லமைச்சர்கள் பலரும் தீவிரமாகச் சிந்தித்து, ஒரு தீர்க்கமான முடிவை எடுத்தனர். அது என்னவென்றால், நாடெங்கும் எண்ணற்ற அடுக்குமாடி வீடுகளைக் கட்டி, நாட்டு மக்களை அவற்றில் குடியிருக்கச் செய்வது என்ற நல்ல பயன் மிக்கத் திட்டத்திற்கு முதன்மை அளித்ததாகும்.

அத்தகு திட்டத்தைச் சரிவர நிறைவேற்றத் தக்க ஆற்றல் மிகுந்த அமைச்சரான (Mr. Lim Kim San) திரு. லிம் கிம் சான் அவர்களைத் தேர்வு செய்து அவரிடமே அந்தப் பொறுப்பு மிக்க செயல் ஒப்படைக்கப்பட்டது. அந்தச் செயல்வீரரும் நேர்மை மிக்க அமைச்சருமான மதிப்பிற்குரிய திரு. லிம் கிம் சான் அவர்கள் (H. D. B) எனப்படும் வீடமைப்பு வளர்ச்சிக் கழகத் தலைவராகப் பொறுப்பேற்று அந்த அமைச்சிலேயே பல்லாண்டு காலம் பணியாற்றி நம் நாட்டில் நிலவி வந்த வீட்டுப் பிரச்சினையை வெற்றிகரமாக தீர்த்து வைத்த பெருமை முதலில் அவருக்கே உரியது என்ற உண்மையை நம் நாட்டு மக்கள் நன்கு அறிவர். அத்தகைய வெற்றித் திருமகனை எவ்வளவு போற்றினாலும் தகும். அவர் அப்பதவியிலிருந்து ஓய்வுபெற்றதற்குப் பின் வேறு சில அமைச்சர்களும் அப்பொறுப்பினை ஏற்று செவ்வனே செயலாற்றியது மட்டுமின்றி, அவர்களின் காலத்தில் மக்களின் விருப்பத்திற்கேற்ப, பலவிதமான அளவிலும், வடிவத்திலும்,

வண்ணத்திலும் கவர்ச்சிகரமான வீடுகளைக் கட்டி மக்களுக்கு குறித்த காலத்தில் கிடைக்கச் செய்தனர். எனவே, அவர்களும் பாராட்டப்பட வேண்டியவர்களே. இவ்வாறு நேர்மையுடனும் மிகுந்த அர்ப்பணிப்புடனும் செயலாற்றிய நல்ல அமைச்சர்களின் அயராத பணியாலும் தொண்டுள்ளத்தாலும், கடமையுணர்வாலும் நம் நாட்டு மக்களைப் பெரிதும் அச்சுறுத்திப் பேயாட்டமாடி வந்த 'ட மணி'ப் பிரச்சனை தீர்ந்தது.

மறைந்து போன மூவுலகங்கள்!

இனி, இறுதியாக நான் எழுதவுள்ள தலைப்பு, நம் சிங்கையில் 'மறைந்து போன மூவுலகங்கள்' பற்றியதாகும். அதுபற்றி அடியில் விளக்கவுள்ளேன்.

நம் சிங்கை நாடோ அளவில் சிறியது. அது உலக வரைபடத்தில் எளிதில் கண்ணுக்குப் புலப்படாத ஒரு சின்னஞ்சிறு நிலப்பகுதி. அப்படிப்பட்ட சிறு நாட்டில் 'மூன்று உலகங்களா! என்று எண்ணி வியக்கக்கூடும். அப்பெயரைக் கேட்டும் நாம் வசிக்கும் மாபெரும் மண்ணுலகம் போன்ற உலகத்தைக் கற்பனை செய்து கவலைகொள்ளத் தேவையில்லை.

நான் கூறவந்தது New World, Happy World, Great World என்று அக்காலத்தில் மக்களால் அழைக்கப்பட்டு வந்த மூன்று 'பொழுது போக்கு' இடங்களையே ஆகும். ஏறத்தாழ ஆண்டு 1950 முதல் 1970வரை நம் நாட்டுப் பொது மக்கள் இரவு நேரங்களில் நுழைவுக் கட்டணம் செலுத்தாமலே நள்ளிரவுவரை அவற்றின் உள்ளே சென்று அங்கிருந்த இடங்கள் முழுவதையும் சுற்றிப் பார்த்து அவரவர் விருப்பம்போல் பொழுது போக்கக்கூடிய இடங்களாக அவை விளங்கி வந்தன.

உலகளவில் இத்தகு மாற்ற நிலை இத்துணை விரைவாக நடைமுறைக்கு வந்து விட்டதற்குக் கணினிமயத் திட்டமே காரணம் என்பதைச் சொல்லித் தெரிய வேண்டியதில்லை.

அக்காலத்தில் காதலர்களுக்கிடையே நடைபெற்று வந்த கடிதத் தொடர்புகள் காதலர்களால் என்றும் மறக்க முடியாதவையாகவும், புனிதமானவையாகவும் உயிருள்ளவரை பேணிக்காக்க வல்லவையாகவும் இருந்து வந்த நிலை இன்று மறைந்தே போய் விட்டது! கடிதம் எழுதுவதே கலையெனப் போற்றப்பட்ட காலம் அது. இக்காலத்தில் எல்லாத் துறைகளிலும் வந்து நுழைந்து, ஆட்சி செய்து வரும் கணினிகள் வழங்கி வரும் இணையச் சேவை, முகநூல் சேவை, (Fax) (Twitter) போன்ற துரித சேவைகள்

அன்றைய அஞ்சல்சேவை, தந்தி சேவை ஆகியவற்றை இருந்த இடம் தெரியாமல் துரத்தியடித்து விட்டன என்றால் அதில் மிகையேதுமில்லை. புதுமையை வரவேற்க வேண்டிய மக்கள் பழமைக்குப் பிரியா விடை கொடுத்தது பற்றிப் பெரிதும் வருந்தத் தேவையில்லை என்பதே என் கருத்துமாகும்.

நம் நாடு குடியரசான சில ஆண்டு காலத்திற்குள் நம் அரசால் கொண்டு வரப்பட்ட தீவிர வளர்ச்சித் திட்டங்களுக்கு இடமளிக்க வேண்டிய நிலை ஏற்பட்டதால், படிப்படியாக அவ்விடங்களிலிருந்து அவை அனைத்தும் அப்புறப்படுத்தப்பட்டு விட்டன. எனக்கு ஓய்வு கிடைத்தபோதெல்லாம் அத்தகைய இடங்களுக்குச் சென்று, அங்கிருந்த ஒளிமயமான இடங்களையும் நடனக்காட்சிகளையும் அங்குக் கடைகளில் வரிசையாக வைக்கப்பட்ட விளையாட்டுப் பொருட்களை விளையாட்டுத் துப்பாக்கியால் குறிதவறாமல் சுட்டுப் பரிசுப் பொருள்களைப் பெறுவதிலும் நான் அடைந்த மகிழ்ச்சிக்கு எல்லையே இல்லை எனலாம்.

நான் பார்த்ததாகக் கூறியது அங்கிருந்த பொழுதுபோக்குகளின் ஓரிரு கூறுகளே ஆகும். அவற்றைத் தவிர அங்கு ஆண்களும் பெண்களும் சேர்ந்து நடனமாடும் இடங்கள், திரையரங்குகள், மல்யுத்தம், குத்துச்சண்டை நடைபெறுவதற்கான (Ring) நாடக அரங்கம் மேலும் ஒரு குறிப்பிட்ட இடத்திற்குள் ஒன்றையொன்று இடித்துத்தள்ளும் வாகனங்களை ஓட்டி டக்!டக்! என்று இடித்து மகிழும் விளையாட்டுகள், வெளிநாட்டு அறிஞர்கள் வந்து சொற்பொழிவு ஆற்றத்தக்க மேடைகள் போன்ற பல விதப் பொழுது போக்குகட்கும் குறைவில்லை.

முன்பு கேலாங் சாலையில் இருந்த 'ஹேப்பிவோர்ல்டு', ஜாலான் புசார் சாலையில் இருந்த 'நியூவோர்ல்டு', ரிவர் வேலி சாலையில் இடம் பெற்றிருந்த 'கிரேட் வோர்ல்டு' ஆகிய மூவுலகங்களுமே இன்று இருந்த இடம் தெரியாமலே போய்விட்டன என்று எண்ணும்போது ஒருகாலத்தில் அவற்றைக் கண்டு களித்த மக்கள் வருத்தப்படவே செய்தனர்.

இவை போன்றே நம் நாட்டிலிருக்கும் ரிவர் வேலி சாலையோரமாக இருந்த (National Theatre) என்றழைக்கப்பட்ட தேசிய அரங்கம் (Vankleef Aquariam) வான்கிளீஃப் 'மீன் காட்சி நிலையம்' பாலஸ்தியர் சாலை மோல்மொன்சாலை சந்திப்பின் அருகில் இடம்பெற்றிருந்த (Kamala Club) எனப்பட்ட மகளிர் சங்கம், ஆண்டு 80களின் முற்பாதியில் திடீர் என்று பூமிக்குள் புதைந்து விட்ட 'Hotel New World' என்ற விடுதி போன்ற மறைந்து போன இடங்கள் இங்கு ஏராளம் எனலாம்.

சிங்கமா, புலியா? எனும் தீராத குழப்பம்.

பண்டைக் காலந்தொட்டு இன்றுவரை நாம் வாழும் இத்தீவில் சிங்கம் எனும் விலங்கை எவரும் பார்த்ததாக எவ்விதச் சான்றும் கிட்டவில்லை. முன்னர், நம் தீவின் காடுகளில் பரவலாகப் புலிகள் நடமாடியதாகவும் காட்டுப்பகுதியை அடுத்திருந்த தோட்டங்களில் வேலை செய்தவர்கள் அடிக்கடி புலிகளுக்கு இரையானதாகவும் முன்னோடி மூதாதையர் கூறிய செய்திகளையே கேட்டதுண்டு.

நம் நாட்டு வரலாற்றிலும் அத்தகைய குறிப்புகள் பல காணக் கிடக்கின்றன. இன்னும் சொல்லப் போனால், நம் நாட்டில் கடைசியாக உயிர் வாழ்ந்த புலி ஒன்றும் நம் நாட்டின் பிரசித்தி பெற்ற ஆடம்பர விடுதியான (Raffles Hotel) 'இராஃபிள்ஸ் விடுதியின் கீழ்த்தளத்தில் பதுங்கியிருந்ததைக் கண்ட மாத்திரத்தில் சுட்டுக் கொல்லப்பட்டது எனும் வியப்பான தகவலும் நம் வரலாற்றில் உண்டு.

புலி நடமாட்டம் பற்றிய தகவல்கள் இவ்வாறு இருக்க, முற்காலத்தில் 'தெமாசிக்' (Temasek) என்று அழைக்கப்பட்ட நம் சின்னஞ்சிறு தீவும் 'South East Asia' எனும் தென்கிழக்கு ஆசியப் பகுதியிலுள்ள ஒரு தீவே என்பது பலரும் அறிந்த உண்மை எனலாம். இத்தகு சூழலில் சிங்கங்களே (Lions) வாழாத இப்பகுதியிலுள்ள நம் தீவிற்கு மட்டும் சிங்கத்தை நினைவூட்டும் வகையில் 'சிங்கப்பூர்' (singapore) என்று பெயர் வரக் காரணம் என்ன எனக் கேட்கத் தோன்றுவது இயல்பே ஆகும். இந்தக் கேள்விக்குத் தக்க விடையளிக்கும் வகையில் அமைந்துள்ளது சிங்கையின் வரலாறே ஆகும்.

இனி, நம் நாட்டு வரலாறு அதுபற்றி என்ன கூறுகிறது எனப் பார்ப்போம்.

ஏறத்தாழ நானூறு (400) ஆண்டுகட்கு முன் சுமத்திரா (Sumatra) வின் (Bintan) 'பிந்தான்' தீவிலிருந்து, தம் அமைச்சனுடன் இப்பகுதிக்கு வந்து, நம் தீவில் கால்பதித்தபோது சாங் நீல உத்தமன் (Sang Nila Utama) என்றழைக்கப்பட்ட சிற்றரசனுக்கும் அவனுடன் வந்த அமைச்சனுக்குமிடையே நடைபெற்ற உரையாடல் நம் ஐயப்பாட்டைக் களையத் துணைபுரியும் என நம்புகிறேன். நாட்டு வரலாற்றில் காணும் உரையாடல் கூறுவது யாதெனப் பார்ப்போம். இதோ அந்தக் காட்சி! இடம், நம் தீவின் கரையோரம்.

நம் தீவின் கரையோரப் பகுதியில் நின்றவாறு தம் கண்ணெதிரே தெரிந்த காட்டுப் பகுதியில் மிருகம் ஒன்று திரிவதைக் கண்ட அரசன் நீல உத்தமன் தம் அமைச்சனை அழைத்து, "அதோ

அங்குத் திரியும் மிருகத்தின் பெயர் யாது?" என்று கேட்டான். அதைக் கேட்ட அமைச்சன், "அது ஒரு 'சிங்கா' (singa) என்று பதில் கூறினான். singa என்ற பெயரைக் கேட்டதும் அரசன் நம் தீவை (Singapura) 'சிங்கப்பூரா' என்று பெயரிட்டான் என்பதே, அந்த உரையாடல்.

இனி பல நூற்றாண்டுகட்குப் பின்னர் இங்கு நடைபெற்ற நிகழ்ச்சியைச் சற்று நினைவு கூறுவோம்.

1819ல் நம் நாட்டின் முதல் நிறுவனரான சர் ஸ்டாம் ஃபோர்டு இராஃபிள்ஸ் அவர்கள் இங்கு வந்தார். அவர் வந்த காலத்தில் நம் தீவை மக்கள் (Singapura) 'சிங்கப்பூரா' என்று அழைத்து வந்ததை அறிந்து தாம் அப்பெயரை (Singapore) 'சிங்கப்பூர்' என்று அழைக்கலாயினர். அது முதல் நம் தீவு சிங்கப்பூர் எனும் பெயராலேயே அழைக்கப்பட்டு வருகிறது. இன்று அது உலகறிந்த பெயராகவும் விளங்கி வருகிறது. இதை இம்மட்டில் நிறுத்திக்கொண்டு நீல உத்தமன் இங்குக் கண்ட விலங்கு சிங்கமே என்பதை வலியுறுத்தும் வகையில் (Sir Frank Swettenham) சர் ஃபிராங்க் சுவெட்டென் ஹாம் என்ற பிரிட்டிஷ் ஆட்சிகால அதிகாரி ஒருவர் எழுதியுள்ள நூலும் இதற்குத் தக்க சான்றாக விளங்குகிறது. அதுபற்றிய விளக்கத்தை அடியில் காண்போம்.

ஆண்டு 1901—லிருந்து 1904வரை மலாயாவின் 'Straits Settlement' எனப்பட்ட பகுதியின் (Governor) ஆளுநராகப் பணியாற்றியப் பெருமைக்குரியவர் சர்ஃபிராங்க் சுவெட்டென்ஹேம் என்பவர். 'British Malaya by Sir Frank Swettenham 1906' என்னும் நூலை அவர் எழுதியுள்ளார்.

அவர் தம் நூலில் சாங் நீல உத்தமன் என்ற சிற்றரசன் 1160வாக்கில் நம் தீவுக்கு வந்தபோது, அவர் கண்ட விலங்கு சிங்கமே என்றும் அவர் கண்ட அந்த விலங்கு சற்று வேறுவிதமாகக் காட்சியளித்திருக்கலாம் என்றும் ஆணித்தரமாகக் கூறியுள்ளார். அக்காலக் கட்டத்தில் மலாயாவில் வாழ்ந்த மக்களின் 'மரபு வரலாற்றுக் குறிப்புகளை' எழுதி வைத்த 'Annalists' எனப்பட்டோரின் கருத்துக்களை ஆதாரமாகக்கொண்டே அவர் அத்தகைய முடிவுக்கு வந்திருக்கக்கூடும் என்று தெரிகிறது.

இனி, அவர் கூறும் விளக்கத்தைச் சற்று பார்ப்போம். பல நூற்றாண்டுகட்கு முன் இங்கு வந்த சிற்றரசன் நீல உத்தமன் நம் தீவில் கண்ட விலங்கானது சிவந்த நிற உடல், மை போன்ற கருமை நிறத்தலை, வெள்ளை நிற மார்புப் பகுதி முதலியவற்றைக்கொண்டிருந்ததாகக் கூறுகிறார். உருவத்தில் அது

ஓர் ஆண் வெள்ளாட்டைவிட சிறியது என்றும் தம் நூலில் கூறுகிறார். மேலும், அது மிக விரைவாக ஓடக்கூடிய அழகான ஒரு விலங்கு என்றும் கூறுகிறார். ஆனால், அவ்விலங்கின் பிடரி மயிர் பற்றி அவர் ஏதும் குறிப்பிடவில்லை.

எனவே, நீல உத்தமன் தாம் வாழ்ந்த காலத்தில் அத்தகைய அரிய வகை விலங்கானது மலாய் நாட்டின் வனப்பகுதியில் வாழ்ந்ததையோ மலாய் மொழியில் 'சிங்கம்' என்ற சொல் மக்களால் பேசப்பட்டதையோ நீல உத்தமன் காலத்தவர் கேட்கவில்லை, அறிந்திருக்கவில்லை என்ற முடிவுக்கு எக்காரணத்தை முன்னிட்டும் நாம் வரவியலாது என்று வலியுறுத்திக் கூறுகிறார்.

முன்பு நம் நாட்டு வரலாற்றை எழுதிய வரலாற்று ஆசிரியர்களுள் எவரும் சிற்றரசன் சாங் நீல உத்தமன் இங்குக் கண்டது சிங்கம் அன்று, என்று இதுவரை மறுத்துக் கூறியதாகக் தெரியவில்லை.

ஆகையால், காலங்காலமாக நாட்டு மக்கள் ஏற்றுக்கொண்டு வந்துள்ள முடிவை நாமும் ஏற்பதே அறிவுடைமை எனக் கருதுகிறேன்.

நீண்ட காலத்திற்கு முன், சுமத்திராவிலிருந்து இங்கு வந்த சிற்றரசன் நீல உத்தமனும் அவர் தம் அமைச்சனும் நம் தீவில் கண்டது சிங்கமா, புலியா, என்பது பற்றி நிலவி வரும் தீராத குழப்பத்தையும் ஐயப்பாட்டையும் தெளிவுபடுத்தவல்ல விடையாக இது அமையும் என்னும் நம்பிக்கையுடன் இத்தலைப்பினை இத்துடன் நிறைவு செய்கிறேன்.

'சாம்சூய் பெண்டிர்' Samsui Women

நாட்டு வளர்ச்சியில் நம் முன்னோடி மூதாதையர்களான தமிழர்களின் பங்களிப்பு நாடறிந்த ஒன்றாகும். அவர்களைப் போன்றே முற்காலத்தில் நம் நாட்டு முன்னேற்றத்திற்கு அயராது பாடுபட்டவர்கள் சாம்சூய் பெண்டிர் என்பதில் எள்ளளவும் ஐயமில்லை. சாம்சூய் பெண்டிர் என்பவர்கள் சீனநாட்டின் (Guangdong) 'குவாங்டோங்' பகுதியைச் சேர்ந்த (Sanshui District) சான்சூய் வட்டாரத்திலிருந்து இங்குப் பிழைப்புத் தேடி வந்தவர்கள் என்று அறிகிறோம்.

மக்கள் புலம்பெயர்ந்து வரத் தொடங்கிய காலத்தில் சாம்சூய் பெண்டிரும் இங்கு வந்தார்களாம். ஆண்டு (1934க்கும் 1938க்கும்) இடைப்பட்ட காலத்தில் மட்டும் ஏறத்தாழ இருநூறாயிரம் பேர் (200, 000) இங்கு வந்ததாக்க் கூறப்படுகிறது.

அவர்களைப் பற்றிய சுவையான செய்தி என்னவென்றால், இங்கு வந்தபோது அவர்கள் அனைவரும் திருமணமாகாத இளம் நங்கையர்கள் என்பதே. வெளிநாடு செல்வதற்கு முன் திருமணமே செய்து கொள்வதில்லை என்று (wow) சத்தியப் பிரமாணம் மேற்கொண்டவர்கள் என்பதும் குறிப்பிடத்தக்கது. அவர்கள் எடுத்துக்கொண்ட உறுதிமொழியைத் தங்களுக்கு நினைவுப்படுத்தும் அடையாளச் சின்னமாகவே தங்கள் தலையில் 'சிவப்பு நிறத் தொப்பியை' அணிந்து வந்தனராம்.

நம் நாட்டில் குடியேறிய சாம்சூய் பெண்டிர் அனைவரும் கடுமையான, ஒழுக்கம் தவறாத உழைப்பாளிகள்.

நம்நாட்டில், அக்காலக்கட்டத்தில் சீன தேசத்தின் 'Canton' பகுதியிலிருந்து பெண்கள் பெரும் எண்ணிக்கையில் இங்கு வந்து விலைமாதர்களாக வாழ்க்கை நடத்தியதாகத் தெரிகிறது.

அத்தகைய சூழலில் வாழ நேர்ந்தபோதும் சாம்சூய் பெண்டிர் மட்டும் இழி செயல்களான விபச்சாரத்திலோ போதைப் பொருள்கள் கடத்தலிலோ ஒருபோதும் ஈடுபட்டதுமில்லை, அவற்றை விரும்பியதுமில்லை. அவர்கள் கடைசிவரை இங்கு வாழ்ந்த கண்ணியமான வாழ்க்கையானது அவர்கட்கு நிலையான நன்மதிப்பை நம் நாட்டில் தேடித் தந்துள்ளது என்றால், மிகையன்று.

கடமைதவறாத கட்டடத் தொழிலாளர்களாகவும் இல்லப் பணிப்பெண்களாகவும் நம் நாட்டிற்கு அவர்கள் ஆற்றியுள்ள தொண்டு வரலாற்றிலும் இடம் பெற்றுள்ளது என்பது குறிப்பிடத்தக்கது.

கம்பி வண்டி விபத்து. Cable car Accident

ஆண்டு 80களில் நம் நாட்டில் 'mt Faber' எனும் ஃபேபர் மலைச் சிகரத்திலிருந்து செந்தோசாத் தீவுவரை கம்பி வண்டிச் சேவை சிங்கையில் நன்றாக நடைபெற்றுக்கொண்டிருந்தது. நம் நாட்டு மக்களும் சுற்றுலாப் பயணிகளும் அச்சமின்றி உல்லாசமாய்க் கம்பி வண்டிகளில் ஏறிப் பயணம் செய்து வந்த காலம் அது. ஆண்டு 1983ல் ஜனவரித் திங்கள் இறுதியில் எவருமே எதிர்பாராத வகையில் ஒரு விபத்து நேர்ந்தது. அந்தப் பயங்கர விபத்து நம் நாட்டு மக்களையே நடுங்கச் செய்து விட்டது எனலாம்.

ஃபேபர் மலைக்கும் செந்தோசாத் தீவிற்கும் இடையில் கடலில் உயரமான ஒரு தூண் நிறுத்தப்பட்டுள்ளதைக் காணலாம். ஃபேபர் மலைக்கும் செந்தோசாத் தீவிற்கும் செல்லும் கம்பி வண்டிகள்

செல்வதற்கு உதவும் வலிமையான Cables எனப்படும் கம்பி வடங்கள் தொய்யாமலிருக்கும் பொருட்டே அத்தூண் நிறுத்தப்பட்டுள்ளது.

கம்பிவண்டிச் சேவை தடையின்றி நடந்து வந்த காலத்தில்தான் நான் மேலே குறிப்பிட்ட அந்த விபத்து நேர்ந்தது.

ஆழமான கடல் நீருக்கு மேல் சுமார் 180 மீட்டர் உயரத்தில் இணைக்கப்பட்டிருந்த கம்பி வடங்களை அவ்வழியாகச் சென்ற கப்பலின்மீது நிறுத்தப்பட்டிருந்த உயரமான பாரந்தூக்கியானது திடீரென இழுத்துவிட்டது. அதன் காரணமாக ஃபேபர் மலைக்கும் செந்தோசாவுக்கும் இடையில் சென்றுகொண்டிருந்த கம்பி வண்டிகளில் நான்கு வண்டிகள் நிலை தடுமாறிக் கடல் நீருக்கு மேல் தொங்கும் நிலை ஏற்பட்டது.

அவற்றிலிருந்த பயணிகளில் ஒரு சீக்கியர் குடும்பத்தினர் அனைவரும் கடலில் விழுந்து விட்டனர் என்று கூறப்பட்டது. கடலில் விழுந்தவர்களுள், ஒரு சிறுவனைத் தவிர, மற்றவர்களைக் காப்பாற்ற முடியவில்லை. தொங்கிக்கொண்டிருந்த வண்டிகளுக்குள் பதின்மூன்று பேர் வெளி வர முடியாமல் மாட்டிக்கொண்டனர்.

இக்கட்டான அந்தச் சூழ்நிலையில் கம்பி வண்டிக்குள் சிக்கிக்கொண்டவர்களைக் காப்பாற்றுவது பெரும்பாடாய் போய் விட்டது. எப்படியோ நம் நாட்டு மக்களின் ஒத்துழைப்பாலும் இராணுவ வீரர்களின் துணிகரச் செயலாலும் கடலில் விழுந்த சீக்கியச் சிறுவனும் கம்பி வண்டிகளுக்குள் சிக்கித் தவித்தவர்களும் காப்பாற்றப்பட்டனர் என்ற செய்தியை வானொலி, செய்தித்தாள்கள் மூலம் அறிந்த மக்கள் அனைவரும் நிம்மதிப் பெருமூச்சு விட்டது இன்னும் எனக்கு நினைவில் இருக்கிறது.

'காப்பாற்றப்பட்ட சிறுவன் என்ன ஆனான்?' என்று அறிய விரும்புவது இயல்பே

ஒரு சமயம் (Bedok) பிடோக் வட்டாரத்தில் இருந்த என் நண்பர் வீட்டிற்குச் சென்றிருந்தேன். அவர்களின் வீட்டிற்குப் பக்கத்து வீட்டில் ஒரு சீக்கியர் குடும்பம் வசித்து வந்தது. அந்த வீட்டின் வெளியே ஒரு வாட்டசாட்டமான பஞ்சாபி வாலிபன் ஒருவன் நின்றுகொண்டிருந்தான். அவனைப் பார்த்ததும், "இந்த வாலிபன் யார் தெரியுமா?" என்று என்னிடம் என் நண்பர் கேட்டார். எனக்குத் தெரியாது என்றேன். "இவன்தான் கம்பி வண்டி விபத்து நேர்ந்தபோது, கடலிலிருந்து காப்பாற்றப்பட்ட சிறுவன்" என்றார். அதைக் கேட்டதும் நான் ஆச்சரியத்தில் மூழ்கியவனாய் அந்த வாலிபனையே வைத்த கண் வாங்காது வெகுநேரம் பார்த்துக்கொண்டிருந்தேன். என்னே விதியின் விளையாட்டு!

இராஃபிள்ஸின் சிலை Raffles Statue

சிங்கை நாட்டின் முதல் நிறுவனரான இராஸைஃபிள்ஸ் அவர்களின் உருவச் சிலையானது விக்டோரியா நினைவு மண்டபத்தின் முன்னால் கம்பீரமாக நின்றுகொண்டிருக்கும் காட்சியை நாமெல்லோரும் நிச்சயம் பார்த்திருப்போம். செம்பு கலந்த உலோகத்தாலான அந்த உருவச் சிலை ஆரம்பகாலத்தில் (Padang) 'பாடாங்' எனப்படும் பெருந்திடலில் வைக்கப்பட்டிருந்ததாகக் கேள்விப்பட்டேன். அச்சிலை நம் தமிழர்களால் அக்காலத்தில் 'செம்புத்துவான்' என்று அழைக்கப்பட்டதாம். என் தந்தையாருங்கூட அச்சிலையை அந்தப் பெயராலேயே அழைத்தது எனக்கு நினைவுள்ளது.

ஆண்டு 1862ல் விக்டோரியா நினைவு மண்டபம் கட்டி முடிக்கப்பட்ட பின்பு, இராஃபிள்ஸ் அவர்களின் சிலை பாடாங்கிலிருந்து அக்கட்டடத்தின் முன்னால் நிறுவப்பட்டது. ஆனால், நம்நாடு ஜப்பானியர் ஆட்சிக்கு உட்பட்டிருந்த சமயம் ஜப்பானியர்கள் அச்சிலையை உருக்குவதற்கு ஏற்பாடு செய்தார்களாம். அதை முன்னிட்டு சிலை நம் தேசிய அரும்பொருளகத்திற்கு (National Museum) அனுப்பி வைக்கப்பட்டதாம். அதையறிந்த அரும்பொருளகத்தின் காப்பாளராகப் பணியாற்றிய ஜப்பானிய அதிகாரி ஒருவர் அச்சிலையைப் பாதுகாக்க விரும்பி அதை மறைத்து வைத்து விட்டு உடனடியாக அது அழிக்கப்பட்டு விட்டதாகச் சம்பந்தப்பட்ட அதிகாரிகளிடம் பொய்யான தகவல் அளித்து விட்டார். அதற்குப் பதிலாக அவர் அதைப் போன்ற தோற்றத்தில் வேறொரு சாதாரண சிலையை உருவாக்கச் செய்து, சந்தேகத்திற்கு இடமின்றி அதை நம் சிங்கப்பூர் ஆற்றங்கரையில் நிறுவவும் செய்தார். அந்த நல்ல உள்ளம் படைத்த அந்தப் பொறுப்பு மிக்க ஜப்பானிய அதிகாரி என்றென்றும் நம் மதிப்பிற்கும் மரியாதைக்கும் உரியவர் ஆவார்.

ஜப்பானியர் ஆட்சி முடிவுற்ற பின் இராஃபிள்ஸ் அவர்களின் பழைய செப்புச் சிலையானது மீண்டும் விக்டோரியா நினைவு மண்டபத்தின் முன்னால் நிறுவப்பட்டதாக அறிந்தேன்.

பூமிக்குள் புதையுண்ட 'நியூவேர்ல்டு விடுதி' Colappse of Hotel New World

ஆண்டு 1983ல் நடந்த செந்தோசா கம்பிவண்டி விபத்தை அடுத்து, ஆண்டு 1986, மார்ச்சுத் திங்கள் 15ஆம் நாளன்று அதைவிட மோசமான ஒரு துயர நிகழ்வு நம் நாட்டில் நடந்தேறியது. அது முற்பகல் வேளையில் மக்கள் அதிகம் நடமாடும் நகர்ப்பகுதியில்

சற்றும் எதிர்பாராது நடந்த அந்தச் சோக நிகழ்வானது சிங்கை மக்களையே துன்பக் கடலில் மூழ்கச் செய்து விட்டது. அந்தப் பயங்கர விபத்து ஏறக்குறைய முப்பது ஆண்டுகட்கு முன் நடைபெற்றது, பலருக்கு நினைவிருக்கலாம்.

நம் நாட்டில் இருந்த இடம் தெரியாது போய்விட்ட 'மூவுலகங்களில்' ஒன்றான நியூவேர்ல்டு கேளிக்கைப் பூங்காவின் எதிரே சிராங்கூன் சாலையும் இரங்கூன் சாலையும் சந்திக்கும் இடத்தில் கட்டப்பட்டிருந்த (Lian Yak Building) 'லியன் யாக் கட்டடத்தில்' இடம் பெற்றிருந்த 'நியூவேர்ல்டு விடுதி'யின் ஒருபகுதி மக்களை நடுங்கச் செய்யும் பலத்த ஓசையுடன் திடீரெனப் புதைந்து விட்டது. அதைக் கண்டதும் அருகிலிருந்த மக்கள் உயிருக்கு அஞ்சி, பலதிசைகளிலும் அலறியடித்துக்கொண்டு தலைதெறிக்க ஓடலாயினர். அதைத் தொடர்ந்து அந்த இடமே அல்லோலகல்லோலப்பட்டது. அத்தருணம் நான் சிராங்கூன் சாலை வழியாகப் பேருந்தில் பயணித்துக்கொண்டிருந்தேன். நான் பயணம் செய்த பேருந்து, வீரம்மா காளியம்மன் ஆலயத்தைத் தாண்டிச் செல்ல முடியாமல் நின்று விட்டது. அதிலிருந்த பயணிகள் எல்லாருமே கீழே இறங்கி நடக்கத் தொடங்கினர். நானும் பேருந்தை விட்டு இறங்க நேர்ந்த காரணம் புரியாது சாலை ஓரமாய் நடக்கலானேன். சுமார் நூறடி தூரம்தான் நடந்திருப்பேன். அப்போது என் எதிரே திரளான மக்கள்கூடி நின்றதைக் கண்டதும் ஏதோ அசம்பாவிதம் நடந்திருக்கக் கூடும் என்பதை மட்டும் என்னால் ஊகித்து உணர முடிந்தது. சற்று நெருங்கிச் சென்றபோது, கூடி நின்ற மக்கள் பலர் பேசிக்கொண்டதை வைத்து, நடந்தது என்னவென்பதைத் தெளிவாகத் தெரிந்துகொள்ள முடிந்தது.

இதற்கிடையில் அருகில் பொதுமக்கள் எவரும் அவ்விடத்தை நெருங்க முடியாதவாறு காவலர்கள் நீளமான நாடாவைக்கொண்டு பாதுகாப்பு வளையத்தை அமைத்து விட்டனர். அங்கு நின்றுகொண்டிருந்த காவலர் வாகனங்களும் மருத்துவ உதவி வண்டிகளும் தீயணைப்பு வாகனங்களும் இராணுவ வாகனங்களும் ஓங்கிகளும் பாரந்தூக்கி வாகனங்களும் பரபரப்புடன் தத்தம் கடமைகளில் ஈடுபட்டுக்கொண்டிருந்தன. விபத்தில் பாதிக்கப்பட்டவர்களின் உறவினர்களும் நண்பர்களும் செய்வதறியாது கதறியழுத துயரக் காட்சியைக் கண்டு மிகவும் மனம் வருந்தினேன். அதற்கு மேல் அவ்விடத்தில் எதையும் என்னால் தெரிந்துகொள்ள இயலவில்லை. அங்கிருந்து வேறு வழியாக வீடு திரும்பினேன். நான் வீடு திரும்பிய பின்னர், நடந்த நிகழ்ச்சியைப் பற்றி வானொலி மூலமாகவும் செய்தித்தாள் மூலமாகவும் ஐயந்திரிபற அறிந்துகொண்டேன்.

அன்று நடைபெற்ற விபத்து தொடர்பாக நான் அறிந்துகொண்ட தகவல்கள் பற்றி விளக்குவது பலருக்கும் பயனளிக்கக்கூடும் என்று எண்ணியே இக்கட்டுரையில் அதுபற்றி எழுதுகிறேன். விளக்கத்தைக் கீழே காணுங்கள்.

அதுவரை நன்றாக நின்றுகொண்டிருந்த 'லியன்யாக் கட்டடம்' அடித்தளம் வலுவின்றி எதிர்பாராத நிலையில் பூமிக்குள் புதையுண்டபோது, அதனுள் இடம் பெற்றிருந்த 'நியூவேர்ல்டு' விடுதியும் சேர்ந்தே புதையுண்டு விட்டது. அச்சமயம் அருகிலிருந்த கடைத்தொகுதிகளில் பொருட்கள் வாங்கிச் செல்லும் பொருட்டு, தங்கள் (cars) வாகனங்களை அக்கட்டடத்திலிருந்த கார் நிறுத்துமிடங்களில் நிறுத்திக்கொண்டிருந்தவர்கள் பலரும் கண்ணிமைக்கும் நேரத்தில் இறக்க நேர்ந்தது. பூமிக்குள் புதையுண்ட வாகனங்களையும் அதனுள்ளிருந்தவர்களையும் காப்பாற்ற, காவலர்களும் உள்நாட்டு, வெளிநாட்டு இராணுவ வீரர்களும் தொண்டர்களும் அரும்பாடு பட்டனர். ஆனாலும் ஒரு சிலரைத் தவிர எண்ணற்றோரின் உயிர்களைக் காப்பாற்ற முடியவில்லை.

விபத்து நடைபெற்றபோது வாகன நிறுத்துமிடத்தில் தங்கள் வாகனத்தினுள்ளேயே சிக்கி மாண்டவர்கள் பலர். அதுமட்டுமின்றி விடுதியில் தங்கியிருந்தோரும் அதன் பணியாளர்கள் பலரும் அவ்விபத்தில் உயிர் துறக்க நேர்ந்தது. அதிருஷ்டவசமாக, முன்னரே தங்கள் வாகனங்களை அதே வாகன நிறுத்துமிடத்தில் நிறுத்தி வைத்து விட்டு வெளியேறியவர்கள் மட்டும் உயிர் தப்ப நேர்ந்தது. ஆனால், இடிபாட்டுக்குள் அவர்களின் வாகனங்களை மீட்க முடியாமலே போயிற்று.

சொல்லப் போனால், எத்தனை வாகனங்கள், எத்தனை எத்தனை மனித உயிர்கள் பூமித்தாயின் வயிற்றுக்குள் அடங்கிக் கிடக்கின்றன என்பதை யாரே அறிவர்! இன்றளவும் என் நினைவை விட்டு நீங்காத நிகழ்வுகளில் அதுவும் ஒன்றாகும்.

கால மாறுதலுக்கு ஏற்ப வளர்ச்சி கண்டு வரும் நம் நவீன சிங்கையில் விபத்து நேர்ந்த இடம் தற்போது தரைமட்டமாக்கப்பட்டு, அதே இடத்தில் புதிய விடுதியொன்று கட்டப்படவுள்ளது என்னும் செய்தியை அண்மையில் என்னால் அறிய முடிந்தது.

நம் நாட்டின் பேருந்து சேவைகள் (அன்றும் இன்றும்)
Bus Transport (Then and Now)

இரண்டாம் உலகப் போர் முடிவடைந்து ஏறத்தாழ ஐந்தாண்டு காலத்திற்குப் பின், நான் சிங்கைத் திருநாடு வந்த காலத்தில் இங்குப்

போக்குவரத்துச் சேவைகள் ஆற்றி வந்த பேருந்து நிறுவனங்கள் 'STC' எனப்பட்ட Singapore Traction company, Hock Lee Bus company Tay Koh Yat Bus Company, Green Bus Company முதலியன ஆகும்.

நம் நாட்டில் அப்போது போக்குவரத்து சேவைகளில் ஈடுபட்டிருந்த அனைத்துப் பேருந்து நிறுவனங்ளும் பயணச் சீட்டுகளைப் பயணிகளுக்கு வழங்கி வந்த முறை கிட்டத்தட்ட ஒரே மாதிரியாகவே இருந்தது. ஒவ்வொரு பேருந்து நடத்துநர் (Conductor) கையிலும் ஒரு கையடக்கப் பலகை இருந்தது. அந்தப் பலகையின் மேற்புறம் பத்துக்காசு, இருபது காசு, முப்பது காசு, ஐம்பது காசு முதலிய கட்டணங்கள் அச்சடிக்கப்பட்ட பயணச் சீட்டுகள் வரிசையாக வைக்கப்பட்டிருந்தன. கட்டண முறை அக்காலச் சூழலுக்கும் பொருளாதார நிலைக்கும் ஏற்றமுறையில் இருந்தது. ஓய்வு நேரங்களில் நடத்துநர் தம்மிடமிருந்த (Whistle) சீழ்க்கை கட்டணப்பலகை (Punch) பயணச்சீட்டுகளைத் துளையிட உதவும் கருவி (Pencil) பென்சில் முதலியவற்றைப் பாதுகாப்பாகத் தம் தோளில் தொங்கவிடப்பட்டிருக்கும் (Khaki) 'காக்கி' நிறத்து பணப்பைக்குள் போட்டு வைத்துக்கொள்வது வழக்கம்.

பெரும்பாலும் சேவையில் ஈடுபடுத்தப்பட்ட பேருந்துகள் அனைத்தும் உருவில், ஏறக்குறைய இன்று நம் சாலைகளில் செல்லும் 'Motor Buses' போலவே இருந்தன. எண்ணிக்கையில் மிகக் குறைவே, இருக்கை வசதிகளும் இன்றுபோல் இல்லை. சில பேருந்துகளின் இரு ஓரங்களிலும் 'Bench' எனப்படும் நீண்ட விசிப்பலகை போன்ற இருக்கைகளும் பொருத்தப்பட்டிருந்தன. அழுத்தாமல் இருப்பதற்கு அவற்றின்மீது 'Cushion' மெத்தைகளும் பொருத்தப்பட்டிருந்தன.

கூட்டம் அளவுக்கு அதிகமாகிவிட்டால், பயணிகள் பேருந்தின் நடுப்பகுதியில் நின்ற நிலையிலேயே பயணிக்க வேண்டியிருந்தது.

இன்று இருப்பதுபோல, பேருந்துகளில் பயணிகள் ஏறவும் இறங்கவும் தனித்தனி வழிகள் இருந்தன. பேருந்து ஓட்டுநரும் நடத்துநரும் 'காக்கி' நிறச் சீருடை அணிந்தே பணியாற்றினர்.

அக்காலக் கட்டத்தில் பேருந்துகள் சென்று வந்த சாலைகளும் ஒடுக்கமானவையே.

இனி, அந்நாளில் நான் பேருந்தில் பயணம் செய்த அனுபவங்களை உங்களுடன் பகிர்ந்து கொள்வது பயனுள்ளதாயிருக்கும் என நம்புகிறேன். அதற்கு எடுத்துக்காட்டாக நான் வழக்கமாகப் பயணம் செய்து வந்த 'STC' நிறுவனத்தைச் சேர்ந்த பேருந்து சேவையைப் பற்றி எனக்குத் தெரிந்தவரை விளக்கமாகக் கூறுகிறேன்.

‘எஸ்.டி.சி’ என்ற பெயரில் இயங்கி வந்த பேருந்து நிறுவனம் 1920களின் நடுவில் தொடங்கப்பட்டதாம். அந்த நிறுவனம் காலனியாதிக்கக் காலத்தில் ஆங்கிலேயர்களின் நிர்வாகத்திற்கு உட்பட்டிருந்ததெனக் கேள்விப்பட்டேன். இன்றுவரை ‘Rex Theatre’ எனப்படும் திரையரங்கு இருக்குமிடத்தின் மிக அருகே (Mackenzie Road) மெக்கென்ஸி சாலையில் அமைக்கப்பட்டிருந்த ‘Bus Depot’ அதாவது பேருந்துக் கிடங்கு (நிலையம்) ஒரு பெரிய இடமாகும். அதனுள் ஏராளமான பேருந்துகள் வரிசை வரிசையாக நிறுத்தி வைக்கப்பட்டிருந்த காட்சியைப் புக்கிட் தீமா சாலையில் பயணித்தபோதெல்லாம் பார்த்திருக்கிறேன். அந்த நினைவுகள் என்னுள் இன்னும் பசுமையாகவே இருந்து வருகின்றன.

நம் நாட்டின் நகர்ப்பகுதிக்குள் பெரும்பாலும் ‘எஸ். டி. சி’ கம்பனிப் பேருந்துகளே போக்குவரத்து சேவைகளை மக்களுக்கு வழங்கி வந்தன. தினந்தோறும் அதிகாலை வேளையில் தொடங்கும் பேருந்து சேவையானது நள்ளிரவு நேரம்வரை நடைபெற்றது. பேருந்து சேவை தடையின்றியும் அதிக காலதாமதமின்றியும் நடைபெற்று வந்தது என்றே கூறலாம். ஆனால், காலையிலும் மாலையிலும் உச்சக் கட்ட நேரங்களில் (Peak Period) மட்டும் பேருந்துகளில் பயணம் செய்தபோது பயணிகளுக்குச் சொல்லொணா நெருக்கடி ஏற்பட்டது. அத்தகைய நேரங்களில் பேருந்து ஓட்டுநரும் நடத்துநரும் பட்டபாடு சொல்லி முடியாது. வரிசை பிடித்து, பேருந்துகளில் ஏறும் பழக்கமும் பயணிகளால் அன்று அவ்வளவாகப் பின்பற்றப்படவில்லை என்றே சொல்ல வேண்டும். அதனால், பயணிகள் முட்டி மோதிக்கொண்டு பேருந்தில் ஏறுவது வழக்கமான ஒன்றாக இருந்தது.

பேருந்துகளில் ஏற்பட்ட கூட்ட மிகுதியால் நடத்துநர்கள் கட்டணம் வசூலிப்பதும் சிரமமான ஒன்றாகவே இருந்தது. அத்தகைய இக்கட்டான நேரங்களில் ஓட்டுநரும் நடத்துநரும் பயணிகளைப் பார்த்து “உள்ளே செல்லுங்கள், தயவு செய்து உள்ளே செல்லுங்கள்!” என்று உரத்த குரலில் பலமுறை கத்திச் சொல்ல வேண்டியிருந்தது. அப்படியும் பலர் சற்றும் நகர்வதில்லை. அதற்குப் பயணிகளையும் அப்போது குறை கூற முடியாத நிலை இருந்தது. நெடுந்தொலைவு பயணம் செய்ய வேண்டிய பயணிகள் மட்டுமே அவர்களின் வேண்டுகோளுக்குச் செவி சாய்த்தனர். விரைவில் இறங்க வேண்டிய பயணிகளோ இறங்கும் வழியின் அருகே அசையாமல் நின்றுகொண்டே இருந்தனர்.

அப்படிப்பட்ட சூழ்நிலையில் கட்டணம் வசூலிப்பதில் நடத்துநருக்கு உண்மையில் பெரும் சிரமம் ஏற்பட்டது. நடத்துநரும் பேருந்தின்

ஒரு முனையிலிருந்து மறுமுனையை அடைவதற்குள் பயணிகள் பலர் கட்டணம் செலுத்தாமலே இறங்கிச் சென்று விடுவர். இத்தகு நெருக்கடியான சூழ்நிலையில் கட்டணம் வசூலிக்கத் தவறியதற்கு நடத்துநரையோ கட்டணம் செலுத்தாமல் இறங்க நேர்ந்ததற்குப் பயணிகளையோ குற்றம் சொல்ல முடியாத நிலையும் இருந்தது. இதற்கிடையில் பேருந்தினுள் அமர இருக்கை கிடைக்காமல் மனித மரங்களைப்போல நெருக்கமாக நின்றுகொண்டிருந்த பயணிகளினூடே சிரமப்பட்டும் புகுந்து சென்று கட்டணம் வசூலிக்கும்போது நடத்துநருக்கும் பயணிகளுக்குமிடையே சில சமயங்களில் வாய் சண்டையில் தொடங்கி கைகலப்பிலும் முடிந்துவிடக் கூடும். அதையும் தவிர, பெண்பயணிகளுள் ஒரு சிலர் தங்களை ஆண்பயணியோ நடத்துநரோ வேண்டுமென்றே இடித்து விட்டதாகவும் தங்களை உரசி விட்டதாகவும் கூறப்பட்ட புகார்களுக்கும் பஞ்சமில்லை.

மேலும், அக்காலத்தில் 'Motor Buses' எனப்பட்ட 'Omi' வகைப் பேருந்துகளில் மட்டுமே இத்தகைய காட்சிகள் இடம் பெறவில்லை. நம்நாட்டின் காலாங் சாலை (Kallang Road) போன்ற சில முக்கியமான சாலைகளில் வழக்கமாகச் சென்று வந்த 'Trolley Buses' என்று அழைக்கப்பட்ட 'மின் வண்டிகளிலுங்கூட காட்சிகள் அன்றாடம் நடைபெறவே செய்தன.

நான் அறிந்தவரை 'Trolley' வகைப் பேருந்துகள் அனைத்துமே சாலையில் செல்வதற்குத் தண்டவாளங்களைப் பயன்படுத்தவில்லை. மாறாக, அவை சாலையில் செல்வதற்கு 'solid Rubber Tyres' எனப்படும் அழுத்தமான இரப்பர் 'Tyres' பாட்டைகளையே பயன்படுத்தின.

அத்தகைய பேருந்துகள் சாலையில் செல்லும்போது, தலைக்குயரே இருந்த மின்கம்பிகளைத் தொட்டவாறே சென்றன. அவை செல்லும்போதெல்லாம் மத்தாப்புக் குச்சிகளை கொளுத்தும்போது சிதறும் தீப்பொறிகளைப்போல இடையிடையே தீச்சுடர்களைச் சிதறியபடி சென்று வந்த காட்சியை நான் வைத்த கண் வாங்காமல், வியப்புடன் கண்டும் மகிழ்ந்திருக்கிறேன். அந்த அரிய காட்சியும் மறையத் தொடங்கியது.

இரண்டாம் உலகப் போரின் விளைவாக (STC) பேருந்து நிறுவனம் பெரும் இழப்புக்கு ஆளானது. நிர்வாகத்தில் ஏற்பட்ட குறைபாடுகளாலும் தொழிலாளர்கள் அடிக்கடி வேலை நிறுத்தத்தில் ஈடுபட்ட காரணத்தாலும் முதலில் 60களின் தொடக்கத்தில் 'Tram Cars' சேவையும் பின்னர் 70களின் முடிவில் 'STC' யின் (Motor Buses) சேவையும் நம் நாட்டில் முடிவுக்கு வந்து விட்டது. திடீர் வேலை

நிறுத்தங்கள் காரணமாகவும் நிர்வாகக் கோளாறு காரணமாகவும் ஏற்பட்ட பேரிழப்பே! திவாலான (STC) கம்பனியின் பேருந்துகள் பலவற்றை அப்போது சிங்கையில் அமைக்கப்பட்ட 'SBS' பேருந்து நிறுவனம் உரிய இழப்பீடு கொடுத்து, தன் சேவையுடன் இணைத்துக்கொண்டது என்று அறிந்தேன்.

காலனி ஆதிக்க ஆட்சி முற்றுப் பெற்று, நம் நாடு 1965ல் குடியரசானபின், சிங்கையின் போக்குவரத்துத் துறை பெரும் மாற்றத்திற்கு உள்ளானது.

நம் குடியரசின் ஆட்சிப் பொறுப்பை மாண்புமிகு திரு. லீ குவான் இயூ அவர்கள் ஏற்றுக்கொண்ட பின் நாட்டில் நவீனமயத்திட்டம் விரைந்து செயல்படுத்தப்பட்டது. அதன் தொடர்பாக, பேருந்து சேவைகளிலும் வியத்தகு மாற்றங்கள் ஏற்படத் தொடங்கின. பழைய பேருந்துகள் படிப்படியாக மீட்டுக்கொள்ளப்பட்டு நவீனமான பேருந்துகள் அறிமுகப்படுத்தப்பட்டன.

தொடக்கக்காலத்தில் பேருந்துகளில் முன்புபோல் ஒவ்வொரு பேருந்திலும் ஓட்டுநரும் நடத்துநரும் பணியாற்றி வந்தனர். காலப்போக்கில் அந்நிலை மாறத் தொடங்கியது.

பேருந்துகளில் இருவர் பணியாற்றிய நிலை மாறி ஓட்டுநர் மட்டும் பணியாற்றும் முறை நடைமுறைக்கு வந்தது. அந்த முறையில் கட்டண வசூலிப்பு, ஓட்டுநர் அருகே அவருடைய பார்வையில் வைக்கப்பட்ட (Auto) தானியங்கிக் கருவி மூலம் நடைபெறத் தொடங்கியது. தொலைவுக்கு ஏற்ப, செலுத்திய கட்டணத்திற்குரிய இரசீதுகளையும் பயணிகள் அந்தக் கருவி மூலமே பெற்றுக்கொண்டனர். கட்டணம் செலுத்தும் பெட்டிக்குள் அளவுக்கு அதிகமான தொகையைப் போட்டுவிட்டாலோ மீதிப் பணம் கிடைக்காது என்பதைப் பயணிகள் தெரிந்து செயல்பட வேண்டும்.

பிறகு, அதைவிட நவீனமான முறை ஒன்று நம் நாட்டில் அறிமுகமாயிற்று. அதற்கு ஏற்ப பேருந்துகள் அனைத்திலும் தானியங்கி முறையில் பயணிகள் (EZlink) 'ஈஸிலிங்' அட்டைகளைப் பயன்படுத்தி, கட்டணங்களைச் செலுத்தக்கூடிய வகையில் நவீன மின்னியல்கருவிகளும் பொருத்தப்பட்டன.

பயணிகள் ஏறும்போதும் இறங்கும்போதும் தங்கள் கட்டண அட்டைகளைத் தவறாது தட்டிச் செல்ல வேண்டிய நிலை ஏற்பட்டது. இந்த நவீன முறையில் ஓட்டுநர் கட்டணம் வசூலிப்பதில் கவனம் செலுத்தத் தேவையில்லை; பேருந்தைக் கவனமாக ஓட்டுவதே அவருடைய பொறுப்பாயிற்று.

'ஈஸிலிங்' பயண அட்டைகள் அறிமுகப்படுத்தப்பட்டதன் மூலம் ஏறிய பயணிகள் கட்டணம் செலுத்தாமல் இறங்கிச் செல்ல முடியாது. பயணிகள் பேருந்தில் ஏறும்போது மட்டும் கட்டணம் செலுத்திவிட்டு இறங்கும்போது கட்டண அட்டையை முறையாகக் கருவியில் தட்டாமல் இறங்கினால் அந்தக் கட்டண அட்டையில் சேமிக்கப் பட்ட பணமதிப்பு குறையக் கூடும் என்ற அச்சமும் ஒரு வகையில் அதற்குக் காரணமாகும். இத்தகையத் 'தானியங்கிமுறை' அமல்படுத்தப்பட்டதன் பயனாக பேருந்து நிறுவனங்களுக்கு ஏற்பட்டு வந்த இழப்புகள் குறைந்தன. பயணிகள் ஏறுவது இறங்குவதில் ஏற்பட்டு வந்த கால தாமதமும் குறைந்தது எனலாம்.

பேருந்து நிறுவனங்களுக்கு ஏற்பட்ட இழப்புகள் குறைந்து ஆதாயம் கூடியதால், நம் நாட்டுப் பயணிகளுக்குக் கூடுதலான உலகத்தரம் வாய்ந்த வசதிகள் பல அளிக்கப்பட்டு வருகின்றன என்பது கண் கூடு.

அது மட்டுமின்றி, இக்காலத்தில் பேருந்து நிறுவனங்கள் பயணிகளின் நலனைக் கருத்தில்கொண்டு (air-con) 'குளுகுளு' வசதியுடன்கூடிய புதுப்புது வகையான பேருந்துகளையும் அறிமுகப்படுத்தியுள்ளன. எடுத்துக்காட்டிற்கு (Double Decker Buses) மாடிப் பேருந்துகள் (Bendi Buses) எனப்படும் நீளமான வளை பேருந்துகள்' போன்ற நவீனமான அழகுமிக்க பேருந்துகள் பயன்பாட்டில் உள்ளன என்பதைக் குறிப்பிடலாம். அதுமட்டுமா, சக்கர நாற்காலிகளில் காத்து நிற்கும் பயணிகளை ஏற்றிச் செல்லவும் பேருந்துகளில் வகை செய்யப்பட்டுள்ளதை எண்ணி, நாம் உண்மையில் பெருமைப்படவே வேண்டும். அறிவியல் வளர்ச்சியால் நாம் பெற்று வரும் அளப்பரிய நன்மைகளைக் கருதி நன்றி கூறவும் வேண்டும் என்று பணிவுடன் வேண்டிக்கொண்டு இத்துடன் இத்தலைப்பை நிறைவு செய்கிறேன்.

தொலைக்காட்சியின் வருகை Arrival of Television

1963ஆம் ஆண்டு ஃபிப்ரவரித் திங்கள் அன்று நம் சிங்கையில் முதன்முதலில் தொலைக்காட்சி வழி திரைப்படங்களும் உலகச் செய்திகளும் மேலும் பல்வேறு நிகழ்ச்சிகளும் ஒளியேற்றப்பட்டன. வழக்கமாக வானொலி நிகழ்ச்சிகளையே அன்றாடம் கேட்டு வந்த மக்களுக்குத் தொலைக்காட்சியின் வருகையானது சிறந்த வரப்பிரசாதம் எனலாம்.

தொலைக்காட்சி அறிமுகம் கண்ட காலத்தில் திரைப்படங்களும் விதவிதமான விளம்பரங்களும் இன்னபிறவும் (Black and White)

எனப்படும் கருப்பு வெள்ளை நிறத்தில்தான் ஒளியேற்றப்பட்டன. அது பற்றிய வெள்ளோட்ட நிகழ்ச்சியைக் கண்கூடாகக் காணும் பேறு எனக்குக் கிட்டியது.

நம் நாட்டில் தொலைக்காட்சி நிகழ்ச்சிகள் அறிமுகம் செய்யப்படுவதற்கு முன் (Old Kallang Airport Runway) எனப்பட்ட 'பழைய காலாங் விமானநிலைய ஓடுபாதையில் ஒரு கண்காட்சி நடைபெற்றது. அந்தக் கண்காட்சியில் உள்நாடு, வெளிநாடுகளிலிருந்துகொண்டுவரப்பட்ட ஏராளமான (Cattle) கால்நடைகள், துணிமணிகள், வானொலிப் பெட்டிகள் போன்றவை இடம் பெற்றன. கண்காட்சி மிகப் பெரிய அளவில் நடைபெற்றது. கண்கவரும் வகையில் காட்சிப் பொருள்கள் வரிசை வரிசையாக வைக்கப்பட்டிருந்தன.

கண்காட்சியைப் பார்வையிட வந்திருந்த மக்களும் வரிசையில் சென்று ஆவலுடன் அதைக் கண்டு மகிழ்ந்த வண்ணமிருந்தனர். நானும் ஒரு வரிசையில் சென்று காட்சிகளை வியப்புடன் பார்த்துக்கொண்டிருந்தேன். அப்பொழுது சற்று தொலைவில் மக்கள் பெருந்திரளாய் நின்ற காட்சியைக் கண்டு அவ்விடத்தை நோக்கி விரைந்து சென்றேன். அவ்விடத்தில் நான் கண்ட காட்சி என்னை வியப்பில் ஆழ்த்தி விட்டது. ஆம். அங்குதான் நான் முதன்முதலில் தொலைக்காட்சிப் பெட்டியையும் அதன் எதிரே நின்ற மனிதர்களின் தோற்றத்தையும் செயல்களையும் நேருக்கு நேர் காண முடிந்தது. அதைக் கண்ட எனக்கு என் கண்களையே நம்ப முடியவில்லை. அதுவே நம் நாட்டின் தொலைக்காட்சி அறிமுக நிகழ்ச்சி எனக் கூறலாம்.

பின்னர், 1970ஆம் ஆண்டு டிசம்பர்த் திங்கள் 13ஆம் நாள் அன்று நம் நாட்டில் கண்ணைக்கவரும் வண்ணத் தொலைக்காட்சியும் (Colour TV) அறிமுகம் கண்டது. அந்த நிகழ்ச்சி நம் நாட்டின் பொழுது போக்குத் துறையில் மாபெரும் திருப்பத்தை ஏற்படுத்தி விட்டது. இன்றோ வண்ணத் தொலைக்காட்சி பெட்டிகள் எண்ணிப் பார்க்க முடியாத அளவிற்கு விதவிதமான தோற்றத்திலும் வண்ணத்திலும் விற்பனைக்கு வந்து விட்டன. அவரவர் வசதிக்கு ஏற்றவாறு தொலைக்காட்சிப் பெட்டிகளை வாங்கிப் பயன்படுத்தவும் முடிகின்றது. தொலைக்காட்சிப் பெட்டி இல்லாத வீடுகளே இல்லை என்று சொல்லும் அளவிற்குப் அவை பரவலாகக் காணப்படுகின்றன.

வண்ணத் தொலைக்காட்சிகளின் வருகையால் மக்கள் மனத்தைக் கவரும் வகையில் புதுப்புது நிகழ்ச்சிகள், விளம்பர உத்திகள் ஆகியன அவற்றில் இடம் பெறுவதைக் காணமுடிகின்றது.

வண்ணத் தொலைக்காட்சிகள் மூலம் மக்கள் நேரில் சென்று காண முடியாத எண்ணற்ற அற்புதக் காட்சிகளையும் இடங்களையும் இல்லத்தில் இருந்தவாறே கண்டு களிக்கும் வாய்ப்பினைப் பெற்றுள்ளனர். சுருங்கச் சொன்னால் இன்றைய அறிவியல் வளர்ச்சியின் பயனானது நம் பரந்த உலகைச் சுருங்கச் செய்து விட்டது. 'உலகம் ஒரு குடும்பம்' என நினைக்கச் செய்து விட்டது என்றால், அது சற்றும் மிகையாகாது.

Samsui women *(சாம்சூய்ப் பெண்டிர்)*

Samsui women

Kacang puteh man *(கடலை வியாபாரி)*

9

முற்காலத்தில் நம் நாட்டு மக்கள் அனுபவித்த இன்னல்கள்

திடீர் வெள்ளப்பெருக்கு (Flash Flood)

இனி நம் நாட்டில் பல பத்தாண்டுகள் (Decades) வரை இடையிடையே ஏற்பட்டு வந்த திடீர் வெள்ளப் பெருக்குகள் (Flash Flood) பற்றி ஒரு சில கூற விரும்புகிறேன்.

நம் நாட்டில் கனமழை பெய்யும் சமயங்களில் பல வட்டாரங்களில் இருந்த தாழ்வான நிலப்பகுதிகளில் ஏற்பட்டு வந்த வெள்ளப் பெருக்குகள் பற்றிப் பலரும் அறிந்திருக்கக் கூடும். அத்தகைய நிலைக்குத் தாழ்நிலங்கள் மட்டுமே காரணம் என்று சொல்ல முடியாது.

கடல் பெருக்கு ஏற்படும் சமயங்களில் நீரை விரைவாக வெளியேற்ற இயலாத, ஆழமில்லாச் சிறிய கால்வாய்கள், குப்பை கூளங்களால் முற்றாக அடைக்கப்பட்டிருந்த கால்வாய்கள் போன்ற தவிர்க்க முடியாத காரணங்கள் பல இருந்து வந்தன என்பதை மறக்கவியலாது.

ஆனால், அத்தகைய நிலை நம் நாட்டில் ஏற்பட்டு வருவதையும் அதனால், மக்கள் பட்ட இன்னல்களையும் நேரில் கண்டறிந்த

பொறுப்பு மிக்க நம் அரசினர் வாளா இருக்க வில்லை.

உடனே மக்களின் துயர் துடைக்கும் நடவடிக்கைக்கு முதன்மை அளித்து ஆவன செய்யும் செயலில் இறங்கியதை நாட்டு மக்கள் ஒருபோதும் மறந்திருக்க மாட்டார்கள்

முற்காலத்தில் நம் நாட்டில் சகிக்க முடியாதபடி சேறும் சகதியுமாக காட்சியளித்த சிங்கப்பூர் ஆறு, காலாங் ஆறு, போன்ற பல ஆறுகளைத் துப்புரவு செய்வது என்பது எளிதான காரியமன்று. நம் நாட்டின் நவீன நிறுவனர் திரு. லீ குவான் இயூ அவர்களின் தொலைநோக்குப் பார்வையாலும் மதி நுட்பத்தாலும் அத்தகு கண்ணராவிக் காட்சிகளுக்கும் விடிவுகாலம் பிறந்தது எனலாம்.

நம் நாட்டின் நல்லறிஞர் மாண்புமிகு லீ குவான் இயூ அவர்களின் வேண்டுகோளையே சவாலாக ஏற்று இங்கிருந்த பொறியியலாளர்களும், கல்விமான்களும், அறிவுசால் அமைச்சர்களும் அன்றாடம் அல்லும் பகலும் அரும்பாடுபட்டு, துர்நாற்றம் வீசிய நம்நாட்டில் பல ஆறுகளையும் கால்வாய்களையும் நீர் தேங்கிக் கிடந்த நீர் நிலைகளையும் துப்புரவு செய்யும் மாபெரும் பணியில் தங்களை எவ்வாறு அர்ப்பணித்துக்கொண்டனர் என்பதை நாட்டு மக்கள் கண்கூடாகக் காண முடிந்தது. பல்லாண்டுகள்வரை தொடர்ந்து நடைபெற்று வந்த அத்தகைய அரும் பணியின் பயனாக இன்று நம் நாட்டில் கரிய நிறத்தில் காணப்பட்ட பல ஆறுகளின் நீர் இன்று பளிங்கு போன்ற தெளிந்த நீரைப் பெற்று மிளிர்கின்ற காட்சியைக் காண்கிறோம்.

பழுதுபட்டுக் கிடந்த எண்ணற்ற படகுகள், ஆறுகளையும் ஆற்று முகத்துவாரங்களையும் அடைத்துக் கிடந்த அருவருப்பான காட்சியை இன்று நாம் காண முடிவதில்லை. இதற்குச் சான்றாகப் பல இடங்களை நான் உங்களுக்குக் குறிப்பிட முடியும். சிங்கப்பூர் ஆறு, காலாங் பேசின், கம்பங் கிளாமின் கடலோரப் பகுதிகள் ஆகியவற்றின் முற்காலக் காட்சியையும் தற்காலக் காட்சியையும் சுட்டும் நிழற்படங்களையும் நம்நாடு குறித்த வரலாற்று நூல்களில் இடம் பெறும் படங்களை பார்த்தாலே புரிந்துகொள்ள முடியும்.

முன்பு புக்கிட் தீமா கால்வாய் இருந்த நிலையையும் ரோச்சோர்க் கால்வாய் இருந்த நிலையையும் ஒப்பு நோக்கிப் பார்ப்போருக்கு இதைப் புரிந்துகொள்ள வேறு சான்றுகள் தேவையில்லை எனலாம்.

இத்தலைப்பினை நிறைவு செய்வதற்கு முன், நான் நேரில் கண்ட ஒரு வெள்ளப் பெருக்கைக் கூற ஆசைப்படுகிறேன்.

ஆண்டு 60களின் நடுப்பகுதியில் பெய்த கனமழை காரணமாக

'Newton Circus' எனப்பட்ட இடத்தின் அருகே நியூட்டன் சாலை முழுதும் நீரில் மூழ்கிக் கிடந்தது. அந்த வெள்ளப் பெருக்கில் இளையர் பலர் 'Sampan' என மலாய் மொழியில் அழைக்கப்படும் சிறு சிறு படகுகளைக்கொண்டு வந்து, சாலையில் தேங்கி நின்ற வெள்ள நீரில்படகு வலித்து விளையாடிய அரிய காட்சியை சாலையின் இரு மருங்கிலுமிருந்த மாடி வீடுகளிலிருந்தோர் நேரில் கண்டு வியந்தனர் என்ற நிகழ்வை இன்றைய இளைய தலைமுறையினருக்கு நினைவுப்படுத்த விரும்புகிறேன்.

அத்தகு இன்னல் மிகு நிலையை இக்காலத்தில் அப்பகுதியில் காண்பது இயலாது. அதற்குக் காரணம் நம் அரசால் கால்வாய்கள் அகலமாகவும் ஆழமாகவும் வெட்டப்பட்டு, தாழ்நிலங்கள் பல மண்ணைக் கொட்டி உயர்த்தப்பட்டதே ஆகும்.

அதனால், நம் நாட்டில் பல இடங்களில் மக்கள் பட்ட துயரங்கள் படிப்படியாகத் துடைத் தொழிக்கப்பட்டு வருகின்றன என்பதே உண்மை நிலை என ஆணித்தரமாகக் கூறுகிறேன்.

இனி நம் நாட்டில் ஏற்பட்ட திடீர் வேலை நிறுத்தங்கள் (Strikes) பற்றிப் பார்க்கலாம்.

நம் சிங்கை நாட்டின் நவீன நிறுவனரும் முதல் பிரதமருமான மாண்புமிகு லீ குவான் இயூ அவர்கள் பதவி ஏற்ற காலத்தில் பெரும்பாலான சீனப் பள்ளிகளிலும் பேருந்து நிறுவனங்களிலும் தொழிற்கூடங்களிலும் தொழிற்சங்கங்களிலும் ஆட்சிக்குக் கடும் எதிர்ப்புத் தெரிவித்து வந்த 'கம்யூனிஸ்டுகளின் ஊடுருவல்கள், அவர்களால் ஏற்பட்ட தூண்டுதல்கள், கீழறுப்பு வேலைகள் ஆகியன அதிகரித்து வந்தன. அதன் காரணமாக நாட்டில் அமைதியற்ற நிலை நிலவி வந்தது. சீனப்பள்ளி மாணவர்கள் ஈடுபட்ட (Riots) கலவரங்கள் தொழிலாளர்கள் ஏற்படுத்திய திடீர் வேலை நிறுத்தங்கள் தொழிற்சங்கவாதிகள் சமுதாயத்தில் ஏற்படுத்திய குழப்பங்கள் ஆகியன போன்றவை அப்பாவி மக்களை அச்சுறுத்திய பல நிகழ்வுகள் இங்கு இடையிடையே ஏற்பட்டு வந்தன. அத்தகைய எதிர்பாரா நிகழ்வுகளில் நம் நாட்டில் 50, 60களில் ஏற்பட்ட, பேருந்து நிறுவனங்களில் பணியாற்றிய தொழிலாளர்கள் செய்த வேலை நிறுத்தங்களை என்னால் இன்றளவும் மறக்க முடியவில்லை. அக்காலக் கட்டத்தில் நான் காலாங் கேஸ் கம்பனியிலிருந்து புக்கிட் தீமா பத்தரை மைல் தொலைவிலிருந்த புக்கிட் பாஞ்சாங் தொடக்கப்பள்ளியில் 5ஆம் வகுப்பில் நான் கல்வி பயின்று வந்தேன். நான் பள்ளியில் இருந்த சமயத்தில் நான் குயின் ஸ்திரீட்டிலிருந்து வழக்கமாகப் பயணித்து

வந்த (Green Bus company) எனப் பெயருடைய நிறுவனத்தைச் சேர்ந்த தொழிலாளர்கள் திடீரென வேலை நிறுத்தத்தில் ஈடுபட்டனர். ஒருமுறை, இருமுறை அவ்வாறு நிகழ்ந்து விட்டது. (Hock Lee Bus) நிறுவனத்தின் வேலையாட்களும் அச்சமயம் வேலை நிறுத்தத்தில் ஈடுபட்டனர். அத்தகைய இக்கட்டான தருணங்களில் வேறு எந்தப் பேருந்து சேவையும் புக்கிட் தீமாசாலை, டன்யார்ன் சாலைகளில் இல்லாமல் போய்விட்டது. என் கையிலிருந்த ஓரிரு வெள்ளிக்களைத் தவிர வேறு பணம் கிடையாது. எனக்கு என்ன செய்தவென்றே தெரியவில்லை. வேறு வழியின்றி புத்தகப்பையைச் சுமந்துகொண்டு, புக்கிட் பாஞ்சாங் பத்தரை மைலில் இருந்த என் தொடக்கப் பள்ளியிலிருந்து சாலையோரமாக நடந்தே வந்து அப்போது நான் வசித்து வந்த காலாங் சாலை இல்லத்தை வந்து அடைந்தேன். ஒருமுறை மட்டுமன்று, இருமுறை அவ்வாறு நடந்தே வீடு வந்த நினைவுகள் என்னுள் இன்னும் பசுமையாகவே இருந்து வருகின்றன.

ஆண்டு 50களின் தொடக்க காலத்தில் அத்தகைய திடீர் வேலை நிறுத்தங்கள் பல நடந்து வந்தன. சில நாட்களில் (Bras Basah Road) பிராஸ் பாஸா சாலையில் (St Joseph School) செயின்ட் ஜோஸப் கல்வி நிலையத்திற்கு எதிரே இருந்த வாகன நிறுத்துமிடத்திற்குப் பொதுமக்களை வரச் செய்து அவர்கள் செல்ல வேண்டிய இடங்களுக்கு அங்கு ஏற்கனவே நிறுத்தப்பட்டிருந்த (Lorries) சரக்கு உந்துகள் மூலம் ஏற்றி அனுப்பி வைத்தனர். அவ்வாறு பயணம் செய்தவர்களில் நானும் ஒருவன் என்பதைக் கூறிக் கொள்கிறேன். அப்பொழுது நம் நாட்டின் நிலைமை அப்படித்தான் இருந்து வந்தது.

இன்று நம் நாட்டில் நவீனமான வசதிமிக்க பேருந்து சேவைகள் ‘MRT, LRT, Circle Line, Down Town Lines’ எனப்படும் விதவிதமான போக்கு வரத்து வசதிகள் ஆகியவை மக்களின் பயணத்தை எளிதாக்கி, வசதிமிக்கதாக்கி வருகின்றன. இப்படிப்பட்ட சொகுசான வாழ்க்கை முறையை அனுபவித்து வரும் தற்காலத் தலைமுறையினர் சிரமமிக்க முற்காலப் பயண வசதிகளைப் பற்றிக் கற்பனை செய்துகூடப் பார்க்க வாய்ப்பில்லை என்பதே உண்மை ஆகும்.

அடுத்தபடியாக நம் நாட்டு மக்களை மிகவும் துயர் அடையச் செய்து வந்த திடீர் ‘மின்வெட்டுகள்’ பற்றிச் சிறிது கூற விரும்புகிறேன்.

திடீர் மின்வெட்டுகள் (Blackouts)

நம்நாடு பிரிட்டிஷார் ஆட்சிக்கு உட்பட்டிருந்த காலம்வரை

இன்னும் சொல்லப் போனால் அதற்குப் பிறகுங்கூட சில ஆண்டுகள்வரை இந்தத் திடீர் மின்வெட்டுக்கள் எந்நேரத்திலும் நிகழ்ந்த வண்ணமே இருந்து வந்தன என்பதைக் குறிப்பிட்டே ஆக வேண்டும்.

இரண்டாம் உலகப்போருக்குப் பின் ஆண்டு 60களின் இறுதிவரைகூட அந்தப் பிரச்சினைக்குத் தீர்வு காண இயலவில்லை. அதற்குக் காரணம் நம் நாட்டில் அச்சமயம் இருந்த மின் உற்பத்தி நிலையங்களான பாசிர்பாஞ்சாங் மின் நிலையம் செயின்ட் ஜேம்ஸ் St James மின் நிலையம், ஆகியவை சிறியவை. ஆற்றல் குறைந்தவை. அதனால், திருமண காலங்களில் தாலிகட்டும் நேரமனாலும் சரி, கோவில்களில் விழாக்கள் நடைபெறும் காலங்களிலும் சரி, மருத்துவமனைகளில் பிரசவமோ முக்கிய அறுவைச் சிகிச்சையோ நடைபெறும்போதும் திடீர் திடீரென்று மின்வெட்டு ஏற்படுவது உண்டு.

அத்தகு அவலநிலை திரும்ப வராதபடி நம் நாட்டினின்றும் துரத்தியடிக்கப்பட்டு விட்டது என்ற நற்செய்தியைப் பெருமிதத்துடன் கூறிக் கொள்கிறேன். இக்காலப் புதிய தலைமுறையினர் காலத்தால் செய்த பயன்மிகு மாற்றத்தைச் சற்று எண்ணிப் பார்க்க வேண்டும் என்று அன்புடன் வேண்டிக் கொள்கிறேன்.

மேற்கூறப்பட்ட பிரச்சினைகளைப்போல் எத்தனையோ பிரச்சினைகளை இயற்கை வளமற்ற நம் சின்னஞ்சிறு நாடு விடுதலை பெற்ற காலம் முதலே அஞ்சாமையுடன் எதிர்கொண்டு வந்துள்ளது என்பதற்கு இன்று நாமெல்லாம் அனுபவித்து வரும் உயர்ந்த, வசதியான வாழ்க்கை முறையே நற்சான்று பகரவல்லது என்பதை அறுதியிட்டு உறுதியாகக் கூறுகிறேன்.

எல்லாப் பிரச்சினைகளையும் இப்படியே வெளிக் கொணர்ந்து உங்கள் முன் விளக்குவதற்கு எனக்குத் தேவையான உடல் வலிமையோ கால அவகாசமோ இல்லையென்பதை வருத்தத்துடன் கூறிக் கொள்ளும் இவ்வேளையில் மேலும், இரண்டொரு பிரச்சினைகளை மட்டும் கூறி, இத்தலைப்பினை இத்துடன் நிறைவுபெறச் செய்கிறேன். திடீர் மின்வெட்டுகள் என்பது அக்காலத்தில் அனறாட நிகழ்வாகவே இருந்து வந்தன. எப்போதாவது மின்வெட்டு திடீரென்று ஏற்பட்டு விட்டால், அந்த வட்டாரத்திலிருந்த மக்கள் அனைவரும் ஓ! என்று ஏககாலத்தில் குரல் எழுப்பிய அவலம் இன்றளவும் என் நினைவை விட்டு அகலவில்லை. இது ஒரு நாள் நிகழ்வு மட்டும் இல்லை. அன்றாடக் காட்சியே என்று கூறலாம்.

அப்படிப்பட்ட நேரங்களில் ஒரு சிலர் இருட்டில் தட்டுத் தடுமாறிய நிலையில் சென்று மெழுகுவர்த்திகளையோ, எண்ணெய் விளைக்குகளையோ தேடிப்பிடித்து எடுத்து வந்து அவற்றைப் பற்றவைத்து, மங்கிய ஒளியில் உணவு உண்பது, தேர்வுக்குப் படிப்பது போன்ற அத்தியாவசியக் கடமைகளை நிறைவேற்றிக் கொள்வர்.

வேறு சிலர் அப்பொழுது கடைகளில் கிடைத்த தகரத்தாலான 'கபாயா விளக்குகளை'க் கொண்டு வந்து அதனுள் கபாயா மருந்து, தேவையான தண்ணீர் ஆகியவற்றை அதற்கு உரிய இடங்களில் நிரப்பி, அந்த விளக்குகள் எரியக்கூடிய முனைகளில் தீக்குச்சியைப் பற்ற வைத்து விளக்கெரியச் செய்வர். திடீர் மின்வெட்டுகளைச் சமாளிக்க நாட்டு மக்களும் ஆயத்த நிலையில் இருந்து வந்தனர்.

இத்தகைய இக்கட்டான சூழ்நிலை நான் படிக்கும்போதும், உணவு உண்ணும்போதும் எனக்கு ஏற்பட்டதில் எத்தகைய ஆச்சரியமும் இல்லை என்பதே ஆகும். அத்துன்பத்தை எதிர்கொள்ள வேண்டிய நிலையில் நான் மட்டும் என்ன, விதிவிலக்கா? இதுவே அன்றையச் சூழ்நிலை.

ஆனால், நம் நாட்டில் நிலையான நல்லாட்சி ஏற்பட்ட காரணத்தாலும் நம் நாடு பலவிதங்களிலும் தொழில்மயத் திட்டங்களில் வெற்றி பெற்று வந்த காரணங்களாலும் தலைவர்களின் தொலை நோக்காலும் அதிகமான, பெருமளவு மின்சக்திகளை வழங்கக்கூடிய மின் உற்பத்தி நிலையங்கள் கட்டப்பட்டு, செயல்படத் தொடங்கியதும் பழைய திடீர் மின்வெட்டுகளுக்குச் சாவுமணி அடிக்கப்பட்டது. நல்லாட்சி காரணமாக நம் நாடே ஒளி வெள்ளத்தில் மிதக்கத் தொடங்கியது. நாட்டு மக்கள் வாழ்விலும் ஒளியேற்றப்பட்டது. அதன் பயனாய், இறுதியில் இங்கு இருள் மறைந்தது; ஒளி பிறந்தது!

இத்தகைய நிலை இன்றைய நம் நாட்டு மக்கள் பெற்றுள்ள நற்பேறு என்றே சொல்ல வேண்டும்.

இந்நிலை தொடர்ந்து நீடிக்க வேண்டுமாயின், நாமெல்லாம் மின்சாரம், எரிவாயு, தண்ணீர் போன்ற வாழ்வாதாரங்களைச் சிக்கனமாகப் பயன்படுத்த வேண்டியது மிகமிக இன்றியமையாத ஒன்று என்பேன். இல்லையேல், நாம் பழைய நிலையை அனுபவிக்க நேரிடும்.

நாட்டில் திடீர்! திடீர்! என்று ஏற்படும் செயல்கள், எவ்வாறு மக்களை அச்சுறுத்தச் செய்யும் என்பதற்கு மேலே கூறப்பட்ட திடீர் மின்வெட்டு ஒரு சிறந்த எடுத்துக்காட்டு எனலாம்.

இனி அதைப் போன்ற மேலும் ஒன்றிரண்டு நிகழ்வுகளை உங்களுக்கு நினைவுப்படுத்தி விட்டு, வேறு சில தலைப்புகளைப் பற்றிக் கூற விழைகிறேன். அவற்றையும் தெரிந்து கொள்வது பயன்மிக்கது.

நீர்ப்பங்கீடு-இயக்கம் Water Rationing - Campaign

திடீர் வெள்ளம், திடீர் மின்வெட்டு, திடீர் வேலை நிறுத்தங்கள் முதலியவைப் பற்றி நான் எழுதியுள்ள கட்டுரைகளில் அவற்றால் நாட்டு மக்கள் பட்ட சொல்லொண்ணாத் துன்பங்களைப் பற்றி விளக்கியுள்ளேன்.

இப்போது, பல பத்து ஆண்டுகட்கு முன், நம் நாட்டில் ஏற்பட்ட தண்ணீர்ப் பற்றாக்குறையால் மக்களுக்கு ஏற்பட்ட அச்சத்தையும் அல்லலையும் உங்களுக்கு நினைவுப்படுத்த விரும்புகிறேன்.

தோராயமாக ஆண்டு 60களின் பிற்பகுதியில் நம் நாட்டில் சிலகாலம்வரை தொடர்ந்து மழை பெய்யாத காரணத்தால் மக்கள் கடுமையான வறட்சி நிலையை எதிர்நோக்க வேண்டியிருந்தது. அத்தகு அவசர நிலையைச் சமாளிக்கும் பொருட்டு நம் அரசு இங்கு நீர்ப்பங்கீட்டு முறையை அறிமுகம் செய்ய உத்தேசிப்பதாக அடிக்கடி எச்சரித்து வந்தது.

அதுதொடர்பாக நாடெங்கும் 'தண்ணீரைச் சேமியுங்கள்!' தண்ணீர் மதிப்பு மிக்கது! நீர் ஓர் அரிய பொருள்!' என்று சுலோகங்கள் அச்சடிக்கப்பட்ட சுவரொட்டிகள், பதாகைகள் முதலியன நாட்டின் பல பகுதிகளிலும் சமூக நிலையங்கள், பள்ளிகள், போன்ற முக்கிய இடங்களின் வேலிகளிலும் சுவர்களிலும் கட்டப்பட்டிருந்த காட்சியை இன்றளவும் என்னால் மறக்க இயலவில்லை.

நம் குடியரசு நீர்வளம், நிலவளம் கனிமவளம் முதலியவை குன்றிய ஒன்று என்பதை நாட்டு மக்கள் நன்கு அறிவர்.

இன்றுவரை நமக்குத் தேவையான நீரின் பெரும் பகுதியை ஜோகூர் மாநிலத்திலிருந்தே நாம் விலை கொடுத்து வாங்க வேண்டிய நிலை இருந்து வருகிறது. அது குறித்து நம் பிரதமர் லீ சியன் லூங் அவர்கள் அண்மையில் "தூய்மை பசுமை சிங்கப்பூர்" என்ற நிகழ்ச்சியில் சிறப்பு விருந்தினராகக் கலந்துகொண்டபோது, நீரின் முக்கியத்துவத்தையும் நீரைச் சேமிக்க வேண்டியதன் இன்றியமையாமையைப் பற்றியும் மீண்டும் நாட்டு மக்களுக்கு நினைவுப்படுத்தியுள்ளதை நன்கு எண்ணிப் பார்த்து, அரிய பொருளாம் நீரைச் சேமிக்க வேண்டும். அதை முன்னிட்டு நாம் நம் பழக்க வழக்கங்களைச் சரிப்படுத்திக்கொள்ளவும், அதனை

நன்கு உணர்ந்து செயலாற்றவும் வேண்டும். உலகில் ஏற்பட்டு வரும் பருவநிலை மாற்றத்தைக் கருதி நம் நாட்டின் தண்ணீர்ப் பாதுகாப்பை மேம்படுத்தும் வகையில் நீரைச் சிக்கனமாகப் பயன்படுத்த உதவும் கருவிகளைத் தண்ணீர்ப் பீலிகளில் தவறாது பொருத்திக் கொள்வது பயனுடையது என்பதையும் வலியுறுத்தினார்.

தண்ணீரைச் சிக்கனமாகப் பயன்படுத்தத் தவறினால், மக்கள் முன்பு பட்ட துன்பங்களை நீங்களும் அனுபவிக்க நேரிடும் என்பதை மறந்துவிடலாகாது என்பதை நினைவூட்டுவதாய் அவருடைய பேச்சு அமைந்திருந்தது.

நம் பிரதமர் லீசியன் லூங் அவர்களின் பேச்சு நாங்கள் ஆண்டு 60களில் நீர்ப் பற்றாக்குறையைச் சமாளிக்க மேற்கொண்ட முன்னெச்சரிக்கை நடவடிக்கைகளை நினைவுப்படுத்தியது.

உண்மையில் நம்நாட்டில் அப்போது (Water Rationing) நீர்ப்பங்கீட்டு முறை அமல்படுத்தப்படவில்லை என்ற போதிலும் அரசாங்கம் கேட்டுக்கொண்டதற்கு இணங்க மக்கள் அதற்கான நடவடிக்கையில் ஈடுபடலாயினர். முன்கூட்டியே அவர்கள் பெரிய பெரிய பாத்திரங்களிலும் ‘பிளாஸ்டிக் தொட்டிகளிலும் நீரைப் பிடித்து வைத்துக்கொள்ள நேர்ந்தது. பெரும்பாலும் மக்கள் நன்கு அசந்து தூங்கும் அதிகாலை நேரங்களில் கண் விழித்து எழுந்து தங்கள் வீட்டுத் தண்ணீர்க் குழாய்களில் நீர் திறந்துவிடப்படும் போதே போதுமான நீரைப் பிடித்து வைத்துக்கொள்ள அரும்பாடுபட்டனர். அத்தகைய பாவனைப் பயிற்சியை மக்கள் நீண்டகாலம் தொடர்ந்து செய்ய வேண்டிய நிலை இருந்தது. நானும் என் மனைவியும் அதே போன்ற துன்பத்தை அனுபவித்த காட்சியை எங்களுக்கு அடிக்கடி நினைவூட்டும் அடையாளச் சின்னமாக இன்றளவும் என் வீட்டில் இருந்து வருகிறது ஒரு பெரிய ஆரஞ்சு நிற ‘பிளாஸ்டிக்’ நீர்த்தொட்டி. அந்த நீர்த்தொட்டியில் இப்போழுது நாங்கள் நீருக்கு பதிலாக சமையலுக்கு வேண்டிய அரிசியைப் பாதுகாப்பாகக் கொட்டி வைத்திருக்கிறோம் என்று கூறிக் கொள்கிறேன்.

இத்தருணத்தில் வாசகர்களுக்கு ஒன்றைக் கூறிக்கொள்ள விரும்புகிறேன். நம் நாட்டில் நீர்வளம் குறைவாக உள்ள நிலையை எதிர் நோக்க வேண்டியதை நன்கு உணர்ந்த நம் சிங்கை அரசு, கவலைப்பட்டுக் கையைப்பிசைந்துகொண்டு வாளாயிருக்கவில்லை. உடனடியாகச் செயலில் இறங்கியது. அதை முன்னிட்டு (PUB) எனப்படும் பொதுப் பயனீட்டுக் கழகம் (New Water) என்பதை (Newater) என்ற பெயரில் மக்கள் அதுவரை கேட்டறியாத ‘புதுநீர்’த் திட்டத்தைப் பற்றி அறிவித்தது. 1998ல் இங்குப் ‘புதுநீர்’ பற்றிய ஆய்வு வெற்றிகரமாக நடந்தேறியது. ஆண்டு 2000ல் நம் நாட்டின்

முதல் (Newater) ஆலைகட்டி முடிக்கப்பட்டது. ஆனால், தற்போது நம்நாட்டில் அத்தகைய நான்கு ஆலைகள் 'புதுநீர்த்' தயாரிப்பில் ஈடுபட்டுள்ளன என்பதை அறிவீர்கள் என நம்புகிறேன்.

'புதுநீர்த்' தயாரிப்பின் மூலம் தற்சமயம் நம் நாட்டிற்குத் தேவையான நீரில் சுமார் முப்பது விழுக்காடு நீர் வரை பெறப்படுகிறதாம்.

எதிர்காலத்தில் அதன் அளவு மேலும் அதிகரிக்க வாய்ப்புள்ளது என்பது நமக்கெல்லாம் நற்செய்தியே.

புது நீரையும் அதன் மூலத்தையும் நம் அரசு அதனைப் பெறும் வழிகளையும் நுட்பமான பல அடுக்குச் சுத்திகரிப்பு முறைகளையும் பற்றி நாம் ஆராயத் தேவையில்லை. அந்நீர், தூய்மையானது, பாதுகாப்பானது என்பதே முக்கியமானது.

புதுநீரை மக்கள் அருவருப்பின்றியும், எவ்வித அச்சம் இன்றியும் குடிக்கலாம் என்பதை மெய்ப்பிக்கும் வகையில் ஓய்வு பெற்ற நம் கௌரவ அமைச்சர் திரு. கோ சோக் தோங் அவர்களே நம் நாட்டின் தொலைக்காட்சியில் தோன்றி, புதுநீரைக் குடித்துக் காட்டி மக்களுக்கு உத்திரவாதம் அளித்த நிகழ்ச்சியை நாம் எளிதில் மறந்திருக்க மாட்டோம் அல்லவா!

'குடிநீர்ப் பற்றாக்குறையை எண்ணி மக்கள் அதிகம் கவலைகொள்ளாமலும் அதனைப் பெற அடுத்த நாட்டாரிடம் கையேந்தி நிற்காமலும் இருக்கப் பேருதவியாக இருக்கும் என்றும் அத்தகு அரிய நீரை என்றும் போற்ற வேண்டும், சிக்கனமான முறையில் பயன்படுத்தவும் வேண்டும் என்றும் நம் நாட்டு நற்குடி மக்களை அன்புடன் வேண்டிக் கொள்கிறேன்' என்றார்.

பழைய புத்தகக் கடைகள்

Bras Basah Road Second hand Book Shops

இன்று நம் நாட்டில் கல்வி பயிலும் பள்ளி மாணாக்கர் ஆண்டுதோறும் புதுப் புதுப்புத்தகங்களையே வாங்கிப் பயன்படுத்த வேண்டிய நிலை உள்ளது.

அழகான அட்டைப்படங்களுடன் வெளிவரும் புதுப்புது நூல்களை வாங்கிப் பயன்படுத்துவது மாணவர்களை மகிழ்விக்கும் என்பதில் யாருக்கும் ஐயமில்லை.

ஆனால், அவற்றுக்குப் பணம் செலுத்தும் பெற்றோர் அவ்வளவாக மகிழ்ச்சியடைவதில்லை என்பதே உண்மை நிலை. ஏன்? அதற்கான காரணத்தை விளக்கும் வகையில் கீழ்வரும் பகுதி அக்கால நிலையையும் தற்கால நிலையையும் காணொளிபோல் படம்

பிடித்துக் காட்டும் என நம்புகிறேன்.

ஆண்டு 1951 முதல் நான் என் உயர்நிலைப் பள்ளிப் படிப்பை முடித்து, தமிழாசிரியராகப் பணியாற்றத் தொடங்கிய காலம்வரையும், அன்று (Bras Basah Road) பிராஸ் பாஸா சாலையில் வரிசையாக இருந்த கடைகளில் பழைய புத்தகங்களின் விற்பனை விறுவிறுப்பாக நடைபெற்று வந்த பரபரப்பான அந்தக் காட்சியை அக்கால மக்கள் எளிதில் மறந்திருக்க மாட்டார்கள் எனலாம். அந்த வகையில் மூத்த குடிமக்களுள் ஒருவனான என் நினைவிலும் அக்காட்சியானது இன்றளவும் பசுமையாகவே இருந்து வருகிறது என்பேன்.

நான் அதைப் பற்றி இங்குக் குறிப்பிடுவதன் நோக்கம் என்னவென்றால், இரண்டாம் உலகப் போர் முடிவுற்றபின் மக்கள் வாழ்க்கை நிலை இன்று இருப்பதுபோல செழிப்பாக இல்லை என்பதே. நாட்டு மக்கள் அனைவரும் கிடைத்த வருவாயைக்கொண்டு சிக்கனமாய் வாழ வேண்டிய கட்டாய நிலை அன்று இருந்து வந்தது.

எனவே, பள்ளிகளில் கல்வி பயின்று வந்த தங்கள் பிள்ளைகளுக்கு ஆண்டுதோறும் தேவைப்பட்ட புதிய பாடநூல்கள், கதை கட்டுரை நூல்கள் இலக்கிய நூல்கள் முதலியவற்றை வாங்கிக் கொடுக்க இயலாமல் பொதுமக்கள் பலர் சிரமப்பட நேர்ந்தது.

பெரும்பாலான சமயங்களில் தங்களின் மூத்த பிள்ளைகள் பயன்படுத்திய நூல்களையே இளைய பிள்ளைகளும் பெற்றுப பயன்படுத்தி வந்தனர்.

பழைய புத்தகங்கள் பெரும்பாலும் பழுப்பு நிறத்திலும் அழுக்காகவும் நூல்களின் சில பக்கங்களில் எழுதப்பட்டும் ஓரிரு பக்கங்கள் கிழிக்கப்பட்டும் இருக்கும். அப்படிப்பட்ட பழைய கவர்ச்சியற்ற புத்தகங்களை வாங்கிப் படிப்பதற்கு அன்றைய மாணவ மாணவியர் தயங்குவதுமில்லை, முகஞ்சுளிப்பதுமில்லை. பிள்ளைகளும் தங்கள் குடும்பச் சூழ்நிலையை உணர்ந்து அதற்கேற்ப நடந்துகொண்டனர்.

ஆண்டுதோறும் புது வகுப்புக்குச் செல்ல வேண்டிய மாணாக்கருக்குத் தேவையான புத்தகங்கள் பள்ளியில் கிடைக்காத சூழ்நிலையில் அவர்கள் பெரிதும் கவலைப்படவில்லை. ஏனெனில் அவர்கள் தங்களுக்குத் தேவையான புத்தகங்கள் அனைத்தையும் அக்காலத்தில் அதற்கெனப் பிரசித்திபெற்ற நம் நாட்டின் 'பிராஸ் பாஸா' சாலையில் பழைய புத்தகங்களை விற்பனை செய்து வந்த கடைகளுக்குச் சென்று அவற்றைக் குறைந்த விலையில் வாங்கிக் கொள்வது வழக்கமாயிருந்தது.

ஏழைகள் மட்டுமின்றி வசதிபடைத்தோருங்கூட அத்தகைய கடைகளுக்குச் சென்றே பழைய புத்தகங்களைத் தேடிப்பிடித்து வாங்கிச் செல்லத் தவறவில்லை. அதை அவர்கள் இழிவாகவும் கருதியதில்லை. நம் நாடு 1965ல் குடியரசானபின், காலம் மாறியது, நாடு வளர்ச்சியடைந்தது, மக்கள் மனநிலையும் மாறியது, பழைய புத்தகங்களைத் தேடிச் செல்வதும் படிப்படியாகக் குறைந்து விட்டது. காலப் போக்கில் அங்கிருந்த அக்கடைகளும் வெவ்வேறு இடங்களுக்கு மாறிச் சென்று விட்டன. அந்தப் பகுதியில் நிலவிய பரபரப்பான அக்காட்சியும் மறைந்துவிட்டது.

ஆனால், இன்றோ நாம் காணும் காட்சி முற்றிலும் மாறுபட்டதாய் உள்ளது. நவநாகரிகமிக்க இக்காலத்தில் பழைய, பயன்படுத்தப்பட்ட புத்தகங்களைப் பற்றி எண்ணுவாரும் இல்லை. தேடுவாரும் இல்லை என்று கூறின், மிகையாகாது.

ஆண்டுதோறும் புதுப்புதுப் பாடநூல்களையும் பயிற்சி நூல்களையும் விலையைப் பொருட்படுத்தாமல் பெற்றோர்கள் தங்கள் பிள்ளைகளுக்கு வாங்கி க் கொடுக்கத் தயங்குவதுமில்லை. இக்காலத்தில் கல்வி அமைச்சின் கட்டளைக்கேற்ப நம் பள்ளிகள் ஆண்டுதோறும் புதுப்புது நூல்களை மாணவர்களுக்குப் பரிந்துரை செய்கின்றது. மாணவர்களும் தேவைக்கேற்ப அவற்றை வாங்கிச் செல்கின்றனர்.

மாணாக்கர் அவ்வாறு வாங்கிச் செல்லும் நூல்கள் பல அழகாகவும் அதே நேரத்தில் கனமாகவும் உள்ளன. அத்தகைய கனமான நூல்கள் பலவற்றை அன்றாடம் தம் பள்ளிப் பைகளில் வைத்துத் தூக்க முடியாமல் தூக்கிக்கொண்டு பள்ளி மாணவர்கள் நடந்து செல்வதையும் பேருந்துகளில் ஏறி இறங்குவதையும் பார்க்கும்போது அன்றாடம் அவர்கள் படும் சிரமத்தை நினைத்து நாம் இரக்கப்படாமலும் கவலைப்படாமலும் இருக்க முடியாது என்று கூற விழைகிறேன்.

இரண்டாம் உலகப் போருக்குப் பிந்திய நிலையையும் இன்றைய நிலையையும் ஒப்பு நோக்கின், மலைக்கும் மடுவுக்கும் உள்ள வேறுபாடு தெரிகிறது என்று கூறுவதன் மூலம் நம் நாட்டின் மூத்த தலைமுறையினரின் எளிய வாழ்க்கை முறையை நினைவூட்ட விரும்புகிறேன். நான் அதைக் கூறுவதன் நோக்கம் நம் நாட்டு

Kling Road *(கிலிங் சாலை)*

முடிவுரை

இளைய தலைமுறையினரிடம் நாட்டுப் பற்றையும் சிக்கன வாழ்க்கையையும் பின்பற்ற வேண்டும் என்பதை வலியுறுத்துவதே ஆகும். அத்தகு நற்பண்புகள் நம் நாட்டு வளர்ச்சிக்கும் மக்கள் வாழ்வுக்கும் பெரிதும் துணைபுரியும் என்பதில் கிஞ்சிற்றும் ஐயமில்லை.

இவை போன்ற மேலும் பல தலைப்புகளில் விரிவாகவும் சுவைபடவும் எழுத வேண்டும் என்பதே என் நெடுநாள் அவா. இப்போதைக்கு அதை நிறைவேற்ற என் உடல் நிலையும் வயதும் இடந்தரவில்லை. எனவே, 'விழித்திருக்கும் நினைவலைகள்' என்னும் இந்நூலினை இந்தளவில் நிறைவு செய்கிறேன்.

முற்றிலும் நம் நாட்டின் கலை, கலாசாரம், மக்கள் வாழ்க்கை முறை, இரண்டாம் உலகப் போருக்குப்பின், நம் நாடு இருந்த நிலை, இன்றுவரை நாடு எதிர் நோக்கி வரும் பல சிக்கல்கள் (பிரச்சினைகள்) நம் நாட்டின் முன்னோடி மூதாதையர்களின் அர்ப்பணிப்பு, அதன் பயனாக நம் நாடு அடைந்துள்ள நவீனமயம், நாம் அனுபவித்து வரும் நல்வாழ்வு ஆகிய தகவல்களைக்கொண்ட களஞ்சியமே இந்நூல் ஆகும்.

இந்நூலைப் படிக்கும் தமிழ் அறிஞர்களும் தமிழ் ஆர்வலர்களும் இன்னோரண்ணபிறரும் என் கன்னி முயற்சிக்கு நல்லாதரவு நல்க வேண்டுமாய் அன்புடன் வேண்டிக் கொள்கிறேன். பிழையிருப்பின் பொருத்தருள்க! பிழையென

நன்றியுரை

உணர்ந்ததைத் திருத்திக்கொள்ளவும் தயங்கேன், நன்றி! வணக்கம்!

என்னைப் பெற்றெடுத்து, எனக்கு வாழ்வளித்த என் பெற்றோர்களான சே. செல்லையா, மாரியம்மாள் ஆகியோருக்கும் ஆண்டு 1964 முதல் இன்றுவரை சுமார் 52 ஆண்டுகள் என் இன்பத்திலும் துன்பத்திலும் இணைபிரியாதிருந்து வரும் என் வாழ்க்கைத்துணையான ஆனந்தவள்ளி எனும் கற்பரசிக்கும் அன்பு மகள் கலாவுக்கும் மற்றும் குடும்ப உறுப்பினர்களுக்கும் முதற்கண் என் மனமார்ந்த நன்றியறிதலை உரித்தாக்குகின்றேன்.

ஒரு நூலை எழுதுபவர் நூலாசிரியர் என்ற போதிலும் அந்நூல் நல்ல முறையில் அச்சேற்றப்பட்டு, நூல்வடிவம் பெறுதற்குப் பலரின் உதவியும் ஒத்துழைப்பும் இன்றியமையாதன ஆகும் என்பதில் கிஞ்சிற்றும் ஐயமில்லை.

அந்த முறையில் "விழித்திருக்கும் நினைவலைகள்" என்னும் என் நூல் நல்ல முறையில் வெளிவருவதற்கு பல்லாற்றானும் சிரமம் பாராது உதவிக்கரம் நீட்டியோர் பலராவர்.

அந்த வரிசையில் தமிழறிஞர், பேராசிரியர் முனைவர் திரு. சு. ப. திண்ணப்பனார் அவர்கள் என்றென்றும் என் மனமார்ந்த நன்றிக்குரியவர் ஆவார். அவருக்குரிய பல பொறுப்புக்களுக்கிடையே தம் பொன்னான நேரத்தை அர்ப்பணித்து, சிரமம் பாராது என் நூலைப் படித்து, பிழைத்திருத்தம் செய்து, நடுநிலைநின்று அணிந்துரையும் வழங்கிய

செ.பாலசுப்ரமணியன் | 235

பெருமை அன்னாரையே சாரும்.

அடுத்து என் மதிப்பிற்குரிய பல்கலைக்கழக விரிவுரையாளர் முனைவர் திரு. ஆர். சிவகுமாரன் அவர்கள். பலவிதப் பணிகளுக்கிடையே என் நூலை வாசித்து ஊக்குவிப்பும் அணிந்துரையும் வழங்கியவர். அவருக்கும் அன்புடன் என் நன்றியை உரித்தாக்குகின்றேன்.

இந்த வரிசையில் நீண்ட இடைவெளிக்குப் பின் என்னை நூல் எழுதுமாறு ஊக்குவித்து, அதற்கு இனிய, பொருள் பொதிந்த தம் கவிதை வழி ஓர் அணிந்துரையும் வழங்கிய முத்திரைப் பாவரசு பாத்தூறல், கவிதா வரம் பெற்ற கவிஞர் திரு. முத்துமாணிக்கம் அவர்கட்கும் என் மனமார்ந்த நன்றியை உரித்தாக்குகிறேன்.

நானும் ஒரு நூல் எழுத விழைகிறேன் என்று கூறியதும் "தயங்காமல் எழுதுங்கள்" என்று கூறி எழுத்தாளர் 'புதுமைத்தேனீ' எனப்புகழப்படும் திரு. மா.அன்பழகன் அவர்களைச் சந்திக்குமாறு என்னை ஆற்றுப்படுத்திய பெருமை மூத்த தமிழாசிரியர் தமிழ்த் தொண்டர் திரு. மு. தங்கராசன் அவர்களையே சாரும். அன்னார்க்கும் என் நன்றியறிதலை உரித்தாக்குகிறேன்.

நூல்வெளியீடு செய்யும் பொறுப்பை ஏற்றுக்கொண்டதோடு என் நூலுக்கு வாழ்த்துரையும் வழங்கியுள்ள சுமார் 30 நூல்களை எழுதி வெளியிட்டுள்ள பண்பட்ட எழுத்தாளர், திரு. மா.அன்பழகன் அவர்களும் என் நன்றிக்குரிய நல்லவராவார்.

நம் நாட்டில் தமிழர் பலரும் நன்கு அறிந்துள்ள மண்ணுமலை (Potong Pasir) எனும் வட்டாரத்தைப் பற்றிய முக்கியத் தகவல்களை ஆதாரப்பூர்வமாக வழங்கியுள்ளதோடு, வாழ்த்துரையும் வழங்கி உதவிய பெருமைக்குரிய திரு. சந்திரன் பொன்னுசாமி அவர்களும் மூன்று மருத்துவர்களை நாட்டுக்கு உருவாக்கித் தந்துள்ள பெருமைக்குரிய வாழ்நாள் சாதனையாளரும் அவர் தம் குடும்பத்தினரும் என்றென்றும் என் மனமார்ந்தா் நன்றிக்குரியவர்கள் ஆவர்.

நம் நாட்டின் உயர்நிலைத் தமிழ் நிலையங்களுள் பலரும் நன்கு அறிந்த பெக்சியா தமிழ் நிலையத்தில் (Peck Seah Tamil Centre) ஏறத்தாழ பத்து ஆண்டுகள்வரை தமிழ்ப் பணிபுரிந்த எனக்குப் பல வகையிலும் வழிகாட்டியாக விளங்கி ஊக்குவித்த பெருமைக்குரிய நம் முன்னோடி மூதாதையரும் முதுபெரும் ஆசானுமான மரியாதைக்குரிய திரு. ஜான்ஸன் மாணிக்கம் அவர்கள் தம் முதுமையையும் பொருட்படுத்தாது என் நூலைப் படித்து வாழ்த்துரையும் வழங்கியுள்ளார். பண்புமிகு அன்னாருக்கும்

அவர் தம் குடும்பத்தினரின் ஒத்துழைப்புக்கும் ஊக்குவிப்புக்கும் என் இதயம் கனிந்த நன்றியைக் கூறிக் கொள்கிறேன்.

ஆரம்பம் முதலே நூல் எழுதும் பணியில் எனக்கு ஊக்குவிப்பும் உற்சாகமும் ஊட்டி வந்த என் கெழுதகை நண்பரும் நம் நாட்டில் உள்ள ஆதரவற்றோர்க்கான (Homes) எனப்படும் இல்லங்களில் பணியாற்றி வரும் பொதுநலத் தொண்டரும் என் உற்ற நண்பருமான திரு. மணியம் அவர்களும் அவர் தம் குடும்பத்தினரும் மிகுந்த நன்றிக்கு உரியவராவர்.

மற்றும் நன்றிக்குரியோர் வரிசையில் முக்கிய இடம் பெறும் என் மதிப்பிற்குரிய எழுத்தாளர் கழகத் தலைவர் திரு. நா. ஆண்டியப்பன் அவர்களுக்கும் இன்னும் ஆன்மீக ஆதரவளித்து, ஊக்குவித்துள்ள ஆசிரிய நண்பர்கள் அனைவருக்கும் என் மனமார்ந்த நன்றியறிதலை உரித்தாக்குகின்றேன்.

அத்துடன் என் நூலின் தலைப்புக் கேற்ற, அழகிய வண்ண அட்டைப்படத்திற்குப் பொறுப்பேற்று உதவிய அச்சக ஓவியர் அவர்கட்கும் என் அன்பார்ந்த நன்றியைக் கூறிக்கொள்ள விழைகிறேன்.

மேலும், இந்நூல் வெளியீட்டுக்குப் பல வழிகளில் உதவியுள்ளவர்களுக்கும் அதே வேளையில் தவறுதலாக விடுபட்டு விட்ட அனைத்து நல்லுள்ளங்களுக்கும் என் உளமார்ந்த நன்றியைக் கூறிக்கொள்வதில் பெருமிதம் அடைகிறேன். நன்றி! வணக்கம்!

அன்பன்
செ.பாலசுப்பிரமணியன்
(நூலாசிரியர்)
சிங்கப்பூர்.
2017

REFERENCE BOOK IN (ENG OR TAMIL)

மேற்கோள் நூல்கள், ஆதார நூல்கள்

NoName of Author Name of Book/Year
Magazine
1. Richrd Lim Rough Guide to Singapore
2. by DiscoveryInsight Guides ChennelSingapore (Step by Step)
3. Maj Yap Siang YongFortress The Battle Field Guide Singapore
4. Tan Wee KiatSingapore Stamps Remembering VIPs
5. Iain Manley Tales of old Singapore1913
6. Michael Wise Travellers Tales of Old Singapore
7. Maurice Collins Raffles The Definitive Biography
8. Malacca Majlah Mayil 2016 MuthukrishnanTamil Articles & Aug Issues
9. Mary Pope Osborne Rags and Riches2010 and Natalie Pope Boyce
10. Street Names of Singapore (It is a Library copy) To check and Compare

11. ஏழாவது அனைத்துலகத் தமிழ் ஆராய்ச்சி மாநாடு Dec 1989
12. 'சிராங்கூன் சாலை' சித்திர வரலாறு வெளியீடு 1983

ஆசிரியரைப் பற்றி

நூலாசிரியர் செ. பாலசுப்பிரமணியன் அவர்கள் தமிழ்நாட்டின் புதுக்கோட்டை மாவட்டத்தைச் சேர்ந்த முனசந்தை என்னும் கிராமத்தில் பிறந்தவர். இவர் 1951ஆம் ஆண்டின் பிற்பகுதியில் தம் பதினொராம் வயதில் சிங்கப்பூர் வந்தார். இவர் தொடக்கநிலை கல்வியைப் புக்கிட் பாஞ்சாங் அரசாங்க தொடக்கப் பள்ளியிலும் உயர்நிலைக் கல்வியை (1955—1958) வரை விக்டோரியா பள்ளியிலும் படித்து முடித்தார். அதன் பின், 1964ல் தமிழாசிரியராகப் பணிபுரியத் தொடங்கினார். (1964—1966) வரை 'T.T.C' என்று அழைக்கப்பட்டு வந்த ஆசிரியர் பயிற்சிக் கல்லூரியில் பயிற்சி பெற்று, பட்டயக் கல்விக்கான சான்றிதழ் பெற்றார். பின்னர் இவர் தம் கல்விப் பணியில் சிங்கப்பூரின் கல்வி அமைச்சில் தமிழ்த் தேர்வு அதிகாரியாகவும் 'CDIS' எனப்படும் பாடத்திட்ட மேம்பாட்டுக் கழகத்தில் 'TASS' குழு எனப்பட்ட தமிழ் உயர்நிலைப் பாடக்குழுவின் திட்ட இயக்குநராகவும் (Project Director) பணியாற்றியுள்ளார்.

1964ல் தமிழாசிரியராகப் பணியாற்றத் தொடங்கி, அன்று தொட்டு 1988வரை ஏறத்தாழ 25 ஆண்டுகாலம் தமிழ்ப்பணி புரிந்து ஆண்டு 1989ல் பணி ஓய்வு பெற்றவர். தமிழ்மீதுகொண்ட தணியா வேட்கை காரணமாகத் தம் மொழியாற்றலைச் சுயமாகவே வளர்த்துக்கொண்டவர் என்பது இங்குக் குறிப்பிடத்தக்கது.

நூல் பற்றி

திரு. செ. பாலசுப்பிரமணியனின் 'விழித்திருக்கும் நினைவலைகள்'

- இந்நூலில் இடம் பெற்றுள்ள கருத்துக்கள் யாவும் இரண்டாம் உலகப்போருக்குப் பின், நம் சிங்கையில் நிலவிய அரசியல், பொருளாதார நிலை, மக்கள் வாழ்க்கை முறை ஆகியவற்றைத் தெள்ளத் தெளிவாகக் காட்டும் சொல்லோவியம் ஆகும்.

- இந்நூல் நம் நாட்டின் பொதுமக்களுக்கு மட்டுமின்றி, பள்ளி மாணாக்கருக்கும் ஆசிரியப் பெருமக்களுக்கும் மிகுந்த பயன்தரும் பொது அறிவுப் பெட்டகமாகவும் விளங்க வல்லது.

- சுருங்கச் சொல்லின், படிப்போரை வியப்பில் ஆழ்த்தும் புதுப் புதுக் கருத்துக்கள் கோக்கப்பட்ட ஒரு கவினுறு முத்தாரம் எனலாம்.